Maraming salamat sa lahat ng staff sa Precious Pages Corporation SM Iloilo branch. Inihahandog ko ang kuwentong ito para sa mga taga-Iloilo. Ang pagkakamali sa description ko sa isla ay akin. Ang San Alfonso ay isang kinathang lugar.

Maraming salamat sa mainit na pagtanggap noong December 18, 2010. Sana'y makabalik kaming muli. My son, Juan Miguel, had thoroughly enjoyed our three-day stay. How I love your dried ginamos.

For Babylyn Hechanova (salamat po sa ginamos), Ayzeh Marie Palermo, Novel Reina Mae Ventura, Donna Mae Albacaro, and Ronalyn Navalez, all of Iloilo; Joanne Mae Doble of Bohol; Kristine Faye Sapalo of Davao City, Mayrose Duldulao Damo of SG, and Anazel Gallardo.

And as always, to the Eirycats. Semper fi.

Martha Cecilia

Gusto n'yo bang maging **Romance Writer**?

There will be a

Summer
Romance Writing
W O R K S H O P

on May 11, 12 and 13 2012

sponsored by
PRECIOUS PAGES CORPORATION

Screening and Registration	**March 26 to April 25, 2012**
	Monday to Saturday
Look for Miss Jane Constantino	**9:00 - 11:30 AM and 1:00 - 4:00 PM**
For more information call 414-6188	**at 83 Sgt. E. Rivera St. (along C-3) SFDM, Quezon City**

Visit our Web Site: **www.phr.com.ph**
or e-mail us at: **ed2rialstaff@yahoo.com**

Come and visit us!
Precious Pages
Outlets
at SM Malls

Precious Hearts Romances®
THE BEST LOVE STORIES OF ALL TIME...

Kristine
S E R I E S

Martha Cecilia
The Bestselling Romance Author

The Bodyguards 2
Jose Luis Morrison Monte Falco

PRECIOUS PAGES CORPORATION
Maynila Pilipinas
www.phr.com.ph
also join our forum: precioushr.forum-motion.com

COPYRIGHT © 2012 by Precious Pages Corporation

All rights reserved.

Reproduction or usage of this work in whole or in part in any form by any electronic, mechanical or other means, now known or hereinafter invented, including xerography, photocopying and recording, or in any information storage or retrieval system, is forbidden without the permission from the publisher.

All the characters in this book have no existence whatsoever outside the imagination of the author, and have no relation to anyone having the same name or names. They are not even distantly inspired by any individual known or unknown to the author, and all the incidents are merely invention.

First Printing 2012
ISBN 978-971-02-5199-5

Flower Illustration: Yatar
Cover Illustration: Annie
Background Illustration: Yatar
Computer Graphics: Adel Sales
Compuset: Joseph S. Estorninos

Editor: Maribeth dela Cruz

Published by:
PRECIOUS PAGES CORP.
83 Sgt. E. Rivera St., SFDM
1115 Quezon City, Philippines
☎ (632) 367-6222 • (632) 414-6188
www.phr.com.ph

Hong Kong Distributor:
VICTORY JEWELLERY CO.
Shop 370, 3rd Flr., World Wide Plaza
19 Des Voeux Road, Hong Kong

Printed in the Philippines

Prologue

$\mathcal{C}$HEYENNE groaned. Alas-kuwatro na ng umaga siya umalis sa harap ng computer. Sa pakiramdam niya ay wala pang isang oras siyang natutulog at sa natutulog niyang diwa ay nauulinigan niyang tumutunog ang telepono niya.

Gaano man siya kapuyat ay siya ang uri ng taong hindi gustong ignorahin ang cell phone niya kapag tumutunog iyon. It could be an emergency. Though wala naman siyang kamag-anak na tatawag sa kanya para sabihing may emergency.

Nakapikit na inabot niya sa side table ang cell phone niya at sinagot nang hindi nagmumulat ng mga mata. "Lo..."

"Chey..."

"Yeah," she croaked. Inipit ang cell phone sa pagitan ng unan at tainga niya. May pilit umuukilkil sa antok na antok niyang diwa. No one called her "Chey" except her grandmother. And her grandmother had been dead for one and a half years. Lahat ng kakilala niya ay tinatawag siyang Charmaine.

"Chey, si... si Charmaine ito..."

"Hmn... 'kay..." She was Charmaine Rose. *Everybody called her Charmaine*, ulit ng isip niya. Sinong kapangalan niya ang tumatawag sa kanya at ginamit ang tawag ng lola niya sa kanya?

Natitiyak niyang nananaginip siya, yaong uri ng panaginip na sa wari ay gising ang isa. May pakiramdam siyang idinuduyan na siyang muli sa pagtulog nang muling magsalita ang nasa kabilang linya.

"Ang kapatid mo ito... si Charmaine."

Kapatid? "Wala akong—" Napamulat siya ng mga mata at napabalikwas ng bangon. Kung may antok man siyang naramdaman ay naglaho iyon na tila siya binuhusan ng malamig na tubig. "Charmaine?"

"Maaari ba akong magtungo sa bahay mo?" wika ng nasa kabilang linya sa alanganing tono. "H-hindi nila gustong sabihin ang address mo sa publishing house. Napilit ko lang hingin ang cell phone number mo sa receptionist..."

Moments later Cheyenne disconnected. Stunned, she stared at her cell phone. Na tila ba iyon foreign object na nahulog mula sa kung saan. Hindi pa rin siya makapaniwala na ang kapatid niya ang nakausap niya. Tiniyak niya sa sariling gising siya at hindi lang nananaginip.

Pagkatapos ng maraming taon... ng pag-aakalang hindi na niya muling maririnig o makikita pa ang kapatid niya, heto at tinawagan siya at magkikita sila! A sob caught in her throat.

Gaano na ba katagal mula nang maghiwalay sila? Mula nang dalhin ng Nanay Inez niya si Charmaine at iwan siya sa lola niya sa isla?

She was seven years old. Charmaine was eight and a half. Ang sakit at pait ng paghihiwalay nilang magkapatid na kay tagal nang hindi namahay sa dibdib niya ay muling sumalakay.

Bakit si Charmaine ang dinala ng nanay nila nang umalis ito sa isla? Bakit iniwan siya sa lola niya at hindi na binalikan?

"Bakit si Charmaine ang dinala niya? Bakit iniwan niya ako rito?" tanong niya sa lola niya nang lapitan siya nito na nakaupo sa tabing-dagat at nakatingin sa laot. Namumuo ang mga luha sa mga mata.

"Siguro, apo, dahil mas matanda sa iyo si Charmaine. Mas mapapakinabangan siya ng nanay mo... mauutusan..."

She wasn't consoled. Isang taon at kalahati lang ang tanda sa kanya ni Charmaine. Hindi man sabihin sa kanya ng lola niya iyon ay alam niyang paborito ng nanay nila ang kapatid niya dahil maganda ito.

Samantalang siya ay patpatin. May kaitiman. Kulot-kulot ang buhok. Negrita kung tuksuhin siya ng mga kalaro nila sa paaralan. Charmaine had always been the pretty one. At noon pa man ay diretsahan nang pinupuri ng Nanay Inez nila ang kapatid niya kahit sa harap niya. At bagaman hindi siya pinipintasan ay parang ganoon na rin iyon.

Nang umalis ang Nanay Inez niya kasama si Charmaine nang araw na iyon ay hindi niya hinayaang pumatak kahit isang butil ng luha. Sa batang-isip niya ay nangibabaw ang pride. But she could still remember Charmaine's face that day. It was as if she didn't want to leave with their mother also. Na para bang napipilitan lang ito.

Tumaas ang kamay nito sa kanya bilang pamamaalam. Gusto niyang isipin noon na luha ang nakikita niyang kumikislap sa mga mata ni Charmaine.

Pero siguro ay imahinasyon lang niya iyon. Iyon ang gusto niyang paniwalaan. Dahil iyon na rin ang huling pagkikita nilang magkapatid at ng nanay niya. Ni hindi sumulat ang mga ito sa kanya o makibalita man lang.

That had been... how many years? Fourteen... fifteen years?

Sinulyapan niya ang relo sa tabi ng night lamp. Kinse minutos bago mag-alas-nueve ng umaga. Limang oras din pala siyang nakatulog pero parang isang oras pa lang mula nang ihinto niya ang pagta-type ng kuwento. Tumayo siya mula sa kama. Itinupi niya ang kumot at inayos ang kama. Tiniyak na banat na banat ang bedsheet. Mayroon siyang kulang isang oras hanggang sa pagdating ni Charmaine.

May kabang umahon sa dibdib niya. Paano siya natunton ni Charmaine? Paano nito nalaman na sa publishing house siya nagtatrabaho bilang writer? Inokupa ng takot at antisipasyon ang dibdib niya sa muling pagtatagpo nila ng kapatid. At may iba pang uri ng takot na pilit nagsusumiksik sa isip niya.

Takot hindi dahil muli silang magkikitang magkapatid. Kundi sa ibang kadahilanan. Na kay dali naman pala niyang matagpuan. Isiniksik niya ang takot sa sulok na bahagi ng isip niya. She was being paranoid.

She looked around her room. Katamtaman lang ang laki niyon. May maliit na built-in closet na ang pinto ay may nakakabit na mahabang salamin. Ang single bed na may kutson at nakasiksik sa dingding ay laan ng may-ari ng bahay. May isang bintana na nakatanaw sa kalsada. Sa halip na kurtina ay plastic blinds ang inilagay niya.

Ang night table niya ay isang maliit at mumurahing folding wooden table na binili niya mula sa naglalako. Ang ibabaw niyon ay may maliit na alarm clock at night lamp. Ang night lamp ay binili niya sa isang Japan surplus store. Mukha iyong antique kaya binili niya.

Sa tabi ng bintana ay ang maliit na computer table at plastic chair. Naroon ang desktop niya. Isang taon pa lang mula nang bilhin niya iyon. May plano siyang bumili ng laptop pero saka na kapag maluwag na ang budget. Hindi niya nais galawin ang perang naiwan ng lola niya sa kanya. Baka mangailangan siya ng malaking halaga ay may madudukot siya.

Isang taong mahigit na siya sa Sapphire Publishing Company. Ang unang tatlong buwan niya sa publishing house ay bilang isang merchandiser ng mga pocketbooks hanggang sa maganyak siyang magsulat ng mga romance novels. Her first manuscript had been approved and did good in the market. Doon na siya nagsimulang magsulat sa gabi habang nasa bookstore siya sa araw. Ang una niyang manuscript, sa pagkamangha at kasiyahan niya, ay gumawa ng pangalan sa mga bookstores.

Nakalimang published novels siya nang iwan niya ang pagiging merchandiser at mag-concentrate sa pagsusulat. At dahil maganda ang resulta ng mga nobela niya sa market ay nadagdagan nang nadagdagan ang kinikita niya. At dahil hindi naman siya maluho, nakapag-ipon siya ng kaunti mula sa mga isinusulat niya. Sa loob ng isang taon ay naging bukambibig ang pangalan niya sa mga mahilig magbasa ng romance novels—Charmaine Rose.

Yes. Ginamit niya ang pangalan ng kapatid niya bilang alias sa pagsusulat. Kapatid na hindi na niya inisip na makakatagpo pa. And now all of a sudden, out of the blue, tinawagan siya nito.

Muling sinakop ng kaba at agam-agam ang dibdib niya. Muli niyang pinasadahan ng tingin ang kabuoan ng silid. Nasa sulok ng isip ang pagnanais na maka-impress. Well, wala siyang dapat ikahiya sa sarili niya.

Totoong hindi siya nakatuntong sa stage para tanggapin ang diploma niya sa kolehiyo dahil sa nangyari sa kanya isang buwan bago ang actual na college graduation. Subalit iyon na lang naman ang kulang sa kanya, ang tanggapin ang diploma niya. Their grandmother single-handedly raised her and sent her to school.

At salamat sa scholarship ng pinakamasamang taong nakilala niya sa buong buhay niya, nakapag-aral siya sa kolehiyo. How ironic. Ang foundation ay isa lamang pakunwaring kabutihang-loob para sa monster na nakatago sa likod ng kawanggawa ng may tatag niyon, gamit ang salapi ng bayan.

She dismissed the disgusting thought. She wanted to impress her long-lost sister. Inayos niya ang plastic na silya sa pang-isahang lamesang kahoy. Sa ibabaw ng munting mesa ay naroon ang isang maliit na thermos, mug, kutsarita, bote ng imported na instant coffee (ang luxury niya dahil mahilig siyang magkape), bote ng brown sugar, at coffee cream. Isang galon ng mineral water at baso.

Karaniwan na ay hindi naman siya nag-aalmusal dahil itinutulog niya ang kalahati ng araw niya pagkatapos niyang magpuyat sa ginagawang nobela. Malibang kailangan niyang magtungo sa publishing house sa umaga. Ang tanghalian niya ay sa labas at mas na nagpapa-takeout siya ng pagkain para sa hapunan.

She dashed to the closet and grabbed a towel. Pagkatapos ay lumabas ng silid at tinungo ang banyo sa dulo ng pasilyo. Tatlo ang silid sa bahay na iyon. Isa sa second floor na okupado ng may-ari, isang matandang dalagang high school teacher. Sa ibaba ay ang sa kanya at ang isang mas malaki ay may umuupang magkaibigan.

Lihim siyang nagpasalamat na hindi niya kailangang maghintay na mabakante ang banyo. Walang gumagamit. Marahil ay nakaalis na ang lahat. Mabilis siyang naligo. Paglabas niya ng banyo ay nasalubong niya ang kasambahay ng landlady niya at nagbiling papasukin sa silid niya ang darating niyang bisita.

Muli siyang nagbalik sa silid niya at nagbihis. Her usual blouse and jeans. Humarap siya sa salamin. Tinitigan ang sarili. Humugot ng malalim na hininga bago nagsimulang suklayin ang lampas balikat at kulot niyang buhok. Pagkatapos ay naglagay ng polbo at lipstick.

Bagaman marami ang nagsasabing maganda siya ay hindi iyon ang tingin niya sa sarili. Maybe she had an interesting face. Mataas ang cheekbones niya at may katangusan ng kaunti ang ilong. Balingkinitan at maganda ang hugis ng kanyang katawan. Oh, well, mapusyaw na ang kulay niya ngayon dahil sa mga whitening soaps. But she was actually a morena.

Karaniwan na sa kanya ang sinusundan ng tingin sa tuwing naglalakad siya. Marami ang nagpapahayag na manliligaw subalit lahat ng iyon ay tinanggihan niya. Hindi pa siya handa roon pagkatapos ng nangyari sa kanya sa isla.

Hindi siya kailanman na-insecure sa sarili niya. Maliban sa mga sandaling iyon. May mga munting alaala ang kumikislap sa isip niya. Ang natatandaan niyang laging sinasabi ng Nanay Inez niya.

"Maganda ka, Charmaine Rose. Higit kang maganda kaysa sa kapatid mo..."

Sinikap niyang ipagpag sa dibdib ang sakit ng damdamin sa alaalang iyon. Noong bata pa siya ay iyon ang iniisip niyang dahilan kung bakit dinala ng nanay niya si Charmaine at iniwan siya. Dahil mas maganda ito kaysa sa kanya. Mas maganda ang pangangatawan kaysa sa kanya na patpatin at mukhang negrita.

Napapitlag pa siya nang makarinig ng mahinang katok.

She froze for a moment. Kapagkuwa'y humakbang patungo sa pinto at binuksan iyon.

"C-Chey..." Charmaine whispered. "Cheyenne!"

Tears blurred her vision. Sa kabila ng maraming taong hindi nila pagkikitang magkapatid ay nakatitiyak siyang si Charmaine ang kaharap niya. Katunayan, namamangha siya pagkakita rito. Dahil sa biglang tingin ay magkahawig sila! Except that Charmaine was fairer; perhaps an inch taller, and thinner. O dahil nga payat ito kaya mukhang mas mataas. Napakunot-noo siya sa bahaging iyon. Her sister was too thin. Gayunman, hindi maipagkakailang maganda ito sa kabila ng tila humpak na mga pisngi. Charmaine's hair was cut stylishly short. Habang ang buhok niya ay mahaba at kulot-kulot at permanente nang sa wari ay nakasabog sa mukha niya.

Cheyenne was four months short of her twenty-two years old. And Charmaine was older by one a half years. And yet, despite the unmistakable beauty, mukha itong mas matanda kaysa sa edad nito.

Nagulat pa siya nang yakapin siya nito. She swallowed a lump in her throat and hugged her sister back, upang kumawala rin kaagad dahil sa pakiwari niya ay nadadama niya ang mga buto nito sa likod.

"P-pasok ka," anyaya niya rito at nang humakbang ito papasok ay isinara niya ang pinto.

Dumiretso ito sa kama at naupo roon. Ibinaba nito ang bag at isang short brown envelope na noon lang niya napansin. Binuksan nito ang bag at kumuha roon ng sigarilyo. Pagkatapos ay tiningala siya.

"Okay lang sa iyo?" Hindi nito hinintay ang sagot niya at sinimulang hanapin sa bag ang pansindi. Isang mumurahing maliit na silver lighter ang nadukot nito at sinindihan ang sigarilyo.

"O-okay lang." She lied. Kinaiinisan niya ang amoy ng usok ng sigarilyo. "S-si Nanay? Kumusta na? Kumusta na kayo?"

Nagbuga ito ng usok paitaas. "Desi-siyete ako nang mamatay si Nanay," she said unemotionally. Sa tono nito ay hindi na gustong sabihin pa ang sanhi ng pagkamatay ng ina nila.

Kinapa ni Cheyenne ang dibdib kung ano ang mararamdaman sa balitang matagal nang patay ang nanay nila. Subalit wala siyang maramdamang ano man. Marahil dahil matagal nang panahon mula nang iwan siya nito.

"Paano mo ako natagpuan?"

Muli itong humitit at nagbuga ng usok bago sumagot. "Nasa bookstore ako noong isang araw at nakuha ng dalawang estudyante ang atensiyon ko. Pinag-uusapan nila ang isang partikular na writer na magaganda raw ang kuwento. Binanggit nila ang pangalan ng writer at nagulat ako dahil kapangalan ko—Chairmaine Rose.

"Sinulyapan ko ang pocketbook na hawak nila at kinuha ko mula sa lagayan ang ganoon ding pocketbook. Naisip kong nagkataon lang tiyak na kapangalan ko ang writer. Isa pa'y mga alias namang karaniwan ang gamit ng mga iyon.

Kristine

"Ibabalik ko na sana ang pocketbook nang sumagi sa isip ko na noong mga bata pa tayo ay ang hilig mong magkuwento ng kung anu-ano. Mga bunga ng iyong imahinasyon. Ikaw itong laging nagkukuwento tungkol sa isang pamilya na may tatay at may nanay na laging nariyan para sa dalawang anak na babae." Charmaine smiled poignantly at the memory.

Natatandaan niya iyon. Hindi nila alam na magkapatid kung sino ang tatay nila. Sabi ng lola niya ay basta na lang itong umalis ng isla at hindi na muling nagpakita pa. Pero mestiso daw ito at bakasyunista, At ang nanay nila ay kung saan-saan dumadayo ng sugal kaysa sa alagaan sila. Ipinauubaya silang magkapatid sa lola nila.

She stopped the flow of unwanted memories. "Pagkatapos?"

"Binili ko ang libro, hindi naman kamahalan," patuloy nito. "Binasa ko habang nasa bus ako..." She paused for a minute. Muling humitit at nagbuga ng usok. "Nabasa ko ang mga lugar na ginamit sa kuwento. Tumutugma halos sa mga alaala ko sa isla..." She coughed. Sunud-sunod.

Nagsalin si Cheyenne ng tubig sa baso at ibinigay sa kapatid. Tinanggap naman nito iyon at pinangalahati ang laman ng baso. Gusto niyang sabihing masama sa kalusugan ang sigarilyo pero ngayon lang sila nagtagpo ng kapatid para marinig sa kanya iyon.

Tinitigan siya nito. Charmaine's eyes were misty. O baka dahil umubo ito at naluha. "Likas kang malikhain kahit noong maliliit pa tayo..."

Maraming gustong sabihin at itanong si Cheyenne. Nag-uunahan sa isip niya pero hindi niya malaman kung ano ang uunahing itanong. Muling nagpatuloy sa pagkukuwento si Charmaine.

"Kahapon ay nagpunta ako sa publishing house at itinanong kita. Nagulat pa ang security guard at sa una'y inakalang ako ay ikaw. Pero natiyak niyang hindi ikaw ako dahil nahuli lang ako ng kinse minutos pagkaalis mo. Biniro pa ako na ang bilis ko naman daw magpagupit ng buhok." Charmaine touched her hair gingerly. "At bakit daw kay bilis ko naman yatang pumayat." She chuckled.

Tiningala siya nito. "Bata pa tayo ay kulot-kulot na ang buhok mo kaya laging maiksi ang gupit mo. Napagkakamalan kang negrita tuloy." She paused, a faint smile on her lips. "Pero mukhang nagkapalit tayo. Ako ngayon ang may maiksing buhok at ikaw ang mahaba. Pero bagay naman sa iyo ang buhok mo. Sexy"

Isang ngiti ang pilit niyang napakawalan. "Thank you."

Natawa ito. Muling humitit ng sigarilyo. "Sobra kang magalang, Chey."

Kinuha ni Cheyenne mula sa mesa ang isang walang lamang karton ng Krispy Creme doughnut. Naubos niya ang dalawang natira kagabi bilang hapunan na niya. Pinunit niya ang takip at ibinigay kay Charmaine ang karton upang siya nitong gawing ashtray.

"Ibinigay ng sekretarya ang numero ng cell phone mo pero ayaw ibigay ang address mo. Kung hindi nga lang daw tayo magkahawig at naniniwala siyang magkapatid tayo ay hindi niya ibibigay ang number mo. Para daw tayong kambal sa biglang tingin." Isang mahinang tawa ang pinakawalan nito."

Ako man ay nagulat nang makita kita ngayon lang." Hinagod siya nito ng tingin. "Sa maniwala ka at sa hindi, natutuwa akong naging maayos ang buhay mo." Nasa tono nito ang sinseridad sa sinabi. But there was something about her tone. Something Charmaine didn't want to say.

"Bakit hindi man lang kayo dumalaw sa isla? O sumulat man lang kaya?" Hindi niya nagawang itago ang hinanakit sa tinig niya. Gusto niyang pakawalan ang mga luhang kanina pa nag-aamba.

"Alalahanin mong walong taon pa lang ako nang ialis ako ni Nanay sa isla. Ni hindi ko alam ang address ni Lola."

Bakit hindi ka dumalaw man lang nang lumaki at magkaisip ka? gusto niyang itanong dito. Pero hindi niya maisatinig. Ngayon lang sila nagkitang magkapatid. Hindi niya ito gustong akusahan.

"Hindi ako nagkaroon ng pagkakataon, Chey," ani Charmaine sa mababang tinig, sa wari ay nabasa nito sa mukha niya ang laman ng isip. "Marami nang nangyari sa buhay ko... sa napakamurang edad. Hindi mo kayang isipin." Puno ng regret ang buntong-hininga nito.

"Napakabata ko pa pero pakiramdam ko ay otsenta anyos na ako." Idinutdot nito ang upos ng sigarilyo sa karton. Muling dinukot ang kaha ng sigarilyo sa bag at kumuha ng isang stick. Pagkatapos ay hinanap ang lighter. Marahil ay napailalim iyon at hindi nito makapa. Naiiritang tumingin ito sa paligid. "May posporo ka ba rito?"

"I don't smoke."

Charmaine smiled sarcastically. "Pa-English-English ka pa diyan. Natitiyak kong pinag-aral ka ni Lola." May pait sa tinig nito nang sabihin iyon.

Bahagyang nagdikit ang noo ni Cheyenne. Hindi ba nakapagtapos ng pag-aaral ang kapatid niya?

Nahagip din ng kamay nito ang hinahanap na lighter. Sinindihan ang panibagong stick.

Walang malamang kasunod na sasabihin si Cheyenne. Mahabang katahimikan ang namagitan na binasag ng sunud-sunod na ubo ni Charmaine. Muli ay inabutan niya ito ng tubig. May inilabas itong munting bote sa bag. Kumuha ng isang tableta at ininom.

"May... ubo ka. Hindi ka dapat naninigarilyo..." Hindi niya mapigilang sabihin. Her eyes blurred. Muli ay nag-aamba ang mga luha. Gusto niyang yakapin ang kapatid. Gusto niyang sabihing natutuwa siyang nagkita silang muli. Subalit hindi iyon makalabas sa lalamunan niya.

Nagulat pa siya nang bigla itong tumayo. "Aalis na ako."

"S-saan ka pupunta?" Bigla ang takot na umahon sa dibdib niya. Charmaine was her only family now. Hindi niya ito gustong maglahong muli sa buhay niya.

"Kailangang maabutan ko ang huling biyahe patungo sa isla..."

Nasa pinto na ito at binuksan iyon, Nag-panic si Cheyenne.

"Isla? Anong isla ang sinasabi mo?" Cheyenne was thinking of their hometown in Guimaras. Pero maraming biyaheng eroplano patungo roon. Akma niyang sasabihing wala na itong babalikan doon subalit nagsalita na uli si Charmaine.

"Sa isla ng Tingloy..." anito at binuksan ang pinto. "Doon ako... kami pansamantalang nakatira."

"Saan iyon?"

Kapagkuwa'y huminto ito at nilingon siya. There was too much sadness in her eyes. And regret, too. Isang malalim na hininga ang pinakawalan ni Charmaine. "Sana'y hindi na lang ako dinala ni Nanay noong araw na iyon..." Ang lungkot na nakiraan sa mga mata nito ay iglap na nahalinhan ng galit. Kapagkuwa'y tumalikod na ito at lumabas nang tuluyan.

Mahabang sandaling tila itinulos sa kinatatayuan niya si Cheyenne. Kapagkuwa'y humabol palabas. Nasa gate na ang kapatid nang abutan niya. "M-magkikita ba tayong muli?" sigaw niya.

Napahinto sa paglakad si Charmaine. Nilingon siya. "Tatawagan kita. Pangako, Chey."

Nanlalambot na napasandal sa hamba ng pinto si Cheyenne. Pinanlalabo ang paningin niya ng mga luhang naipon sa mga mata niya. Sa dibdib niya ay naroon ang takot na baka hindi na sila muling magkitang magkapatid. Tulad noon, muli na naman siyang iniwan nito.

Chapter One

Present...

ALA-UNA pasado ng madaling-araw. Wala namang signal ng bagyo pero malakas ang ulan at tila idinuduyan ang pribadong yate ng malalaking alon. Sa loob ng cabin ay nagmamadaling nagbibihis si Cheyenne.

Hinugot niya mula sa ilalim ng maleta ang isang black tights at long-sleeved black spandex blouse na pasalisi niyang ipinasok sa luggage niya kaninang umaga.

Wala kahit na sino sa mga kasamahan niya ang nakakaalam na dala niya ang mga gamit niyang iyon. Not even her best friend Velvet who was with her on this trip. Nasa kabilang cabin lang ito at marahil ay nahihimbing na. Ang alam ng lahat ay mga damit at novelties niya ang laman ng maliit na luggage niya.

Puno ng takot at kaba ang nasa dibdib niya. Hindi siya nakatitiyak sa gagawin niya at kung magagawa nga ba niyang languyin ang pulong natatanaw niya sa porthole sa kalagayan niya. Kinapa niya ang tiyan, sa bahaging may sugat na sa pakiramdam niya ay hindi pa tuluyang naghihilom.

Kung distansiya ang pag-uusapan, hindi iyon gaanong kalayuan mula sa yate. Malalangoy niya. At kung hindi siya magmamadali ay baka malampasan na nila at ang tsansang malalangoy niya ang isla ay baka hindi mangyari.

And then she would really be dead.

Tulad ng gusto niyang palabasin.

Dead. As in... dead.

Minsan na siyang nakarating sa Mindoro may dalawang taon na ang nakararaan. Sa mismong bahay-bakasyunan ng publisher niya. Kasama siya ng production staff kung saan doon kinunan ang ilan sa mga eksena ng teleserye na ang kuwento ay hango mula sa isa sa mga nobela niya.

Naroon siya bilang story consultant. At natatandaan niyang may mga isla silang dinadaanan. Ayon kay Mrs. Filomena Cheng ay Isla Verde daw ang isa roon.

Hindi niya alam kung alin sa dalawang isla ang Isla Verde. Kunsabagay ay hindi naman mahalaga iyon. Kapag nakarating siya sa alinman sa dalawang isla ay bibiyahe rin naman siya palayo roon sa lalong madaling panahon.

At ang gabing ito lang ang tanging pagkakataon niyang magawa ang pinaplano. She would risk it. Mamamatay rin naman siya kung hindi niya gagawin ang binabalak niya. Tulad noon, may anim na taon na ang nakararaan, mas nanaisin na niyang lamunin siya ng karagatan kaysa sa kamay ng mga taong halang ang kaluluwa.

She closed her eyes for a moment and then she took a deep calming breath. Nanginginig ang mga kamay niya habang inaayos niya ang sarili. Mabilis niyang isinuot ang mga baong damit para mismo sa sandaling iyon.

Sa silid niya sa apartment ay nag-iwan siya ng tsekeng sa palagay niya ay sapat na halaga, kung hindi man labis, para sa gastos sa pagpapalibing kay Erwin. Bagaman nakatitiyak siyang sasagutin ni Mrs. Filomena Cheng ang lahat ng gastos sa pagkamatay ng matalik na kaibigan.

Oh, poor, Erwin! I am so sorry.

Sinikap niyang pigilin ang pag-alpas ng hikbi at alisin ang isip mula sa kagimbal-gimbal na pangyayaring naganap sa kaibigan niya tatlong araw pa lang ang nakalipas. Nag-concentrate siya sa ginagawa. Kinuha niya ang flipper mula sa maliit na maleta. Nakabalot iyon sa isa sa mga pantulog niya dahil nag-aalala siya kanina na baka magkamaling silipin ni Velvet ang bagahe niya.

Kahit ang itim niyang mga kasuutan ay ipinailalim niya sa mga damit niya. Pati na ang mini life vest na gumawa ng puwesto sa bagahe niya. Kung posible lang na maipasok niya sa bag niya ang diver's gear ay ginawa na niya pero hindi niya gustong ipakipagsapalaran iyon.

Most of the time, lalo na nitong huling mga araw, at kahit labag sa loob niya, ay nagagawa ni Velvet na tingnan ang mga kagamitan niya sa kung anu-ano na lang kadahilanan. At dahil kaibigan niya ito ay hinahayaan na lang niya.

Naisip niyang marahil ay gusto lang matiyak ng kaibigan niya na walang bagay na magdudulot ng pinsala sa kanya mula sa mga gamit niya.

But lately she realized she had no privacy at all.

Kaya naman pinakapaila-ilalim niya ang mga kasuotang iyon. This was her only chance. And her mini life vest was more than enough. Hindi niya gustong ipakipagsapalarang baka matuklasan ni Velvet na may dala siya niyon. Mula kaninang umalis sila sa Batangas pier ay sinilip lang siya ni Velvet minsan at bumalik na ito sa sariling cabin.

Sa natatandaan niya noong una silang bumiyahe patungong Mindoro ay natitiyak niyang kaya niyang languyin ang patungo sa mga pulo. Subalit hindi sa pagkakataong iyon na baka hindi kayanin ng sugat niya sa tiyan ang mahabang paglangoy.

Ano ba ang mayroon sa mga yate at laging sa ganito nangyayari ang pagtakas niya? Ipinangako niya sa sarili hindi na siya tutuntong sa yate sa susunod. Iyon ay kung may kasunod pang pagkakataon. Iyon ay kung malalampasan niya ng buhay ang gagawin niyang ito. She shook her head and took a deep breath.

Muli niyang inangat ang ilalim ng luggage at kinuha roon ang isang ATM card at maingat na ibinalot sa plastic at itinali.

More than ever, she was so thankful now that she thought about this three years ago. Totoong tamang-tama lang ang kinikita niya sa mga pangangailangan niya nang isa lamang siyang romance writer. Kung minsan pa nga ay kinukulang. Subalit tahimik ang buhay niya. Walang nakakikilala sa kanya sa alias niya bilang si Charmaine Rose, isa sa mga best-selling authors ng Sapphire Publishing House.

At kahit nang mateleserye ang mga nobela niya ay tahimik pa rin ang buhay niya. Nadagdagan nang bahagyang-bahagya ang kinikita niya. At dahil nag-iisa lang naman siya sa buhay at may simpleng pangangailangan, ay nakaipon naman siya nang malaki at nadagdag sa ipon niya.

Until such time when the producer offered to cast her in the teleserye which could have been the start of a promising career. She was beautiful. With her high cheekbones and height, she looked like a model. Ang role na ibinigay sa kanya ay kaibigan ng bidang babae. She had refused. Pumili siya ng role na mas hindi gaanong napapansin ng madla sa pagtataka ng publisher at ng producer.

Napag-isip-isip niya na hindi naman katagalan

ang anim na taon para hindi siya makilala ng mga naghahanap sa kanya. Bagaman hindi siya nakatitiyak kung hinahanap pa rin siya at kung ang pagtatangka sa kanya ay nagmumula sa nga taong tinatakasan niya ay minabuti na niya ang mag-ingat. Ang kaunting fame ay hindi kasinghalaga ng buhay niya.

Subalit nang muling mateleserye ang isa sa mga nobela niya at muli rin siyang alukin ng producer na gampanan ang isang role ay hindi siya tumanggi. Muli, pinili niyang gampanan ang hindi gaanong napupunang role sa teleserye. Bagaman may mangilan-ngilan na siyang write-ups dahil na rin kay Mrs. Cheng. Na sa wari ba ay sa kanya nais bigyan ni Mrs. Cheng ang katuparan ng sariling pangarap.

Nang hilingin sa kanya ng publisher niya na maging guest siya sa isang prominenteng weekend show, kasama ng cast ng pelikulang hinango mula sa nobela niya, ay sandali lang siyang nag-atubili.

Sa panghihikayat ng boss niya ay nagkaroon siya ng lakas ng loob na humarap sa camera at ma-interview. Sandali lang ang exposure na iyon. Baka wala pang limang minuto kung pagsasama-samahin.

Ni hindi niya naisip na baka may makakilala sa kanya nang mahantad sa publiko ang mukha niya. Sa ilang sandali ay nalunod siya sa mga papuri. Sa mga alok na bakit hindi niya pasukin ang pag-aartista ng full time. Ang iba ay iyon ang pinapangarap. Siya ay nakahain na sa kanya.

She had the looks, sabi pa nila. There were even offers for her to do product endorsements. Again, she refused. At lahat ng mga iyon ay pinagtatakhan ni Velvet at sinisita siya, na kung mamalisyahin niya ang kaibigan ay obvious na nagseselos ito sa kanya.

At kahit nang unang manganib ang buhay niya ay ni hindi pumasok sa isip niya na nasundan na siya ng nakaraan niya. Itinuring niya ang muntik nang pagkahulog ng kotse niya sa bangin—tulad ng inaakala ng lahat—na isang muntik-muntikanang aksidente dahil nawalan ng preno ang segunda-mano niyang kotse.

Isang hikbi ang kumawala mula sa lalamunan niya. She was scared. Pero wala siyang mapagpilian. Ipinagpatuloy niya ang pagbalot ng ATM card niya sa plastic. Ang perang kinita niya sa nakalipas na unang tatlong taon ng pagsusulat niya ay alam ng dalawang taong pinagkakatiwalaan niya. And she didn't like the idea of other people knowing how much she was worth. Not even if they were her best friends Velvet and Erwin.

Kaya naman kalahati ng kinikita niya mula sa teleserye at sa pagsasapelikula ng mga nobela niya ay idinedeposito niya sa isang account na kinadepositohan ng perang minana niya sa lola niya. Hindi alam ng kahit na sino ang account niyang iyon.

Sa bawat pagkakataon ay nagdedeposito siya sa account na iyon nang paunti-unti nang lihim sa lahat. Nagwi-withdraw rin siya roon paminsan-minsan, to make the account seemed normal, and deposited again in a couple of weeks twice as much money than the amount she had withdrawn earlier. At sa nakalipas na tatlong taon ay may sapat na siyang pera para mabuhay ng komportable sa mahabang panahon.

Nang ialok sa kanya ng boss niya na magbakasyon muna siya sa summerhouse nito sa Mindoro noong nakaraang araw ay mabilis siyang nagplano at naghanda.

"Peste `yang dalawang reporters na nasa labas ng apartment mo!" galit na bulalas ni Filomena Cheng nang sumungaw ito sa silid ng apartment niya sa itaas.

Mrs. Cheng, a plump woman in her early fifties, ay ang multimillionaire na may-ari ng Sapphire Publishing. Hindi lang professional ang turing sa kanya ni Mrs. Cheng. Para dito ay kapamilya siya.

Ayon dito ay kahawig niya ang nawawala nitong anak. Kaya naman ang turing sa kanya nito ay para na ring anak. Lalo at matagal na itong biyuda at nag-iisa lang sa buhay.

She even had the privilege of calling Mrs. Cheng "Mommy." Dahil iyon mismo ang iginiit ni Mrs. Cheng sa kanya. Nagsimula siyang magtrabaho sa publishing house nito bilang merchandizer anim na taong mahigit na ang nakaraan sa edad na twenty-one. And even then, magaan na ang loob nito sa kanya. Nagpapangyari upang kainggitan siya ng ibang empleyado.

Dahil umangat naman ang buhay niya nang paunti-unti, umalis siya mula sa silid na inuupahan sa Quezon City. Lumipat siya sa isang two-door apartment sa San Juan na bagaman may kamahalan ay maganda naman ang kapaligiran.

Sa publishing house niya nakilala si Velvet. Sekretarya ito ni Mrs. Cheng at tulad niya noong simula ay sumubok maging manunulat bilang sideline.

Nagsimula lamang ang closeness nila ni Velvet nang ikalawang pagkakataong mateleserye ang nobela niya at makasama siya sa cast.

Samantalang si Erwin ay isang fan. Ulilang lubos maliban sa isang malayong tiyahin na siyang tinutuluyan nito noong una. Unang nobela pa lang niya ay sinulatan na siya nito. She'd kept the letter, inilagay sa album along with her photos. Her very first fan mail. Iyon ang simula ng pagkikilala nila ni Erwin.

Lagi na niya itong kasama. Alalay-friend-sekretarya, lahat na. Hanggang sa ipaubaya na niya rito ang isang silid sa apartment sa katuwaan nito.

"Hindi mo na nga pinagbibigyan ng interview ay ayaw pa ring lumubay!" patuloy ni Mrs. Cheng na pumukaw sa daloy ng isip niya. Bahagya nitong hinawi ang blinds sa bintana at tinanaw ang labas ng apartment sa ibaba.

Bahagya na niyang sinulyapan si Mrs. Cheng subalit hindi siya sumagot. Pareho nilang alam na ginagamit ng production ang pangyayari sa kanya para sa promotion ng nobela niyang ginagawang pelikula.

Again, she was offered to play another role. Subalit mariin niyang tinanggihan iyon magmula nang magkasunud-sunod ang mga pagtatangka sa kanya.

Hindi niya gustong kumilos mula sa pagkakaupo sa gitna ng kama niya at yakap ang malaking throw pillow. She had nothing against the press and media people. She felt safer with a couple of them camping outside her apartment hoping that she would grant them an interview. Hinding-hindi niya masasabi sa mga ito na hindi siya magpapa-interview at lalong hindi siya magpapakuha ng larawan.

Tama na ang minsang interview na naghantad ng mukha niya sa telebisyon para mapansin ng mga taong naghahanap sa kanya. Tama na rin ang apat na beses na pagganap niya sa kung anu-anong role sa mga television series.

Nitong nakalipas na halos isang buwan ang pagtatangka sa kanya ay naging dahilan upang maospital siya at manganib ang buhay.

Since her discharged from the hospital, may ilang mga reporters na binabayaran ng production para ma-interview siya. But she denied them all. Kahit ang magpakuha ng larawan ay iniwasan niya. Isa siyang simpleng manunulat at bit-player sa TV.

Ni hindi niya nagawang dalawin sa ospital si Erwin dahil doon. Kanina ay nalaman nilang tuluyan na itong binawian ng buhay. And she was still in shock. Siya dapat ang namatay. Para sa kanya ang bombang sumabog na ikinamatay ng kaibigan.

"Dahil sa dalawang reporters at cameramen ay dumarami ang mga usyusero, Charmaine. Nagkakampo sila sa labas ng apartment mo!" muling sabi ni Mrs. Cheng at sinabayan ng naiiritang buntong-hininga. "Damn these vultures!"

Hindi pa rin siya sumasagot. Hindi niya alam kung ano ang sasabihin. Dalawang linggo siya sa ospital pagkatapos siyang barilin ng di-nakikilalang kriminal nang pasukin siya sa silid niya isang hatinggabi. Kung hindi agad nakahingi ng tulong si Erwin at nadala siya sa ospital ay malamang na ikinasawi niya ang pagkakabaril sa kanya.

At mula noon ay hindi na nagsawa ang ilang press sa pagtatangkang makausap man lang siya. Lalo na nang mangyari ang aksidenteng kinasangkutan ni Erwin nitong nakalipas na tatlong araw, makalipas lamang ang isang linggo mula nang ma-discharge siya sa ospital.

May ilang mga kaibigan at kasamahan sa trabaho ang nagpadala sa kanya ng mga bulaklak. Lalo na mula sa production staff ng movie company na nagsasapelikula ng nobela niya. Subalit naintriga si Erwin sa isang regalong huling dumating.

Ang munting kahon ay maayos na ibinalot sa peryodiko at nilagyan ng isang mamahaling ribbon. Sinabi ni Erwin sa kanya na unique ang pagkakabalot.

Kaya naman nang sabihin niya rito na ilabas ang regalo at isama sa iba pang nasa kabilang silid kung saan ito ang omookupa ay hindi napigilan ni Erwin ang curiosity. Pagkapasok na pagkapasok sa silid nito ay agad nitong binuksan ang regalo.

Sumabog ang maliit na bombang nasa loob ng kahon. Crude ang pagkakagawa sa bomba at maliit lang naman. Ayon sa mga pulis na eksperto sa mga explosives ay hindi naman nakamamatay kung sasabog iyon nang nasa ilang hakbang lang ang isa mula rito. Makakasakit ng lubha pero hindi sapat para pumatay ng tao.

Subalit sumabog ang bomba sa mismong mukha ni Erwin.

Tumagal pa nang isang araw sa ospital si Erwin bago ito tuluyang binawian ng buhay kaninang madaling-araw.

Yumuko siya at ipinatong ang noo sa pagitan ng mga tuhod at sinikap pigilin ang pagkawala ng mga hikbi.

"I know you're scared, Charmaine," wika ni Mrs. Cheng sa nagsisimpatyang tinig. "Iyan mismo ang dahilan kung bakit gusto kong magbakasyon ka muna sa summerhouse ko sa Mindoro. For all you know, makapagtatrabaho ka roon. Baka maraming kuwento kang magawa at pawang movie material lahat." There was a teasing tone in her publisher's voice. Marahil upang mapagaan ang lahat.

"Masusundan ako ng nagtatangka sa akin kahit saan ako naroroon, Mommy..." sagot niya, bahagya nang nag-angat ng ulo. "Hindi ito ang unang pagtatangka na ginawa niya. And he killed Erwin!"

"Ngayon lang ako naka-encounter ng ganito ka-obsessed na fan, hija," she said in exasperation and horror, shaking her head.

As a famous Tagalog romance novelist, marami siyang fans sa bawat sulok ng Pilipinas. At isa sa mga ito ang itinuring ni Mrs. Cheng na stalker niya. Ibinase nito ang hinala sa ilang magkasunod na sulat at naghahayag ng pag-ibig sa kanya.

Isa sa mga sulat na iyon ay may ganitong sinasabi: *"Kung hindi ka mapapasaakin ay hindi ka mapupunta sa iba."*

Hindi niya gustong paniwalaang isang fan lamang ang nagtatangka sa kanya at makagagawa ng ganoong uri ng pagtatangka; ng crude small bomb. Subalit hindi niya masabi sa publisher iyon. Wala siyang pinagsabihan sa sekreto niya.

Katunayan ay sinikap niyang alisin iyon sa isip sa nakalipas na anim na taon.

Ni wala siyang pinagsabihan kahit ang matatapat niyang mga kaibigan. Kung paminsan-minsan mang sumasagi sa isip niya ay dahil lang naaalala niya ang lola niya. Ang sindak na nadama niya sa paraan ng pagkamatay ng lola niya.

Kapagkuwa'y muling ibinalik ni Mrs. Cheng sa kanya ang paningin. "Hindi ka masusundan ng kung sino mang nagtatangka sa iyo. Dahil walang makakaalam na nagtungo ka roon."

Her questioning eyes raised to her publisher.

"You will leave this apartment unnoticed. Magdala ka ng ilang gamit mo lang. You can always buy your necessities in Mindoro. Iisipin ng mga reporters na narito ka pa rin at nagkukulong. Sa likod ka dumaan. I arranged for it. May naghihintay sa iyong sasakyan sa kabilang block. Dadalhin ka ng mapagkakatiwalaan kong driver sa marina."

"B-but—"

"No buts, Charmaine. I am worried. Wala akong balak na mawalan ng anak sa pangalawang pagkakataon."

She almost smiled at the passion in her publisher's voice. Other times she would want to cry in her arms. Sabihin dito ang lahat ng takot na nasa dibdib niya. Gusto niyang paniwalaang totoo ang damdaming-ina na ipinapakita sa kanya si Mrs.

Cheng at hindi bilang si Charmaine Rose, one of Sapphire Publishing's moneymakers.

She shook her head silently. That was so unfair of her. Kahit minsan ay hindi siya pinakitaan ng hindi maganda ni Mrs. Cheng. And besides, she couldn't tell her publisher all her secrets. She was too wary; too scared.

"Kailangan mong magbakasyon, Charmaine," pag-uulit nito. "Anyway, sa loob ng nakalipas na anim na taon ay puro trabaho ang inatupag mo."

"I can't hide forever," she whispered.

"Pansamantala lamang. Kailangang kausapin ko ang isang kakilala at humingi ng mapagkakatiwalaan at mahusay na bodyguard hanggang sa matapos at mahuli ang nagtatangkang ito sa iyo."

Inaakala ni Mrs. Cheng at ng lahat na ang nagtatangka sa kanya ay isang psychotic fan. Hindi niya makuhang ipagtapat dito na humigit-kumulang ay kilala niya kung sino ang nagtatangka sa buhay niya.

"I already have bodyguards. Ikaw din ang kumuha sa kanila, hindi ba?" Hindi niya ito hinintay na sumagot at dinugtungan ang sinabi. "Hindi ako royalty o anak ng presidente na may kabuntot na sangkaterbang security men. Ayoko ng ganitong buhay."

Hinawakan ni Mrs. Cheng ang balikat niya. "Yeah, I know. And you need the best. At may kakilala akong maaaring makapagrekomenda

ng isang bodyguard na makapagbibigay ng
proteksiyon sa iyo."

Humibi siya. She nuzzled her head into her
hand. "Hindi pa ako nakapagpapasalamat sa inyo.
Kung wala kayo ay hindi ko alam ang gagawin ko."

Mrs. Cheng ruffled her hair. "None sense.
Gumayak ka na," gumagaralgal ang tinig na sabi
nito.

And that was it. The yacht left Manila almost
an hour ago. Mahigit sa kalahating oras na lang at
nasa Calapan port na sila. She had to hurry.

She strapped the plastic with her ATM card on
it in her waist and made sure it was secured. Then
she took a letter envelope from her shoulder bag
and placed it on top of the cabin bed. Kung hindi
niya naisip ang flippers at ang mini vest ay baka
hindi niya malangoy ang islang pupuntahan niya
dahil baka hindi pa lubusang magaling ang sugat
niya sa tiyan.

She bit her lip in pain and bitterness as she
thought about the damage she endured from the
gunman. Nagsimulang mag-init ang mga mata niya.
Immediately, she dismissed the thought from her
mind. She was alive and that was all that matter.

Sinulyapan ang relo sa braso niya. Ala-una
y medya ng madaling-araw. Puno ng kaba ang
dibdib niya habang dahan-dahan niyang pinihit ang
doorknob. Bahagya lang niyang iniawang iyon at
pagkatapos ay sumilip sa corridor.

Tahimik at walang tao. Ang mga bodyguards niya'y pinatulog na niya kanina bago siya pumasok sa cabin.

"You can go to your cabin, guys," aniya sa dalawang lalaking inupahan ni Mrs. Cheng mula sa isang security agency. "This is a private yacht. Walang ibang pumanhik kanina maliban sa atin. And Velvet's on the next cabin." Nilingon niya ang kasunod na cabin ng kaibigang matalik. Nauna lang itong pumasok sa sariling cabin ng ilang minuto.

Nang hindi kumilos ang mga ito'y kaswal na siyang pumasok sa loob ng cabin niya. May ilang sandaling pinakiramdaman niya ang mga ito hanggang sa marinig niya ang papalayong mga yabag.

And so that was it. Marahil ay nahihimbing na ang mga security niya sa cabin ng mga ito na katabi lang ng sa kanya.

She took another deep breath. Maingat siyang lumabas at isinara nang walang ingay ang pinto ng cabin. Ilang sandali pa'y nasa deck na siya at niyuko ang dagat.

A certain déjà vu assaulted her.

It was dark. Malakas ang hangin subalit hindi kalakasan ang ulan. She hadn't counted on the weather. It could be to her advantage or disadvantage. Depende sa kanya.

But she was a good swimmer. Lumaki siya sa tabing-dagat at dalawang taong gulang pa lang siya ay mahusay na siyang lumangoy. At walang ibang nakakaalam niyon kundi ang grandmother niya. But her grandmother had been dead for years now. Nag-init ang mga mata niya pagkaalala sa abuela. But she couldn't linger on the sadness that she felt.

Tumatama sa mukha niya ang mga patak ng ulan. Nanginginig siya sa lamig ng hangin. Gingerly, she touched her stomach. Bukas ng umaga matutuklasan ng mga ito na wala siya sa yate at mababasa ang suicide note niya.

Sa susunod na mga araw ay natitiyak na niya kung ano ang nakalagay sa ilang tabloids. That was if she would even make it to the tabloids.

Famous novelist ends her life... or

Charmaine Rose's End or *Charmaine Rose Commits Suicide...*

Or whatever.

At ang nobela niyang kasalukuyang isino-shoot ay magiging isang blockbuster.

It didn't matter anymore.

Niyuko niya ang madilim na karagatan. Nangyari na ang lahat ng ito.

Sa ibang panahon. Sa ibang pagkakataon. Sa ibang lugar.

Chapter Two

Six years ago...

"MAGKASINTAHAN na ba kayo ng anak ni Mayora, Cheyenne?" tanong ni Lola Didang niya habang nagpipili ito ng bigas, inaalis ang ipa mula sa butil.

Mula sa pag-iihip ng apoy sa kalan ay nag-angat ng katawan si Cheyenne. Sa nakalipas na isang buwan mula nang maging nobyo niya si Jericho ay iyon ang kauna-unahang pagkakataong binanggit ng lola niya ang tungkol dito.

Alam niyang sukal sa loob ng abuela ang panliligaw nito sa kanya noon pa man. Hindi ito lumalabas ng silid sa mga maiikling sandaling nagpupunta si Jeric sa bahay nila kapag inihahatid siya nito mula sa mainland.

"M-mag-iisang buwan na po, Lola."

Pagkatapos tahipan ang bigas ay isinalin ni Lola Didang iyon tungo sa kaldero at dinala iyon sa paminggalan. Hinugasan mula sa tubig na nanggaling sa malaking banga. Matiyagang hinintay ni Cheyenne ang kasunod nitong sasabihin habang muli niyang hinihipan ang pinagpatung-patong na kahoy sa kalan.

"Napakabata mo pa, apo, para magkaroon ng nobyo," anito pagkalipas ng mahabang sandali. "Beinte anyos ka pa lang. Baka mamaya ay hindi ka makapagtapos niyan. Iyon lang ang maipamamana ko sa iyo."

Natawa siya nang marahan. "Magtatapos ako, Lola. Nalimutan n'yo na bang sa isang buwan na ang graduation ko?"

"Malaki ang katandaan sa iyo ni Jericho," patuloy nito. "Kung wariin ko'y baka sampung taon ang tanda niya sa edad mo."

"Hindi po ba mas mabuti iyon, Lola? Iyong matanda ang lalaki sa babae?"

"Sa ibang sirkumstansya, ay oo, Chey. Subalit sa aking hinuha ay nabobola ka ng lalaking iyon dala ng iyong kabataan."

"Wala ba kayong tiwala sa apo ninyo?"

"Sa iyo ay mayroon, apo. Mabait kang bata, masunurin. Minsan man ay hindi mo ako binigyan ng alalahanin. Subalit wala akong tiwala sa Jericho na iyon."

"Mabait si Jericho, `La."

Hindi iyon sinagot ni Lola Didang. Muli ay nagpalipas ito ng ilang sandali bago muling nagsalita. "Isa ka sa paaral ni Mayora, hindi ba, apo?" It was a rhetorical question and she needed not answer it.

Isinalang ng matandang babae ang kaldero sa ngayo'y nag-aapoy ng kalan. Umatras siya dahil ito na mismo ang nag-ayos ng mga gatong. Inabala niya ang sarili sa paghihimay ng talbos ng sili na ihahalo nilang maglola sa manok.

After graduation from high school she was granted scholarship. Mula iyon sa foundation na itinatag at sinusuportahan nibaka mahirapan siyang magkolehiyo. Totoo namang kumikita naman kahit paano ang maliit na poultry ng lola niya. Subalit sa pamasahe na lang patungong mainland ay masyado nang magastos. Lalo at mas pinili niyang bumiyahe araw-araw dahil hindi niya gustong naiiwan ang lola niyang nag-iisa sa bahay nila.

At nitong nakaraang taon ay nagtrabaho siya bilang part-time crew sa isang malaking restaurant sa mainland Iloilo na pag-aari ni Mayora Santillanes. Requirement sa pagtanggap sa crew ay iyong scholarship ng isang estudyante. Kaya naman hangang-hanga siya kay Mayora Santillanes sa mga ginagawang tulong nito sa mga kabataan.

Bagaman napakaliit lang ng suweldo niya ay nakatulong iyon upang magkaroon siya ng panggastos sa araw-araw at hindi na umaasa sa kinikita ng maliit na poultry ng lola niya.

Sa restaurant niya unang nakilala si Jeric may dalawang buwan na ang nakararaan. Kasama ito ng ilang political figures at doon nananghalian isang araw. Siya ang nagsilbi sa mga ito. Doon nagsimula at pagpunta-punta nito sa restaurant. Nanligaw ito. Inihahatid siya sa pag-uwi niya sa Guimaras.

Walang dahilan upang hindi niya sagutin ang panunuyo nito. Huwag nang sabihing magandang lalaki si Jeric, mayaman at kilala ang pamilya. At ang ina nito ay habambuhay na yatang mayor sa bayan nila. Kundi mabait naman si Jeric, masuyo at magalang. At hindi nito kinokomentuhan ang nararamdamang disgusto ng Lola Didang niya rito.

Cheyenne loved her grandmother so much. Hindi niya gustong ang lalaking minamahal niya at ang lola niya ay hindi magkasundo. Umaasa siyang sa paglipas ng mga araw ay magbabago ang damdamin ng lola niya sa nobyo.

Hindi lang ang lola niya ang nagpapaalala sa kanya tungkol sa nobyo kundi maging ang mga kasamahan din niya sa trabaho ay nagsasabing hindi siya tototohanin ni Jericho. Dahil mayaman ito at hindi ito magtotoo sa isang mahirap na tulad niya; na palikero ito at papalit-palit ng girlfriends.

Pero lahat ng paalalang iyon, kabilang na ang sa lola niya, ay pinangingibawan ng pagiging gentleman at maalalahanin ni Jericho. Kaya naman binabale-wala niyang lahat ang mga naririnig.

Kung mayroon man siyang negatibong masasabi sa kasintahan ay iyong panghihikayat nitong lampasan nila ang hindi dapat. Gayunman, para sa kanya ay normal iyon sa magkasintahan.

Marami siyang kilalang mga kamag-aral at mga katrabaho na para nang mag-asawa kung sex din lang ang pag-uusapan.

Hindi miminsang nais na niyang bumigay. Ang tanging dahilan kung bakit hindi pa niya makuhang pagbigyan ang kasintahan ay dahil kahit paano ay natatakot siyang baka nga totoo ang sinasabi ng mga nagpapaalala sa kanya na isa lamang siya sa mga babaeng pinaglalaruan ni Jericho. Kilala si Jeric bilang playboy. Na kapag nakuha ang gusto sa babae ay iniiwan na.

"Don't be stupid," natatawang sabi ni Jeric sa kanya minsang mabanggit niya ang bagay na iyon. "It is just sex, Cheyenne. A piece of flesh. Kay dali kong makukuha iyan sa isang pitik lang ng aking mga daliri. Hindi ko kailangang manligaw nang dalawang buwan kung dahil lang doon."

May punto ito roon. Pero hindi ba at isang hamon para dito na hindi siya iyong uri ng babaeng madaling mahikayat at bumigay? Gayunman, hindi na niya isinatinig iyon. Kinabig siya ni Jeric at mariing hinagkan sa mga labi.

"B-baka masilip tayo ng mga tao, Jer," aniya. Nasa roro sila at nasa loob ng kotse nito at pauwi sa isla ng Guimaras.

"Tinted ang salamin ng SUV," anito at patuloy sa paghalik sa kanya. Naglilikot na ang mga kamay nito at kung saan-saan na dumadako. Hindi niya malaman kung magpapatangay o sanggahin ang mga kamay nito na tila dumami yata.

Then Jeric stopped and stared at her. Isang naaaliw na tawa ang pinakawalan nito. "That is what I like about you most, Cheyenne. Hindi mo malaman kung bibigay ka na o hindi." Muli itong tumawa. "Sobra kang makaluma. I just love that in you."

Pumormal siya. Inayos ang blusa. "Masama bang pag-ingatan ang sarili?"

"Oh, no," mabilis nitong sabi. "Ako ang higit na mapalad dahil ako ang magiging una sa iyo." Tinanaw nito ang papalapit na pantalan at pagkatapos ay sinuri siya ng tingin. "Ako nga ba ang magiging una sa iyo?" pormal nitong tanong na para bang kapag sinabi niyang may naging boyfriend siyang una ay makikipag-break ito noon din.

"Hindi ako nag-entertain ng manliligaw sa panahong nag-aaral ako, Jeric," aniya, itinaas ang mukha. "Gusto kong bigyan ng katuparan ang pangarap ni Lola na makapagtapos ako."

Nasisiyahang ngumiti si Jericho. Kumislap ang mga mata sa paraang tila siya isang bagong lutong fried spring chicken and he wanted to devour her. For whatever reason, parang gusto niyang nerbiyusin.

"Nga pala, birthday ni Mama sa Sabado, iniimbitahan kita. Gusto kong makilala ka niya."

Napahugot siya ng hininga roon. Kahulihulihan niyang iisipin ang maipakilala kay Mayora Santillanes. "M-mahirap lang kami, Jeric. Baka naman nakakahiya sa mama mo."

"Hindi matapobre si Mama," pagtatanggol nito sa ina. "You should know that more than anybody else. Paaral ka ng foundation na itinatag niya at sinusuportahan..."

Nagyuko siya ng ulo, chastised. Kapagkuwa'y hinawakan siya ni Jeric sa baba at iniharap dito. Nag-aalalang mga mata ang itinuon niya sa kasintahan. Huwebes ngayon. Sa isang araw na iyon.

"W-wala akong isusuot, Jeric. Isa pa'y nakakahiya sa mga bisita ng mama mo. Tiyak na kilalang tao ang mga iyon."

"Nah. You worry too much. Walang dress code. Wear anything you want. Isa pa'y iilan lang ang bisita ni Mama. At gusto kong makilala ni Mayora ang magiging manugang niya."

Napasinghap siya sa huling sinabi nito. Nanlalaki ang mga matang napatitig dito.

Ngumisi ito. "O, para kang natuklaw ng ahas. May hindi ka ba gusto sa sinabi ko?"

Alanganing iling ang isinagot niya. Hindi malaman kung matutuwa o kakabahang paano. Lalo pang lumapad ang ngisi ni Jeric na sa wari ay nahuhulaan ang nasa isip niya.

"Ite-text kita bago ako magtungo sa inyo." Kumunot ang noo nito. "Bakit nga pala hindi ko nakikitang ginagamit mo ang regalo ko sa iyong cell phone? Hindi tuloy kita matawag-tawagan dahil hindi ko nakikitang dala mo."

She smiled at him. Niregaluhan siya nito ng cell phone may isang linggo na ang nakalipas para daw sa graduation niya sa susunod na buwan. An advance gift.

"Baka kasi makita ng mga kasamahan ko sa trabaho ay tanungin ako kung saan galing. Hindi ko naman kayang bumili ng cell phone."

"Wala silang pakialam. Gamitin mo. Gusto kong makitang ginagamit mo," utos nito. "Tatawagan kita mamayang gabi."

Hindi naman talaga siya tinawagan nito kinagabihan o nag-text sa kanya. Kinabukasan din ay hindi. He was too busy campaigning for her mother.

Ang pag-crack ng nag-aapoy na panggatong ang nagpabalik sa isip niya sa lola niya. "I-ipakikilala niya ako kay Mayora bukas ng gabi, Lola. Birthday ni Mayora at iniimbitahan ako." Gusto niyang sabihin sa abuela ang tungkol sa "magiging manugang" na binanggit ni Jeric. Pero pinigil niya ang kasiyahang nadama. Masyado pang maaga.

Isang buntong-hininga ang pinakawalan ni Lola Didang. Lumapit sa dulang at tinulungan siya sa paghihimay ng sitaw. "Mag-iingat ka, apo. Ayokong masaktan ka kung sakali at paglaruan ka lang ni Jericho."

"Hindi naman po siguro, Lola. Mahal ako ni Jeric."

Nag-angat ng paningin sa kanya ang matandang babae. Noon lang niya natanto ang marami nang kulubot sa mukha ng abuela. Matanda na ito at hindi na malakas. Maraming beses na itong sinusumpong ng rayuma at nananatili nang ilang araw sa higaan. She was in her mid-seventies. Katunayan ay nakikita niyang umiika ito at namamaga ang binti pero hindi niya maawat sa ginagawa.

"Walang tinotoong babae si Jericho, apo. Kapag nakuha na ang gusto ay iniiwan na."

"Hindi naman siguro gagawin ni Jericho sa akin iyon, Lola. Ang sabi niya ay ako ang gusto niyang pakasalan sa dinami-rami ng mga babaeng nakatagpo niya."

"Iyan lagi ang sinasabi ni Jericho sa mga binibiktima niya."

"Lola naman."

"At may mga bulung-bulungan tungkol kay Mayora, Chey..." nag-aalalang sabi nito makalipas ang ilang sandali. "Siguro naman ay nababalitaan mo iyon."

"Wala pong katibayan sa mga tsismis na iyon," pagtatanggol niya sa mama ni Jeric. "Talagang ganoon sa pulitika, Lola. Nagsisiraan. Hindi magagawa ni Mayora ang mga bulung-bulungang sinasabi ninyo. Paano niya gagawing patahimikin ang mga kalaban niya sa pulitika?"

Nang hindi sumagot ang lola niya sa huling sinabi ay nagpatuloy siya.

"Maraming kawanggawa ang kinaaaniban ni Mayora. Isa roon ay ang mismong foundation na nagkaloob sa akin ng scholarship at sa iba pang mahihirap na estudyante."

Puno ng pag-aalala ang mga mata nito habang nakatitig sa kanya. Naisip marahil nito na hindi niya pakikinggan ang mga paalala nito kaya hindi na ito nagsalita pa.

She smiled at her grandmother. Masuyong hinawakan ito sa mukha. "Huwag kayong labis na nag-aalala sa akin, Lola. Magiging apo n'yo na rin si Jeric. At isa pa, magreretiro na si Mayora sa malaon o sa madali. Katunayan ay inihahanda na niya si Jeric para halinhan siya. Kakandidato si Jeric sa susunod na halalan bilang bise-mayor sa kabilang bayan..."

There was doubt on her grandmother's withered face. There was also sadness in her rheumy eyes. "Ano't anuman, Chey, gusto kong malaman mong wala akong hinahangad kundi ang kaligayahan mo..." Then the old woman stopped in midsentence. And Cheyenne could almost hear the unspoken words: *At hindi si Jericho ang kaligayahan mo, apo...*

"Alam ko po iyon, Lola. At marami pong salamat."

Humakbang patungo sa kalan ang matandang

babae. Isa iyong parihabang kahoy na may dalawang dangkal ang lalim at may lupa at may bakal na pahalang na siyang sinasalangan nila ng kaldero.

"Sa ilalim ng lupang ito, Chey..." Itinuro nito ang nasa kaliwang bahagi ng kalan na hindi naaabot ng apoy, "ay lata ng gatas. Sa loob niyon ay kaunting salaping magagamit mo sa iyong mga pangangailangan..."

Nagsalubong ang mga kilay niya. "Bakit kayo nagsasalita ng ganyan, Lola?" she asked worriedly.

Frail shoulders went up then down. Nilingon siya at ngumiti. "Baka makamatayan ko at hindi mo man lang malaman. Maraming taon ko ring inipon iyan. Sana ay gagamitin ko sa kolehiyo mo kung hindi sa scholarship na tinanggap mo."

"Huwag nga kayong nagsasalita nang ganyan! Mahaba pa ang buhay ninyo. Isa pa, gusto kong makilala ninyo nang personal si Mayora..."

Nang ngitian siya ng abuela ay hindi na siya nagsalita pa at sinikap ipanatag ang dibdib. Nakita na niya nang dalawang beses ang ina ni Jeric. Una ay noong nangangampanya ito at isa-isang pinuntahan ang mga bahay sa Guisi. Ikalawa ay nang may party ito at sa mismong restaurant na pinagtatrabahuhan niya ginanap.

Walang sandaling hindi ito nakangiti sa lahat. Subalit minsang tumayo ito at tinungo ang kitchen ng restaurant ay hindi sinasadyang nakita niya kung paano laitin at duruin nito ang isang service crew na nagkamali ng bigay ng pagkaing order. Kinabukasan ay hindi na pumasok ang crew at ayon sa balita ay nasesante ito.

Tahimik siyang humugot ng hininga. Hindi marahil tamang husgahan niya ang mama ni Jeric dahil lamang sa minsang pangyayaring iyon. Baka talaga lang napahiya ang mayor sa mga bisita nito nang araw na iyon.

Chapter Three

"WHY, YOU'RE young and beautiful!" bulalas ni Mayora Santillanes at mahigpit siyang kinamayan. "Mahusay pumili ang aking anak." Isang makahulugang sulyap ang ipinukol nito kay Jeric

"T-thank you, ma'am." Ito ang unang pagka-kataong nakita niya nang malapitan ang mayora. Nakangiti ito subalit ang ngiti ay hindi umaabot sa mga mata. Her eyes were cold. Agad niyang kinastigo ang sarili. Gumagana na naman ang mayamang imahinasyon niya.

Kinindatan siya ni Jeric. "Sabi ko na sa iyo, Mama, magugustuhan mo si Cheyenne. Magtatapos na siya ngayong susunod na buwan sa kolehiyo sa mainland. At nagtatrabaho siya ng part-time sa restaurant natin bilang crew."

Umangat ang guhitang kilay ng mayora. "Really? Iyan ang gusto ko sa kabataan, masikap. And now that I thought about it, you have a very unusual name, hija."

Isang alanganing ngiti ang pinakawalan niya.

"Lahat po ay iyan ang sinasabi. Ayon sa lola ko ay sa isang palabas sa sine nakuha ng nanay ko ang pangalan ko. Sa isang American Indian tribe."

"Oh, I see." Like any politician, naka-plaster na ang ngiti sa mga labi nito. Kung paano ito nakakangiti at may ganoong mga mata ay hindi malaman ni Cheyenne. "Make yourself comfortable, hija." Binalingan nito ang anak. "Jeric, asikasuhin mo ang nobya mo at may kakausapin lang ako."

"Don't worry, Mama. Ako'ng bahala." Inakbayan siya ng kasintahan. "Ipakikita ko sa iyo ang cabin natin."

Cabin natin.

Bahagya siyang kinabahan doon. Hindi niya inaasahang ang munting salu-salo ni Mayora ay gaganapin sa yate nito na nakadaong hindi kalayuan sa isa sa mga baybayin ng Guimaras. Ang iilang bisitang nakikita niya sa paligid ay dumating sakay ng motorboat na sumusundo sa mga ito mula sa pantalan. Sa kanyang palagay ay wala pang sampu ang mga bisita na pawang mga lalaki.

Totoong pasado alas-otso na ng gabi. Subalit marahil ay hindi pa nagsisidating ang ibang mga bisita.

"B-bakit kailangan nating magkaroon ng cabin?" tanong niya habang atubiling nagpaakay sa kasintahan.

Isang mahinang tawa ang pinakawalan ni Jeric. "Hindi ko ba nasabi sa iyo na overnight kung magpa-party si Mama?"

"Overnight?" gulat niyang sabi, nahinto sa paglakad. "H-hindi mo nasabi sa akin iyan. Maghihintay sa akin si Lola..."

"I'm sorry, honey. Sa dami ng aking iniisip ay nalimutan kong sabihin sa iyo. At huwag kang mag-alala sa lola mo. Bukas pagkahatid ko sa iyo ay ako na mismo ang magpapaliwanag."

Ang akmang protesta niya ay napigil nang isang pinto ang binuksan ni Jeric at ipinakita sa kanya ang loob ng silid. "This is our cabin, honey," wika nito. "May sarili iyang bathroom at may Jacuzzi pa. Sige, tingnan mo."

Pinagbigyan niya ito. Inikot niya ng tingin ang yate pero wala roon ang isip niya kundi nasa pananatili roon nang overnight. Kunwa ay sumilip siya sa porthole. Nilapitan siya ni Jeric at niyakap mula sa likod. Hinawakan nito ang kamay niya at kinuha mula roon ang purse niya at inilapag sa tabi ng telepono. Pagkatapos ay iniangat siya nito sa sahig na sa gulat niya ay nawalan siya ng panimbang at napatukod ang siko niya sa telepono.

"Jeric, ano ba! Ibaba mo ako!" Inayos niya ang sarili.

"Hmn..." Hinagkan siya nito sa leeg. "Kung walang mga bisita sa labas ay mas gugustuhin kong magpahinga na muna tayo." Ang mga kamay nito ay nagsimulang maglakbay sa maseselang bahagi ng kanyang katawan.

"J-Jeric... alas-otso na. Nagugutom ako. Kumain na muna tayo."

Pinakawalan siya ni Jericho. "Of course. Pero puwede namang magpahatid na lang tayo ng pagkain dito sa cabin."

Lumakad na siya pabalik sa pinto ng cabin. "Puwede naman," aniya sa nanunuksong tinig upang hindi nito mahalata ang pag-iwas niya, "pero nakakahiya sa mama mo at sa mga bisita niya." She smiled at him.

He squeezed her behind maliciously at nang umaray siya ay tumawa ito nang malakas. "You're right. Ngayon ako nakatitiyak na magiging isa kang mahusay na politician's wife." Hinapit siya nito. "Hindi ka na makakaiwas pa sa akin ngayon, Cheyenne. Sa wakas ay maaangkin na kita."

She shivered at the threat. Yes, it sounded more of a threat than a promise. At nang hagkan siya nito ay hindi siya umiwas at sa halip ay nagpaubaya sandali at atubiling tumugon. Kapagkuwa'y banayad niya itong itinulak. "Mamaya na nga iyan."

Puno ng pagnanasa ang mga matang ngumisi ito. "Promise?"

"P-promise." Napabuntong-hininga nang lihim si Cheyenne, nagpaunang lumakad.

Marahil ay hindi na niya kayang iwasan ang bagay na pinagsikapan niyang huwag mangyari sa kanila sa nakalipas na isang buwan. Ano ba naman ang inaasahan niya mula kay Jericho gayong sa nakalipas na mga araw ay wala na itong ipinahihiwatig kundi ang magtalik sila.

Isang mesa ang pinili ni Jericho at pinaupo

siya roon at humingi ng pagkain sa waiter. Mula sa deck ay natatanaw niya ang pag-uusap ng ilang bisita. Nakalatag ang masasarap na pagkain sa mahabang mesa at mamahaling alak. Mamaya pa'y inilalapag na ng waiter ang iba't ibang putahe sa isang malaking pinggan.

Inikot niya ang paningin subalit hindi niya matanaw ang mama ni Jeric. Mayamaya pa ay may lumapit na lalaki kay Jeric at may ibinulong dito.

Hinawakan siya ng nobyo sa braso at mabilis na hinagkan sa mga labi. "I'll be back, honey. Sandali lang ako. May aasikasuhin lang ako. Hingin mo sa mga waiters ang ano mang kailangan mo."

She smiled. "Take your time." Sinundan niya ng tanaw ang nobyo hanggang sa pagbaba nito patungo sa mga cabin na kung ilan man ang cabin sa ganoon kalaking yate ay hindi niya alam.

Muling natuon ang pansin niya sa nagtatawanang mga lalaki. Naiilang siya dahil siya lang ang babae sa mga naroroon. Gayunman ay pinanatag niya ang sarili. Girlfriend siya ng nag-iisang anak ni Mayora Santillanes at wala siyang dapat ikahiya.

Nagsimula siyang sumubo sa pagkaing nasa pinggan niya. Nang mag-angat siya ng paningin ay napansin niya ang ilang bisitang lalaki na pasulyap-sulyap sa dako niya at pagkatapos ay magbubulungan at susundan ng mahinang tawanan.

Dirty old men! she thought angrily.

Hindi niya pinansin ang mga ito at ipinagpatuloy

ang pagtusok-tusok ng tinidor sa pagkain. Mga pagkaing sa buong buhay niya ay noon lang yata niya natikman. At ang mango tart ay ubod ng sarap. Halos matunaw sa dila niya ang crust.

Kahit sa restaurant na pag-aari ni Mayora Santillanes ay wala ang ganoong uri ng pagkain. She was actually enjoying the food. Kung sana'y naroon ang lola niya at natitikman din ang kinakain niya.

Siguro kapag kasal na sila ni Jeric ay magagawa niyang pakainin ang lola niya ng ganoon kasasarap na mga pagkain, she thought wistfully. Her grandmother was old. Pagkatapos ng ginawa nito para sa kanya ay gusto naman niyang dulutan ito ng ginhawa sa buhay.

Kinse minutos na ang nakalipas subalit hindi pa bumabalik si Jeric. Minabuti niyang tumayo upang bumaba pabalik sa cabin. Naalalang naiwan niya roon ang purse niya.

Sa loob ng cabin ay saka pa lang niya pinagsawa ang paningin sa paligid. Totoong maganda ang loob ng cabin. Makapal at malambot ang kutson at maganda ang headboard na kahit ibagsak niya ang ulo ay kutson ang lalapat sa ulo niya. May minibar na puno ng mamahaling alak.

Gusto niyang tumikhim ng kahit isang simsim nang maranasan man lang niya ang lasa ng mamahaling alak. Pero siya na rin ang tumanggi sa naisip niya. Paano kung malasing siya sa kaunting alak?

Lumakad siya patungo sa banyo at binuksan iyon. Napahugot siya ng hininga nang makita ang kabuoan niyon. Ang mga bathroom accessories, na buong paghangang isa-isa niyang dinaanan ng mga daliri, ay gold-plated. Kay laki ng salamin sa vanity mirror at may mga mamahaling pabango. Iba't ibang mamahaling brand. She was awed. Mumurahing cologne lang ang kaya niyang bilhin sa mall.

Kumuha siya ng isang botelya at in-spray sa ere at sinamyo niya ang bango niyon. She wished to spray it on herself but she dismissed the idea. Baka maamoy siya ni Mayora ay nakakahiya.

Niyuko niya ang sahig. Ang tiles ay sadyang pinili at hindi pangkaraniwan. Noon din lang siya nakakita ng Jacuzzi maliban sa mga larawan niyon sa mga magazines.

Paanong ang isang simpleng banyo ay maganda pa sa kabuoan ng bahay nila? Marahil ang halaga ng pagpapagawa sa banyo at ang Jacuzzi ay sampung doble pa ang halaga sa buong bahay nila ng lola niya.

Agad siyang lumabas ng banyo at mula sa bureau kung saan naroon ang purse niya. Binuksan iyon at kinuha ang cell phone. Kinuhanan niya ng larawan ang loob ng cabin, pati na rin ang Jacuzzi. Ipakikita niya iyon sa lola niya. She was smiling to herself. Then her grandmother would believe how lucky she could be.

Bumaba ang tingin niya sa kama. Inihahanda

na niya ang sarili na mawawala ang pagkabirhen niya sa gabing iyon. Gusto man niyang umiwas ay natitiyak niyang hindi mangyayaring makakaiwas pa siya malibang tumalon siya sa dagat at languyin niya ang patungo sa baybayin ng Guisi. She smiled drily at her own thought.

Inilapag niya ang cell phone sa tabi ng purse niya nang marinig niya ang pagbagsak ng pinto. Gulat siyang napalingon sa pinto ng cabin sa pag-aakalang may pumasok. Nang matanto niyang nanatili iyong nakasara at hindi roon nanggaling ang narinig niya dahil kasunod ng pagbagsak ng pinto ay ang pamilyar na tinig.

"Everything's okay, Mama. Mabisa ang lasong inilagay ng mga bata sa kopita ng alak ng mag-asawa. They're dead. At kung sakaling may nalalabi pang hininga ang mga iyon, hindi sila bubuhayin ng dagat..."

TINIG iyon ni Jericho! Napayuko siya sa telepono sa nanlalaking mga mata. Doon nanggagaling ang ingay na narinig niya. It wasn't just a telephone. It was an intercom. At nakabukas iyon. At pagpatay ng tao ang naririnig niyang pinag-uusapan!

"Are you sure?" Tinig iyon ni Mayora Santillanes.

"Dead sure." Sinundan iyon ni Jeric ng tawa kasabay ng tawanan ng iba pang mga lalaki.

"So, naidispatsa na ba ninyo ang mga katawan?"

"Huwag kang mag-alala, Mama. Nasa pusod na ng karagatan ang mga Pontevedra. Hindi sila mailulutang ng mabibigat na mga batong itinali namin sa katawan nila. Hindi ba, Rufo?"

Bigla ang pagtakip ni Cheyenne sa bibig niya upang pigilin ang malakas na pagsinghap.

"Yes, boss," sagot ng lalaki na marahil ay ang nagngangalang Rufo. "Ibinalot namin sa kumot ang dalawa. Pinagpawisan nga kaming tatlo nang ihagis namin ang mga bangkay sa dagat." Tila may pagmamalaki pa sa tinig nito.

Sa panghihilakbot ni Cheyenne ay napahakbang siya nang wala sa loob at nasagi niya ang isang decorative object sa ibabaw ng bureau. Sa kabila ng lahat ay naagapan niya iyon upang huwag bumagsak sa sahig. Subalit gumawa siya ng ingay na natitiyak niyang narinig sa kabilang silid.

At hindi siya nagkamali. Narinig niya ang marahas na sigaw ni Mayora Santillanes.

"What's that?"

"Parang may bumagsak na kung ano?"

"Tingnan ninyo ang dalawang cabin, madali!"

Mabilis na inayos ni Cheyenne ang decorative object. Nagpalinga-linga siya. Mabilis na nag-isip. Agad niyang tinakbo ang banyo at isinara ang pinto.

Ilang sandali pa ay naulinigan na niya ang marahas na pagbalya ng pinto sa cabin. Humugot siya ng malalim na hininga at sinikap na payapain ang sarili.

Sumunod na pabalandrang bumukas ay ang pinto ng banyo.

"Jeric!" bulalas niya. "Ginulat mo ako!" aniya at tinutop ang dibdib. Hindi kailangang umarteng nagulat siya. Sadya siyang kinakabahan at totoong nagulat sa pagbalya nito sa pinto ng banyo dahil na rin sa nerbiyos.

Tutok na tutok ang mga mata ni Jeric sa kanya. Nagdududa ang tingin nito sa kanya. Nasa loob siya ng Jacuzzi at nakababad sa tubig na tanging panties niya lang ang suot. She had risked that.

"O-okay lang ba na ginamit ko itong Jacuzzi?" painosenteng tanong niya. "Ang tagal mo. N-nainip ako sa deck." Nginitian niya ito. Umaasang hindi nito mapupuna ang panginginig ng mga labi niya.

Humakbang papasok si Jeric at lumapit sa Jacuzzi. Sinulyapan ang mga kasuotan niya na nasa sahig.

"What took you so long?" she asked and then looked around her. "H-hindi ko kayang timplahin ang tubig. I don't know how. Malamig pala..." She actually shivered. Pinaghalong lamig ng tubig at nerbiyos.

May ilang sandaling nakatitig si Jeric sa kanya bago ito nagsalita. "How long have you been here?" Inabot nito ang isang gripo sa Jacuzzi at nagsimulang mag-bubbles ang tubig at ganoon din ang warm water.

"Awhile," she said hoping against hope na ang nerbiyos niya ay hindi lumalatay sa mukha niya. "W-want to join me?" Hinaluan niya ng kaunting pang-aakit ang ngiti at umasang ang panginginig niya ay ipagkamali nitong dahil sa lamig ng tubig.

Ang tensiyon sa mukha nito ay unti-unting nahawi at gumitaw ang ngiti. Inilubog ang kamay sa tubig at dinama ang dibdib niya. She gasped and held her breath. Jeric kneaded her breast roughly and it was painful! Sinikap niyang ignorahin ang karahasan at nagkunwang umungol.

"Oh, Cheyenne!" bulalas nito at inilubog ang isa pang kamay sa tubig upang damhin ang kabilang dibdib niya. She wanted to scream. Kailangan bang masaktan siya sa pagdama nito? Ganoon bang talaga?

Nang mula sa cabin ay marinig nila ang tinig ng mama ni Jeric.

Atubiling itinaas ni Jeric ang mga kamay. Inabot ang bath towel sa gintong sabitan. "Later," anito, ang pagnanasa ay nakabalatay sa mukha. "Kailangan kong tapusin ang pag-uusap namin ni Mama."

"Don't make me wait longer, Jer..." she said in a husky voice. Ang takot niya ang nagpangyari upang bahagyang mamalat ang tinig niya.

Sa nakikita niyang anyo ng kasintahan ay natitiyak niyang hindi nito gustong iwan siya. Humakbang ito patungo sa pinto at bahagya iyong kinabig pasara subalit hindi nito nailapat iyon at umabot sa pandinig ni Cheyenne ang mahinang usapan ng mag-ina. Bigla siyang umahon mula sa Jacuzzi, uncaring if she was naked but her panties, at sumunod sa may pinto.

"She's at the Jacuzzi, `Ma. Baka sa kabilang silid..."

"Walang tao sa kabilang cabin." Sa kabila ng mahinang tinig ay nauulinigan ni Cheyenne ang galit sa tinig ng mayora. "Bukas ang intercom dito, Jericho."

"Mama, nakababad sa Jacuzzi si Cheyenne. Natitiyak kong hindi niya narinig—"

"Dumating na si Mr. Alano," agap nito sa tinig na kasinlamig ng yelo, iwinasiwas ang kamay upang hindi na makipag-argumento si Jericho. "Mamaya natin asikasuhin ang girlfriend mo."

"Pero, Mama..."

"Maraming babae, Jericho!" she snapped. "And I have a bad feeling about this. Ayoko ng loose end!"

Hindi nakaila kay Cheyenne ang panganib na ibinabadya ng tinig ni Mayora Santillanes. Narinig niya ang paglapat ng pinto ng cabin. Puno ng kaba ang dibdib na nagmamadaling isinuot niya ang pantalong maong at blusa na sa pagmamadali niya kanina ay basta na lang niyang inihagis sa tiles. Tinungo niya ang pinto ng cabin at maingat at nagmamadaling lumabas.

Palinga-linga siya. Walang tao sa pasilyo. Halos gustong sumabog ang dibdib niya sa matinding kaba at takot. Kung hindi siya tatakas ngayon ay matutulad siya sa mga taong pinag-usapan ng mag-ina. Hindi siya maipagtatanggol ni Jericho.

Kabisado niya ang pangalang binanggit. Pontevedra. Ang isa sa mga kalaban ni Mayora Santillanes sa nalalapit na halalan. Kailangan niyang magmadali. Sa bandang kaliwa niya ay ang papanhik sa deck at naririnig niya ang ingay ng mga nagkakasiyahan. Narinig niya ang tinig ni Mayora na tila tuwang-tuwa sa bisitang dumating.

They would be busy for a while. May kaunti siyang panahon bago siya mapagtuunang muli ng pansin ng Mayora at ni Jericho. Lumakad siya pakanan, patungo sa dulo at madilim na bahagi ng yate at umaasang wala siyang makakasalubong na mga tauhan ni Mayora Santillanes. They were everywhere. Sa bawat sulok ng yate.

At marahil ay pinagpala siya dahil deserted ang bahagi ng yateng tinungo niya. Tinanaw niya ang laot. Malakas ang hangin at malalaki ang alon. Subalit sanay siya roon. Kulang na lang ay sa dagat siya ipinanganak. Malimit siyang biruin ng lola niya na kulang na lang sa kanya ay palikpik dahil para siyang isda kung lumangoy.

Pinag-aralan niya sandali ang posible niyang languyin. How ironic that she even thought about this a while ago. Sandali lang siyang nag-atubili. Kapagkuwa'y sumampa sa barandilya at tumalon sa dagat, umaasang walang makaririnig sa splash ng tubig.

Chapter Four

Villa Pontevedra, the next morning

"`MORNING, ladies," bati ni Jose Luis nang bumungad siya sa dining room.

"`Morning." His seventeen-year-old cousin, Danica, which Luis had met for the first time yesterday afternoon, smiled shyly at him. "Have a seat," anito.

"Gising ka na pala, hijo," ani Haydee Morrison, smiling at him. Agad nitong tinawag si Manang Lumen upang ihanda ang pinggan nito at kape.

Hinila niya ang silya sa may kabisera at naupo. Inihilamos ni Luis sa mukha ang mga palad. May hibla pa ng antok siyang nararamdaman. It was unusual for him to sleep very early and wake up late.

Sa uri ng trabaho niya, it was a requirement to stay alert. At ang tulog na dalawang oras sa dalawang magkasunod na araw ay pangkaraniwan na sa maraming pagkakataon. Kung hindi sa pusod ng gubat ay kung saan-saang ligtas na lang siya at ng mga kasamahan niya nagpapalipas ng gabi. Bibihira iyong sa misyon nila ay sa isang magandang hotel sila nananatili.

"Napasarap ang tulog ko, Mama," aniya at itinihaya ang mug at inabot ang percolator. Inilapit ni Manang Lumen ang asukal at cream subalit iwinasiwas niya ang kamay at umusal ng pasasalamat. "I need my caffeine. I hope this is strong enough."

"Masarap ang kape dito, Senyorito," pagmamalaki ni Manang Lumen. "Tikman n'yo rin ang mangga at suman." Inilapit nito ang mga binanggit sa kanya. Muli siyang nagpasalamat.

Haydee smiled. "Ganyan ang epekto dito sa isla, hijo. Hindi na kita ginising kahit mag-aalas-otso na. Nasilip kita kanina at himbing na himbing."

Ipinasya ng mama niya na umuwi na sa Guimaras mula sa mahabang panahong pananatili sa ibang bansa. Ayon dito ay hindi nito matanggihan ang panghihikayat ng nakababatang kapatid na magbalik-bayan at manatili nang palagian.

Mula sa America ay dumating ang ina sa Pilipinas. Katatapos lang ng assignment niya sa Bahrain at may limang araw siyang bakasyon. Lumipad siya pauwi ng Pilipinas at hinintay ang pagdating nito. Ang flight lang niya ay kumuha na ng maraming oras sa bakasyon niya. Sinundo niya ang ina sa airport. Isang gabing nanatili sila sa bahay nila sa Quezon City at kahapon nga ng umaga ay dumating sila rito sa isla.

Inihatid lamang niya ang ina sa isla at mamayang

hapon ay pabalik na rin siya ng Maynila dahil sa trabaho. He had to be in Colombia the day after tomorrow.

Kung hindi nga lang sa pagkakataong makilala niya ang bunsong kapatid ng ina at ang pamilya nito ay hanggang NAIA na lang niya sana ihahatid ito at saka na lang siya susunod sa sandaling matapos ang trabaho niya.

"Resign from your job, hijo," patuloy ni Haydee habang sumusubo ng pagkain.

"Here we are again, Mama..." He smiled at his mother indulgently and almost frowned at the glow on his mother's face. Katutuntong lang nito sa isla pagkatapos ng mahabang panahong pananatili sa ibang bansa ay kinakitaan na niya kaagad ng kakaibang aura ang mukha ng ina. Hayde must really have missed her hometown.

"Tulungan mo ang Uncle Simeon mo sa pamamahala ng mango export natin. Lalo at magiging abala ang uncle mo sa nalalapit na halalan." Biglang gumuhit ang disgusto sa mukha ni Haydee, binalingan nito si Danica.

"Ipinahiwatig ng daddy mo kahapon na papasok siya sa pulitika. Hindi kami nagkaroon ng pagkakataong mag-usap nang matagal dahil hustong paalis sila ng mommy mo nang dumating kami."

Bahagya nang nagkumustahan ang magkapatid na Haydee at Simeon Pontevedra. Nang dumating sila ay naggagayak na ang mga ito sa pupuntahan.

Ayon kay Solly, Haydee's sister-in-law ay dalawang party ang pupuntahan ng mga ito.

"You couldn't have come home at a wrong time, Haydee," ani Simeon kahapon habang sinisilbihan sila ni Manang Lumen ng purong mango juice. "Gayunman, natutuwa akong narito ka. Hindi ka man lang nagpa-abiso. Sana'y natanggihan namin ang imbitasyon."

"Oh, don't bother." Iwinasiwas ni Haydee ang kamay. "Para kayong hindi uuwi niyan. We'll have time catching up on."

"Madaling-araw na siguro kami makakauwi kaya bukas na tayo ng hapon magkakausap." Sinulyapan nito si Luis at tinapik sa balikat. "Salamat sa paghatid mo sa mama mo rito sa isla."

"Hindi niya yata matanggihan ang mga kaibigan niya, Auntie," sagot ni Danica na nagpabaling kay Luis dito. "Hinihimok siyang kumandidato. Tiniyak ng mga itong si Daddy ang mananalo. Malaking por siento ng mga voters ay tauhan ng Pontevedra Mangoes at mga tauhan na mula pa sa panahon ng ating mga ninuno. At suportado si Daddy ng mga kaibigan niya rito sa atin."

"Talking of your parents, hindi ko na namalayan ang pag-uwi nila kagabi." Luis smiled sheepishly. Hindi pa rin siya makapaniwalang nakatulog siya nang mahimbing. "Madaling-araw na bang natapos ang party na dinaluhan nila?"

Haydee shrugged. "Ako man ay nakatulog nang maaga. Tulog pa ba ang daddy at mommy mo?"

Sinulyapan nito si Danica.

"Baka magdamagan din ang party sa kabilang isla. Malamang na doon na natulog sina Mommy at Daddy."

Tumangu-tango si Luis. "Ang dinig ko kahapon sa kapatid ninyo, Mama, makakalaban niya sa pulitika ang kasalukuyang mayor sa bayang ito. So, paanong naimbitahan sa party niya sina Uncle Simeon at Auntie Solly?"

He was actually just making conversation. He wasn't interested in politics. Kahapon ang unang pagkakataong makatagpo niya ang nakababatang kapatid ng ina at ang asawa nito. Ganoon din si Danica na sa batang edad ay natitiyak niyang magdadalaga itong maraming puso ang sasaktan.

"We've just arrived yesterday, hijo, remember? I haven't seen my brother for years," ani Haydee na nagkibit ng mga balikat at patuloy sa pagkain. "Baka mamayang gabi na kami magkakaroon ng pagkakataong magkumustahan at magkausap."

Nag-angat ng mukha si Danica. "Sort of friendly party, cuz. Palagay ko ay may inimbitahan ding ibang mga kakandidatong pawang mga tagarito. Pagkatapos ay kanya-kanya nang kampanya. May the best man win." Nagkibit ito.

"Gusto sana kitang yayaing sumama sa amin sa mainland, Luis," ani Haydee. "Nagpapasama itong si Danica na mag-shopping at opening daw ng bagong mall..."

"Eh, Auntie..." Guiltily, nag-angat ng mukha si

Danica sa tiyahin. "Kahit ipagpaliban na lang po natin. Baka may jet lag pa kayo."

Iwinasiwas ni Haydee ang kamay. "I have plenty of times to rest, hija. Besides, katatawag lang ng amiga ko na sa kanila ako mananghalian ngayon. Alam niyang dumating ako kahapon dahil mula sa America ay itinawag ng anak niya."

Nag-angat ito ng paningin kay Luis. "Gusto ka niya makilala, hijo. Itinanong pa nga sa akin kung nagkakilala kayo ng anak niyang dalaga sa America. You should meet her daughter, hijo. Uuwi ang anak ng aking amiga sa susunod na buwan..."

Luis almost rolled her eyes. His mother was matchmaking again.

"Pero aalis ka na rin naman mamayang hapon. Kaya aliwin mo ang sarili mo at pasyalan ang manggahan. Magkita na lang tayo sa mainland mamaya. Tawagan mo kami kapag nandoon ka na. Tiyak na maghapon kami roon." Nginitian nito ang pamangkin. "Pagkagaling sa bahay ng aking amiga ay gusto pang manood ng sine nitong si Danica."

"No problem." He took another sip of his black coffee. Tuluyan nang nahawi ang ano mang hibla ng antok. "Nakakita ako ng apat na kabayo sa kuwadra kahapon. Baka magamit ko ang isa sa pag-iikot sa orchard."

"Sure. Kausapin mo si Macario at nang mapili niya ang dapat mong sakyan." Then Haydee frowned. "Hindi ko alam na marunong kang mangabayo, hijo. Saan ka natuto?"

Jose Luis smiled drily. Nagsalin siyang muli ng kape sa mug. "Hindi mo alam kung ano pa ang mga bagay na natutuhan ko, Mama." *One of them is killing people*, he thought drily. Kapagkuwa'y kinindatan ang pinsan na nagyuko ng ulo.

SAKAY ng kabayo, binaybay ni Jose Luis ang dalampasigan. He loved this place. Sa sulok ng dibdib niya ay nangangarap siyang mamirmihan sa lugar na ito. Magtayo ng pamilya at mamuhay nang normal.

Pero ang salitang normal ay tila wala sa vocabulary niya. Kahit noong buhay pa ang papa niya ay hindi na normal ang buhay niya. Palipat-lipat sila ng tirahan. Kung saan ang assignment ni Thomas Morrison ay naroon din silang mag-ina sa maraming pagkakataon, though Hawaii had always been their home base.

At kung ang papa niya ang nasunod, mas nais nitong manatili sila sa Pilipinas. Sa pakiwari nito ay ligtas sila dito.

But his mother wouldn't hear of it. Kung saan ang papa niya, hangga't maaari ay naroon din silang mag-ina. Nang mamatay ang papa niya ay lalo nang hindi naging normal ang buhay niya. He was recruited by the marines. Trained in Afghanistan. Training na hindi kakayanin ng ordinaryong kabataang lalaki kung hindi siya una nang naturuan at nasanay ng ama.

He was almost twenty-five now and yet he felt

like a hundred years old. Pinuno niya ng hanging-dagat ang dibdib at ipinagpatuloy ang marahang pagpapatakbo sa kabayo. Nanghihinayang siyang hindi siya maaaring magtagal sa isla. Hindi niya akalaing magugustuhan niya ang pakikipag-usap kay Manong Macario tungkol sa negosyo ng Tiyo Simeon niya.

Naisip niya ang sinabi ng ina na magretiro siya sa trabaho niya. Kung alam lang ni Haydee na mas mapanganib pa ang trabaho niya kaysa sa papa niya ay malamang na naghisterya na ito.

Nasa ganoon siyang pag-iisip nang sa pagtingin niya sa unahan ay may matanaw siya sa dalampasigan. He squinted his eyes. Tao ang nakikita niyang nakahandusay sa baybayin. Pinabilis niya ang pagtakbo ng kabayo.

Babae ang nakadapa sa buhanginan. Tumalon siya mula sa kabayo at nilapitan ito. Yumuko siya at hinanap ang pulso nito sa may gilid ng leeg. Nakahinga siya nang maluwag nang may pulso siyang makapa at normal naman ang pulse beat nito.

Maingat niya itong itinihaya. Narinig niya ang bahagyang ungol nito. Kung bakit inanod ito sa baybayin nila ay hindi niya matiyak. Binuhat niya ito at dinala sa kabayo. Ipinadapa niya ito sa likod at saka siya sumampa at inayos ito. Nagmamadaling pinatakbo niya ang kabayo pabalik sa villa.

"Sino po iyan, senyorito?" salubong ni Manang Lumen.

"Natagpuan kong nakahandusay sa baybayin. Alin ang guest room sa mga silid dito?" tanong niya.

"Dito po." Nagpauna ang matandang babae at itinuro ang guest room.

Maingat niyang inilapag ang katawang basa nito sa kama. Nag-utos ng tuwalya kay Manang Lumen. Nang maiabot sa kanya ang hinihingi ay pinunasan niya ang basang buhok nito.

"Hanapan ninyo ako ng tuyong kamiseta. Marahil ay kakasya na sa kanya ang T-shirt at shorts ni Danica."

"Sige po." Lumabas na ito.

Tinitigan niya ang walang-malay na babae nang matagal. Kapagkuwa'y yumuko at hinawi ang buhok mula sa mukha nito, manuyo-nuyo na iyon. Batang-bata ang babae. Marahil ay matanda lang ng ilang taon kay Danica. Ang balat ay tila kapeng may gatas. May katangusan ang ilong nito. She was wearing light makeup. May bakas pa ng eye shadow ang mga talukap, ang mahahabang pilikmata ay tila mumunting pamaypay. Ang mga labi ay may bahagya pang kulay mula sa lipstick. Her prominent feature was her lips. Parang naka-pout. And they looked sexy.

Saan galing ang babaeng ito at may mga bahid pa ng makeup sa mukha? Galing ba ito sa isang kasayahan? Saan? Tumaob ba ang pump boat na sinasakyan nito? Sino ang mga kasama nito? Napakaraming katanungan na ang babaeng ito lang ang makakasagot sa sandaling magkamalay ito.

He touched her face with his knuckles. Bumaba iyon sa may mga labi nito. At hindi niya mapigilan ang sariling banayad na haplusin iyon ng thumb finger niya.

"Saan ka galing? Bakit napadpad ka sa baybayin?" marahang tanong niya gayong alam niyang hindi naman siya masasagot nito dahil wala naman itong malay. And looking at her slightly parted lips tempted him. Like he had never been tempted before. And he felt his loin tighten. He wondered how would it feel to kiss her lips.

Ipinilig niya ang ulo sa kung anu-anong agiw na namumuo roon. Paanong nag-iisip siya ng sex sa isang estranghera at wala pang malay?

Sinimulan niyang tanggalin ang butones ng silk blouse nito na nakabakat sa katawan dahil basa upang ihanda sa pagpapalit nito ng damit. Then the sight of her cleavage stunned him. At ang sensasyon na naramdaman niya nang madikit ang kamay niya sa dibdib nito ay waring kumukuryente sa kanya.

Kailan pa nangyaring makakita siya ng cleavage ay naapektuhan siya? He'd seen not just cleavages but naked breasts, of all sizes. Ang karamihan doon ay sadyang itinutukso sa kanya, iniaalok. Pero lahat ng mga iyon ay walang epekto sa kanya. Ang naroroon lagi ay amusement at curiosity. Kung bakit bukal sa loob ng mga babaeng iyon na ipagduldulan sa kanya ang kahubaran ng mga ito?

So what's wrong with this one?

He shook his head. This was insane.

And then he heard her moan softly. Nagpabiling-biling ang ulo. Nahinto ang pagbubukas niya sa ikalawang butones. Itinuwid niya ang katawan kasabay ng pagbukas ng pinto.

"Heto na po ang damit ni Danica, senyorito," bungad ni Lumen mula sa pinto, bitbit ang isang malaking kamisetang pantulog. "T-shirt lang po. Ito po ang pantulog ni Danica. Sa nakita ko sa mga shorts ay hindi iyon kakasya sa kanya. Sobra pong iksi." Napapailing ito sa uri ng shorts ng alaga.

Nag-angat siya ng katawan at sinulyapan ang oversized T-shirt ng pinsan. "Tama na ang T-shirt na iyan pampalit sa basang suot niya. Bihisan n'yo siya, Manang Lumen." Lumabas siya ng silid at tinungo ang veranda. Tinanaw niya ang karagatan.

Mataas ang bahaging iyon ng lupa na kinatatayuan ng bahay at mula roon ay natatanaw ang baybayin at ang dagat. Pag-aari pa rin ng mga Pontevedra ang baybaying kinatagpuan niya sa babae. Pumasok na sa isip niya ang magpatawag ng doktor subalit natitiyak niyang hindi naman nanganganib ang buhay ng estranghera. Panatag naman ang pulso.

Sa uri ng trabaho niya, sinanay siya, kasama ng iba pa, sa kaunting first aid. At natitiyak niyang hindi kailangan ng babae ang doktor.

He would be leaving this place in three hours or so. Magkikita sila ng mama niya at si Danica sa mainland. May panghihinayang siyang nadama. Sana'y binigyan man lang siya ng dalawang linggong bakasyon. Subalit apurahan ang misyon. Delikado. Isa na namang mapanganib na misyon.

Pero hindi naman ito ang unang mapanganib na misyong susuungin niya.

Limang sundalong navy SEALs ang maka-kasama niya. Kailangan nilang makuha ang anak ng ambassador na kinidnap ng mga terrorists. At kailangan nilang maghabol ng panahon kung hindi ay baka hindi nila abutang buhay ang hostage.

Napalingon siya sa silid nang marinig ang tinig ni Manang Lumen. Bumalik siya sa loob. Nakita niyang may malay na ang babae, nakaupo ito at nakasandal sa headboard. Ang mga binti ay nakapaloob sa oversized T-shirt. Sa wari ay sinisikap nitong takpan ang ibabang bahagi ng katawan.

Chapter Five

KANINA pa natauhan si Cheyenne subalit minabuti niyang magkunwaring wala pa ring malay. Kanina habang hapung-hapo siyang lumalangoy ay natanaw na niya ang mga ilaw sa baybayin. Subalit hindi na niya kaya. Ni hindi na niya maikampay ang mga braso niya sa paglangoy. She floated her body tiredly.

Kung mamamatay siya ay mas nanaisin niyang mamatay sa pagkalunod kaysa sa kamay ng mga tauhan ni Mayora Santillanes. Ipinaubaya niya ang sarili sa malalaking alon. Bahala na kung saan siya mapadpad.

At ngayon nga ay nauulinigan niya ang pag-uusap ng dalawang tao. Isang babae at isang lalaki. Nasaan siya? Mga tauhan ba ito ni Mayora Santillanes? Nahuli ba siya ng mga ito?

Muling napuno ng takot ang dibdib niya. Kasabay niyon ay ang pagkadama ng hapdi at kirot sa puso. Dahil naniwala siya sa matatamis na salita ni Jericho ay binale-wala niyang lahat ng sinabi ng lola niyang usap-usapan tungkol kay Mayora Santillanes.

Hindi siya makapaniwala sa narinig niya. Pinapatay ng kasalukuyang mayor ang isang kalaban sa pulitika!

Si Simeon Pontevedra.

She didn't know the man personally. Ni hindi pa niya ito nakatagpo man lang. The Pontevedras were way beyond her league. Subalit isa ito sa mga may sinasabi sa bayan ng Alfonso. Pag-aari rin ng mga Pontevedra ang isa sa pinakamalaking manggahan industry sa buong isla. Natitiyak niyang tulad ni Simeon Pontevedra ay papatayin din siya ng mga tauhan ni Mayora Santillanes sa sandaling mahuli siya.

Totoong lahat ang mga usap-usapan tungkol kay Mayora Santillanes. She should have listened to her grandmother. Ikinulong niya sa nananakit niyang lalamunan ang paghikbi.

Naramdaman niya ang pagpunas nito ng tuwalya sa buhok at sa mga braso niya. Pagkatapos ay naulinigan niya ang pagbukas-sara ng pinto. Marahil ay lumabas ang babae dahil inutusan itong kumuha ng pampalit ng damit niya. She realized the woman had to be the house help judging the authority on the man's voice.

Kapagkuwa'y naramdaman niya ang paghaplos ng daliri ng lalaki sa noo niya at hinawi ang basang buhok niya. Pagkatapos ay hinaplos nito ang mukha niya. Cheyenne held her breath.

Nang bumaba ang paghaplos nito sa mga labi niya ay muntik nang mapahugot ng hininga si Cheyenne. He murmured something she vaguely understand.

Cheyenne supressed the shiver she felt as his finger touched her skin. She couldn't let him know that she'd been awake already. Not yet. At nang simulan nitong tanggalin ang butones ng blusa niya ay sinakop ng kaba ang dibdib niya. And something else she couldn't put a name into it.

And she had to do something. She let out a soft moan. Ipinahihiwatig sa lalaki na unti-unti siyang nagkakamalay. At gayon na lang ang pasasalamat niya nang lihim nang marinig ang tinig ng matandang babae.

"Ibibihis ko itong kamiseta sa kanya..." wika nito.

Wala siyang narinig na sagot ng lalaki. Mamaya pa ay hinuhubad na ng matandang babae ang blusa niya. At nang akma nitong huhubarin ang bra niya ay umungol siya. She couldn't allow the old woman to strip her naked. Hinayaan ng matanda ang bra niya. Hindi niya mapahihintulutang matambad ang katawan niya sa lalaki.

Nagmulat siya ng mga mata at kunwa'y nagulat. "S-sino ka? Ano ang ginagawa mo?"

Nginitian siya ng matandang babae. "Huwag kang matakot. Binibibihisan kita dahil basa ang damit mo," anito at bale-walang ipinagpatuloy ang ginagawa. Isinuot nito ang oversized T-shirt sa kanya. Isinunod nitong buksan ang zipper ng pantalon niya.

Inawat niya ito. "Huwag!"

"Basa ang pantalon mo, hija," anito at tuluy-tuloy nang hinubad ang pantalon niya.

Napabangon siya at umusog sa headboard. Nag-aalalang inikot niya ang mga mata sa paligid. Nasaan ang lalaking dumadama sa kanya kanina?

Agad na hinahanap ng paningin niya ang ano mang maaari niyang takbuhan palabas kung sakaling siya ay nasa panganib.

Nasa loob siya ng malaki at maaliwalas na silid. Sa kanyang kaliwa ay isang malaking bintana na may bulaklaking kurtina. Inililipad iyon ng hangin mula sa labas. Sa dulong sulok ay isang pinto na nakabukas at natatanaw niya ang veranda.

Mula sa pinto ng veranda ay lumitaw ang lalaki. Sa mabagal na mga hakbang ay lumakad ito patungo sa kama. Agad niyang ipinaloob ang mga binti niya sa oversized T-shirt na ibinihis ng matandang babae sa kanya at niyakap ang mga iyon.

Fear started to consume her as she studied his appearance. He was tall, big, and... and...

"Hi," anito bago pa mabuo ang huling adjective niya para dito. Tumaas ang sulok ng bibig nito na sa wari ay bilang pagngiti. "Ako si Luis. Ikaw, ano ang pangalan mo?"

He was menacingly attractive, tinapos niya ang karugtong ng nasa isip. Nakasuot ito ng gray

long-sleeved T-shirt na nakatupi hanggang siko.
May nakalagay na Special Ops sa dibdib sa pulang
mga letra. Nakahapit ang T-shirt sa katawan nito
at naaaninag niya ang six-packed abs nito. His
jeans were hugging his thighs that despite the
circumstances, Cheyenne thought that the man
was hot.

"Ikukuha ko siya ng almusal," wika ng matandang
babae at agad tumalikod. Ang basang blusa niya
at pantalon ay isinabit nito sa sandalan ng isang
silya.

"Idamay n'yo na rin ako ng kape, Manang
Lumen," pahabol ng lalaki bago tuluyang lumabas
ang matandang babae.

Kapagkuwa'y muli itong humarap sa kanya.
Hinagod siya ng tingin na sa wari ay hindi sapat
ang pagkakapaloob niya ng mga binti sa malaking
T-shirt at nais niyang kunin ang unan sa tagiliran
niya at ipantakip sa sarili. Pinigil niya ang sarili sa
pagnanais na gawin iyon.

"Natagpuan kita sa baybayin hindi kalayuan
dito sa villa," he started. "Ano ang nangyari sa iyo?
Tagarito ka ba sa Barangay Pais?"

Pais. Agad na gumana ang isip ni Cheyenne.
Ang Pais ay isa sa mga barangay sa bayan ng
Alfonso kung saan ang mayor ay si Mercedes
Santillanes. Sunud-sunod ang kabang dumadamba
sa dibdib niya. Dito mismo sa bayan ni Mayora
Santillanes siya tinangay ng mga alon.

"Hey..." Naupo sa dulo ng kama ang lalaki.

Napausog siya. "Hindi mo na ako sinagot. At saka, huwag kang matakot. Nasa mabuting mga kamay ka..." He gave her a disarming smile.

Cheyenne swallowed. She shook her head. Mabilis na nag-isip ng isasagot dahil wala siyang maisip idahilan kung bakit ipinadpad siya sa baybayin.

"W-wala akong matandaan..."

Kumunot ang noo nito, tinitigan siya nang husto. "Ano ang pangalan mo?"

She shook her head warily. She could have won the best actress award. Bahagya niyang pinanlaki ang mga mata niya sa takot. Bagay na hindi niya kailangang iarte sa bahaging iyon. Totoong namamahay pa rin ang takot sa dibdib niya lalo at sa mismong bayan ni Mayora Santillanes siya sinamang-palad na mapadpad.

Mula sa pagkakaupo sa dulo ng kama ay tumayo ito at lumapit sa kanya. Napauklo siya nang hawakan siya nito sa ulo.

"Relax. Hinahanapan kita ng injury sa ulo. Baka tumama ang ulo mo sa kung ano mang matigas na bagay na siyang sanhi upang hindi ka makaalala."

Napahugot ng hininga si Cheyenne. Nala-langhap niya ang amoy ng lalaki at nagdudulot iyon ng kakaibang damdamin sa kanya. Wala itong mamahaling cologne tulad ng laging ginagamit ni Jericho subalit hindi niya maunawaan ang kakaibang damdaming lumulukob sa kanya dahil lang nalalanghap niya ito.

"Wala akong makitang sugat," anito, nagtuwid ng katawan at niyuko siya. "Kailangan mo ng doktor..."

Nagyuko ng ulo si Cheyenne. Wala siyang diperensiya. Hindi niya kailangan ng doktor. Ang gusto niya ay ang makatakas at makauwi sa kanila upang sunduin ang lola niya. Kailangan nilang makaalis sa isla. Nabaling ang pansin nila sa pagpasok ni Manang Lumen na may dalang tray ng pagkain at kapitera ng kape.

"Mag-almusal ka muna," patuloy nito. "Baka kapag nalamnan ang tiyan mo'y maalala mo ang mga nangyari. Baka tumaob ang bangkang sinasakyan mo. You must be in shock."

Inilapag ni Manang Lumen ang tray sa side table. Nagsalin ito ng kape sa dalawang mug. Tinimplahan at ibinigay ang isa kay Luis at ang isa ay sa kanya.

Agad niyang tinanggap ang mug ng kape. Lalo at nakadarama siya ng kalam ng sikmura nang malanghap ang aroma niyon at nang makita ang pagkain. May isang slice ng papaya, dalawang magkapatong na pancake na may butter sa ibabaw, ham, at sliced bread sa pinggang nasa tray.

"Ubusin mo ang pagkain, hija, at nang malamnan ang sikmura mo," wika ng matandang babae at muling lumakad patungo sa pinto at lumabas.

She sipped her coffee. Naglandas ang init sa lalamunan niya at nagdulot iyon ng ginhawa sa kanya. Sinusulyapan niya si Luis sa ilalim ng rim ng mug. Ito man ay hinihigop ang kape at nakatitig din sa kanya.

"Sige, iiwan muna kita sandali rito at nang makakain ka. Kung may kailangan ka ay nasa labas lang ako... at si Manang Lumen."

Sinundan niya ng tingin ang paglabas nito ng silid. Nang lumapat ang pinto ay mabilis niyang kinuha ang tray at nagsimulang kumain. Subalit nakakailang subo pa lang siya ay tinigilan na niya ang pagkain. Ang kaisipang hindi pa siya nakakalayo kay Mayora Santillanes at sa mga tauhan nito ay nag-alis ng gana sa kanya.

Tumayo siya mula sa kama at lumakad patungo sa pinto at dahan-dahang binuksan iyon. Binaybay niya ang pasilyo, unsure what to do. Hanggang sa makarinig siya ng nagsasalita. Tinig ni Luis iyon. Napahinto siya sa likod ng malaking decorative plant. May kausap ito sa telepono.

"No, she isn't hurt. No bruises, no nothing.... Sinuri ko siya," wika nito sa kausap.

Cheyenne listened. Siya ang pinag-uusapan ng mga ito, kung sino man ang kausap ni Luis sa cell phone nito.

"Hindi pa siya nagkakamalay. Iiwan ko siya rito at kayo na ang bahala sa kanya.... Don't worry... she won't go anywhere... yeah... give me an hour..." He disconnected the phone.

Lumingon ito sa dako niya at napaatras nang wala sa oras si Cheyenne. Pero natitiyak niyang hindi siya nito nakita dahil sa makapal na decorative plant. Halos mabasag ang dibdib niya sa takot at nagmadaling bumalik sa silid.

Ikinandado niya ang pinto ng silid. Nagpalinga-linga. Tinakbo niya ang basang pantalong isinampay ni Manang Lumen sa sandalan. Mabilis niyang isinuot ang pantalon niyang basa. Hindi na niya kailangang ibalik ang basang blouse.

Kahit paano ay pang-camouflage din niya ang T-shirt na hindi kanya. Mas madali siyang mapapansin ng mga humahabol sa kanya sa sariling damit na suot niya kagabi sa yate.

Hinanap niya ang sapatos na suot subalit wala siyang makita. Baka naiwala niya ito sa dagat. Sa may pinto sa banyo ay nakakita siya ng tsinelas at isinuot iyon. Hindi na importante kung malaki o maliit ang tsinelas. Dinaanan niya ang natirang pancake at dinampot iyon.

Hinayon niya ng tingin ang veranda at iyon ang tinakbo niya sabay kagat sa pancake. Nilinga niya ang buong paligid. Nakatunghay iyon sa karagatan. Marahil ay nasa mataas na dako ang bahay na kinaroroonan niya.

Subalit sa bandang kanan niya ay ang walang katapusang hilera ng mga mangga. Ang distansiya mula sa veranda patungo sa lupa ay hindi kataasan. Kaya niyang talunin iyon. Marahil ay nasa first floor siya dahil nang tumingala siya sa itaas ay may veranda rin siyang nakita. Ang akma niyang pagsampa sa barandilya ay naawat nang masulyapan niya ang hagdan patungo sa ibaba.

KALALABAS lang ni Luis mula sa banyo nang katukin siya ni Manang Lumen. Pinagbuksan niya ito ng pinto.

"May kailangan kayo, Manang Lumen?"

"Naka-lock po ang pinto sa guest room, Senyorito," anito sa nag-aalalang tinig.

"O, eh, katukin ninyo at baka nasa banyo lang ang bisita natin. Magbibihis lang ako..."

"Kanina pa ako kumakatok, senyorito, pero walang sumasagot. Naisip kong baka nasa banyo kaya nagpalipas ako ng ilang minuto bago muling kumatok pero wala pa ring nagbubukas."

"Hintayin mo ako at magbibihis lang ako. At kunin mo ang master key."

Napapailing na tinungo ni Luis ang backpack niya at kumuha roon ng malinis na isusuot. Tatlong kamiseta at dalawang pantalong maong lang ang dala niya. Naisip niya ang guest nila. Baka naliligo lang ito. Puno ng buhangin ang braso at binti nito kanina. Kahit ang bahagi ng leeg at dibdib.

Nanghihinayang siya na aalis na siya kaagad. Gusto niyang dalhin ang babae sa doktor at patingnan ito. Pero bahala na ang mama niya rito. Maghahabol siya ng flight niya kapag hindi siya magmadali. Isang oras ding mahigit ang biyahe mula sa Pais hanggang Guimaras Port.

Ibibilin niya sa ina na alamin ang lahat tungkol sa babaeng natagpuan niya sa dagat. At marahil kapag natapos ang mission niya sa Colombia ay makakabalik siya kaagad. Strange, but he wanted to see her again.

Lumabas siya ng silid. Sa pasilyo ay naghihintay na si Manang Lumen sa kanya hawak ang master keys ng buong bahay. Kinuha niya ito mula roon at sinusian ang silid.

Ang banyo ang unang binuksan ni Manang Lumen subalit walang tao roon. Wala na rin ang basang pantalon nito bàgaman naiwan ang blusa. Lumakad siya patungo sa veranda, umaasang makikita niya ito sa ibaba at namamasyal lang.

But the woman was gone.

Chapter Six

Present

"YOU COULDN'T have picked a better time to show your face," bungad ni Kurt La Pierre nang bumukas ang secret door ng opisina niya at iniluwa niyon si Jose Luis. Hinihintay niyang may isasagot ito subalit nanatili itong tahimik.

"I just received a persistent call from—" He raised his hands in frustration. "Only the devil knows how many fucking friends of friends or friends of relatives I have to endure!" patuloy niya. Binuksan niya ang drawer sa mesa at may hinanap doon.

Mula sa peripheral vision niya ay nakita niyang humakbang si Jose Luis patungo sa mahabang sofa at naupo roon. Bale-walang itinaas nito sa coffee table ang mga binti at dinampot ang peryodiko sa ibabaw niyon.

"May assignment ako para sa iyo," patuloy niya. "This could have been a month or so ago. Pero wala akong available na tao. Hindi kita makontak, damn it! Ano ang silbi ng high-tech mong cell phone? At ni hindi ka sumasagot sa e-mails ko sa iyo!"

Patuloy siya sa paghahanap ng papeles sa loob ng drawer niya.

Bad timing, thought Luis. Mainit ang ulo ng boss.

"Damn!" Pabagsak niyang isinara ang front drawers at niyuko ang filing drawer sa kanang bahagi ng mesa at inisa-isa ang mga naroroong files. Tinitigan niya ang manila envelope na nahugot at nang makitang iyon ang hinahanap ay huminga nang maluwag.

"Here it is." Inilabas niya ang laman ng envelope at inilatag sa mesa. "The actual client didn't believe that she committed suicide. Lalo nang ayaw maniwala ng kliyenteng patay na ang babaeng ito. It's been three months since the so-called suicide happened. Walang nangyari sa mga binayaran niyang mga taong naghahanap sa babaeng ito. Buhay man o patay."

"Boss..." Luis started. "I don't think I'm up to this job—"

"Hindi ko matanggihan," agap niya. "May utang-na-loob ako kay Bernard..." He raised his arms upward. "Bernard's my wife's uncle. I need you to find this woman, Luis. Walang pag-uusapan sa gastos. Ang nagpapahanap ay milyonarya, many times over."

"So now we're into finding lost females, eh?"

"I don't need your sarcasm right now," Kurt said in a that steel-laced voice he was so famous of. "Naiipit ako. May utang-na-loob si Bernard sa kliyenteng ito. And I owe my brother-in-law—or whatever fucking relationship I had with him. At kailangan ng hindi-matatanggihang kaibigan ang tulong niya. At ako ang tulong na iyon." Then Kurt muttered the "f" word in many different ways na para bang isa iyong linya ng isang malamyos na kanta.

"What about the boys? Daniel? Jack? Ten?" Luis asked unemotionally.

"Parehong may assignment sina Jack at Daniel. Si Ten ay may problemang personal. At..." Kurt stopped in midsentence.

Bahagyang nagdikit ang mga kilay. Hinagod niya ito ng tingin. May kakaiba sa Luis na nasa harapan niya sa Luis na kilala niya. Si Luis ang may pinakamaamong mukha sa mga tauhan niya. Iisipin ng sino man na harmless ang lalaking ito, lalo at sa maraming pagkakataon ay suot nito ang reading glasses.

Subalit kuwidaw, huwag kang padadaya sa maamong anyo. He was one of the deadliest. His father trained him in warfare as far as Thomas Morrison could since Luis was fifteen years old. Iyon ay para magawang ipagtanggol ni Luis ang sarili at ang ina kapag dumating ang sandaling kinakailangan.

His bitterness came when his father was killed in a mission, betrayed by his colleague, a double agent, which Luis killed three years later.

At hindi siya walang konsiderasyon upang ipagwalang-bahala ang kakaibang ekspresyong nakikita niya ngayon dito. "May... problema?"

"Kaya nga narito ako ngayon. Gusto kong magpaalam na hindi muna ako tatanggap ng trabaho." Tumayo ito at humakbang patungo sa mesa niya at naupo sa narooong upuan ng bisita. "Kalalabas lang ni Mama sa ospital kahapon. Tatlong linggo siyang nasa ICU. Heart attack. "

Lumalim ang kunot ng noo niya. "Saang ospital?"

"Sa Iloilo."

Hindi agad nakasagot si Kurt. Sa pagkakaalam niya ay taga-Iloilo ang mama ni Luis, sa isla ng Guimaras. But as far as he knew, si Luis at ang mga magulang nito ay hindi umuuwi ng isla. Sa pagkakaalam niya, nang mamatay ang ama ni Luis ay nanatili sa America ang mother nito.

"I'm sorry," Kurt said sincerely. "Kailan pa umuwi ang mama mo mula sa California?"

"More than three months ago. Magkasabay silang dumating ng pinsan ko at ako mismo ang naghatid sa kanila sa isla pagkasundo ko sa kanila sa airport." Isang malalim na hininga ang hinugot nito at pinakawalan. "I only stayed for a week. Wala ako roon nang mangyari ang atake." Hindi na niya idinagdag na isang sunog sa manggahan na pag-aari ng pamilya ang nag-trigger sa atake ng ina.

Tumangu-tango si Kurt at inihilig ang ulo sa headrest ng swivel chair. Nakapangalat ang mga tao niya sa mahahalagang misyon. Ang ilan doon ay may kinalaman sa kaligtasan ng anak ng presidente ng bansa. Maliban sa mga tauhang naka-front sa security agency ay wala na siyang mapagkakatiwalaan para sa trabaho.

Wala siyang taong mahihila malibang tawagan niya ang mga dati niyang operatives. Those men were the best of the best, tulad din ng kaharap niya ngayon. He had trained some of them. But most of those men were happily married now and too old for this job.

In fact, he was even older for this job. Ilang beses na siyang kinausap ni Jade, his wife, na magretiro na. May mga sandaling nais niya itong pagbigyan.

Mahal niya si Jade at ang mga anak niya. They were the best thing that ever happened to a man like him. Mamamatay na muna siya bago may masamang mangyari sa pamilya niya. But how could one say no to Uncle Sam? To Juan dela Cruz? He owed his whole existence to these two countries.

Besides, hindi niya maiwasan ang thrill at excitement sa tuwing may bagong undercover job na kailangang gawin. Nasa dugo na niya iyon. Subalit hindi niya isasapanganib ang buhay ng pamilya niya dahil sa gawain niya kaya nanatili siyang nasa likod ng mesa.

Sa mata ng publiko ay isa lamang iyong ordinaryong security agency. Walang nakakaalam sa mga mapanganib na assignment na ipinapasa sa kanya laban sa mga kaaway ng bansa. But lately, he had learned to reject counterterrorist jobs. His batch of warriors now need not risk their lives. They'd been there. And enough was enough.

If he was to give them a baby-sitting job, then so be it.

He thought of those fearless men, who fought in Afghanistan, Columbia, Iraq, at kung saan-saan pang bansang nangangailangan ng serbisyo ng mga ito. A few of those were his own warriors. Brad, Trace, and Ivan. Isang salita lang at pagbibigyan siya ng mga ito.

Pero hindi niya gustong hilingin iyon sa tatlo. Mga labi ng digmaan ang mga lalaking ito. Mga dumanas ng hindi birong kapaitan at unos sa buhay, something in common with him. Kaya naman hindi siya nag-aatubiling kupkupin ang mga ito.

They were now at the prime of their lives. At ikinagagalak niyang sabihin sa sarili pawang tahimik at maligaya sa piling ng kanya-kanyang pamilya. Kung may mga suliranin man ay yaong karaniwan sa buhay pampamilya. At utang niya sa mga ito na ibigay ang buhay na tinatamasa ngayon.

And he didn't want to involve these good men in another job. Kahit nga ba hindi naman mapanganib ang paghahanap sa nawawalang babae. Baka pagtawanan pa ng mga ito ang trabaho. Tulad ng reaksiyon ni Luis kanina.

Besides, the women-in-laws would hate him. His wife would hate him. And he didn't want to risk his wife's anger.

ISANG buntong-hininga ang pinakawalan ni
Jose Luis habang nakatitig sa nakatatandang
lalaki. Naghahalili ang emosyon sa mukha ni
Kurt. Ang trabahong ibinibigay nito sa kanya ay
walang kahirap-hirap. Piece of cake. Gayunman,
nararamdaman niyang nakakompromiso ito. At
bago pa niya napigil ang sarili ay nagbuka siya
ng bibig.

"If this assignment can wait for, at least, another
two to three weeks, then perhaps..." He shrugged
and raised his hands in acquiescense.

Iniangat ni Kurt ang katawan mula sa pagkaka-
sandal sa swivel chair. "I can handle that. But why
two to three weeks?"

"Hindi pa lubusang magaling si Mama.
Kailangang nasa tabi niya ako at masubaybayan
ang pananauli ng kanyang lakas. Ayoko siyang
bigyan ng panibagong alalahanin kung aalis akong
muli para sa assignment. Bagaman madali ang
trabahong iyan ay hindi ko pa rin masabi sa kanya
ang totoo.

"Hindi niya alam ang totoong trabaho ko.
Not then, not now. Ang pagkakaalam niya ay isa
akong troubleshooter engineer ng isang malaking
kompanya ng langis at naa-assign sa iba't ibang
bansang may problema. Still, she was constantly
afraid. Na baka isa sa mga araw na ito ay matulad
ako sa Papa."

Niyuko niya ang relo. "I'll fly back to Iloilo in three
hours. May inasikaso lang ako at para makausap

ka na rin. At kung mabuti-buti na ang kalagayan ni Mama ay gagawin ko itong assignment na ito. Nakakuha na ako ng pribadong nurse para sa kanya. Pero sa Iloilo ang home base ko. I need to be there until she has totally recuperated."

"Thank you." Nakahinga si Kurt nang maluwag. "Pansamantala, lahat ng gawain ay sa computer mo muna simulan. Nasa loob ng brown envelope ang lahat ng impormasyon. Kung may kailangan ka pa ay mag-log on ka sa database."

"I gotta go." Tumayo na siya. Dinampot ang brown envelope. Tumayo rin si Kurt at kinamayan siya.

"Ikumusta mo ako sa mama mo."

Luis grinned. Bagay na bihira nitong gawin. At kay laki ng transpormasyon sa simpleng ngiti na iyon. Ilang taon din ang ibinawas sa edad niya. "Alam mong hindi ka kilala ni Mama."

Kurt shrugged and grinned back.

SUBALIT hindi pa man nakakarating ng airport si Luis ay isang tawag sa telepono ang tinanggap niya. Si Danica, ang pinsan niya. Dinalang muli ang mama niya sa ospital at kasalukuyang nasa ICU.

Hindi siya mapalagay sa buong biyahe niya. Pagdating niya sa airport ng Iloilo ay sa ospital siya nagtuloy.

"Where is my mother?" tanong niya sa doktor ng ina na siya namang paglabas ng ICU. "What happened? She was fine when I left yesterday morning."

"Traydor ang sakit sa puso, Luis. At matindi ang huling atake ng mama mo. Hindi ko siya dapat pinayagang lumabas. She should have stayed a few more days, pero nagpilit siya. Nakita at narinig mo naman ang pagpipilit niya."

Tumango si Luis. Nakatiim ang mga bagang. Kapag ipinasya ng ina ang isang bagay ay walang makakaawat niyon. Naroon siya nang ipagpilitan ng mama niya na nais na nitong umuwi.

"Ano ang nag-trigger sa huling atake?"

"Old photographs. Ayon sa nurse ay napasukan niya ang mama mong isa-isang tiningnan ang mga larawan sa album. Album ninyong magpamilya. A certain photo made her cry. It was of you and your father. Pagkatapos ay tinutop na ni Haydee ang dibdib niya."

Hindi malaman ni Luis ang sasabihin. "Gusto ko siyang dalhin sa Maynila."

Banayad na umiling ang doktor. "Hindi kaya ng katawan niyang ibiyahe mo siya, hijo. Besides, ang ginagawa namin ngayon sa kanya rito ay siya ring gagawin sa kanya sa Maynila. Wala nang iba pang magagawa."

Tumiim ang mga bagang ni Luis. Gusto niyang pagsisihang umalis siya kahapon at lumipad patungong Maynila. Subalit kahit marahil naroon siya ay hindi niya aawatin ang mama niyang tumingin sa mga lumang larawan nilang magpamilya. It was harmless enough. Nakapagtatakang maging sanhi iyon ng panibagong atake.

"Gusto ko siyang makita."

"Katunayan ay hinahanap ka niya. Kasama niya si Danica sa loob..." Nilingon nito ang ICU.

Mabilis ang mga hakbang na tinungo niya ang pinto ng ICU. Agad na tumayo ang pinsan niya mula sa silyang nasa tabi ng hospital bed nang matanaw siya.

"Kanina ka pa niya hinahanap," pabulong nitong sabi. "Nasa labas lang ako." Tumalikod na ito at lumabas ng ICU.

Nakapikit si Mrs. Morrison nang mapasukan niya. Kung anu-ano ang nakakabit na tubo rito. Nanatili siyang nakatunghay sa ina at hindi malaman kung saan ito hahawakan. Naramdaman marahil ni Haydee Morrison ang presensiya niya kaya dahan-dahan itong nagmulat ng mga mata.

Isang tipid na ngiti ang namutawi sa mga labi nito. Her mother was only in her late fifties. And yet she looked like a hundred years old. Magmula nang mamatay ang papa niya ay lagi na itong masasakitin. Katunayan ay hindi ito miminsang napasok sa ospital sa America sa kung anu-ano na lang na kadahilanan. At dahil wala naman sa mga iyon ang seryoso, he had even thought she was becoming a hypocondriac.

And he wasn't even aware that her mother had a weak heart. *But then I am always not around,* he thought guiltily. Hanggang sa atake nito may ilang linggo na ang nakalipas. It was almost fatal.

"Hi," he whispered. Naupo sa silyang nasa gilid ng kama nito. His eyes stung. Subalit hindi niya gustong magpakita ng kahinaan sa ina. Wala siyang natatandaang gusto niyang maiyak sa buong buhay niya. Not even when his father was killed. Murdered, in fact. "You've been bad. Ilang oras lang akong nawala," he accused tenderly.

Ginagap ni Haydee ang kamay niya at dinala iyon sa dibdib at hinagkan. "Mahal na mahal kita, anak—"

"I know. And I love you, too, Mama." Ikinulong niya sa malalaking kamay niya ang palad ng ina. "More than anything in this world. So get well soon and we'll tour the whole Europe. I promise. I've got a new job. Hindi na ako maa-assign pa sa kung saang bansa."

"That's good to hear, hijo," anito. Nakita niya ang pakikiraan ng relief sa mga mata nito. Tulad ng pagkakaalam ng mama niya na isa siyang inhinyero, ay inihayag nito ang pag-aalala lagi kapag nasa assignment siya sa iba't ibang bansa. Inilihim niya ang trabaho dahil hindi niya gustong bigyan ito ng alalahanin. Though her mother had loved her husband very much, she had lived in fear all her marriage life. Iyon ay dahil sa uri ng trabaho ng papa niya.

May ilang sandali siyang tinitigan ni Haydee,

pinakawalan ang kamay mula sa pagkakahawak niya at hinaplos ang pisngi niya. "Gusto kong malaman mong ikaw ang pinakamagandang pangyayari sa buhay namin ng papa mo, hijo..." mahinang sabi nito kasabay ng pagkislap ng mga mata sa itinatagong mga luha. "Kung wala ka nang mamatay ang papa mo ay baka hindi ko nakayanan ang lahat..."

May kudlit ng guilt siyang naramdaman sa dibdib niya. Dahil sa nakalipas na mga taon ay lagi rin naman siyang wala. Nasa iba't ibang bansa para gawin ang trabahong nakaatang sa kanya. Isinasapanganib ang buhay. Ni hindi niya naisip ang epekto niyon sa ina kung sakaling namatay siya sa isa sa mga misyon nila.

"`Ma, please, baka makasama sa iyo ang magsalita nang magsalita."

Payak itong ngumiti. "Alam mo ba na nang umalis ang papa mo patungong Hawaii para sa panibagong assignment ay maaari naman akong magpaiwan sa Pilipinas... doon sa dati nating apartment sa Dimasalang? O, di kaya ay magbalik dito sa isla?"

Nakakunot ang noo niya. Hindi niya mahagip sa isip ang sinasabi ng ina. Lumaki at nagkaisip siya sa tatlong bansa. Sa Hawaii, sa America, at sa Pilipinas. Maraming mga taon ng buhay niya ang itinigil nila sa Hawaii. Iyon ang home base ng kanyang ama.

He tried to smile. "No, not in the island. Galit sa iyo ang mga Lolo at Lola noong mga panahong iyon," he teased.

She smiled back but it didn't reach her troubled eyes. "Subalit nang mamayapa sila ay wala nang pumipigil sa aking umuwi rito. In fact, we did come back here six years ago. Naalala mo ba iyong babaeng sinabi mong natagpuan mo sa baybayin? Pagkatapos nang silipin mo sa guest room ay wala na? Iyon ang sinabi mo sa amin ni Danica nang magkita tayo sa mall."

"Yeah. You even thought she was just a figment of my imagination. My fantasy," he said smiling.

Her mother softly chuckled. Tawang unti-unting humihina hanggang sa mawala ang lahat ng aliw sa mukha nito. May nakiraang kung ano sa mga mata nito. Tila may pilit inaalala. Subalit iglap ding nawala iyon.

"May... may ipagtatapat ako sa iyo, Jose Luis. Bago man lang ako mamatay..."

"Kung anu-ano ang sinasabi mo, Mama."

Subalit hindi niya maawat si Haydee sa pagsasalita. Tila dam na nabuksan ang lihim ng kanyang pagkatao. Manghang nakatitig sa ina si Jose Luis. Hindi siya makapaniwala sa mga naririnig.

Chapter Seven

$\mathcal{D}$ALAWANG araw makalipas ang pagtatapat na iyon ni Mrs. Haydee Morrison kay Jose Luis ng totoo niyang pagkatao ay binawian ng buhay ang ina. Sari-saring damdamin ang namahay sa dibdib niya. He still couldn't come to terms with what his mother had told him.

Ang dalamhati sa pagkawala ng ina, at ang shock sa pagkatuklas na ang dalawang taong minahal niya nang lubos ay hindi niya tunay na mga magulang. Na saan man niyang anggulo tingnan ay lumalabas na matataktika siyang itinakas ng mga ito mula sa biological parents niya. Dahil kung ang intensiyon ng mag-asawang Morrison ay matunton siya ng biological parents niya, dapat ay nag-iwan ang mga ito ng forwarding address, kahit man lang sa mga kapitbahay.

He loved his mother so much that hatred for what she and her husband had done couldn't take root. Hindi siya totoong anak ng mag-asawang Morrison. Hindi siya isang Morrison. Subalit wala siyang natatandaan sa buong buhay niya na hindi siya minahal ng mga magulang. Gayunman ay hindi maalis sa isip niya kung sino ang totoong mga magulang niya?

Buhay pa ba ang mga ito?

Nasaan ang mga kapatid niya?

Ilang araw na nanatili siya sa Villa Pontevedra pagkalibing sa ina. Nakatanaw ang bahagi ng balkonahe sa dagat at sa kanang bahagi ay ang mango orchard. At natanaw niya ang bahagi ng manggahan na nasunog. Bagaman naagapan ng mga tauhan ang pagkalat ng apoy ay naging dahilan iyon ng atake sa puso ng mama niya.

Sana'y hindi na lang ito nagbalik sa isla at nanatili na lamang sa America.

He sighed. Itinaas pa ang paningin sa dako pa roon ng mga puno ng mangga. Naroon ang malawak na karagatan. The last time he was in the island was almost six years ago. Katatapos lang ng assignment niya sa Bahrain nang tawagan niya ang ina.

Puno ng excitement ang tinig nito nang sabihin sa kanyang uuwi ito sa Guimaras. Ipinangako niya sa ina na magkikita sila sa airport sa Pilipinas upang ihatid ito sa isla.

Tinupad niya ang pangako. Mula sa Bahrain ay lumipad siya patungong Pilipinas. Limang araw siyang nanatili dahil iyon lamang ang bakasyong ibinigay sa kanya. May tawag sa kanya para sa panibagong assignment.

Ang ipinagtataka niya ay nang sunod silang

magkausap na mag-ina ay nasa 'America na ito kasama ang pinsang si Danica. Na bumalik ito ng America dalawang linggo pagkaalis niya.

Nahimigan niya ang anxiety sa tinig ng ina nang magkausap sila at ibalitang hindi na nakauwi ang kapatid at hipag nito nang araw na iyong umalis ang mga ito. Hindi niya mapaniwalaan ang balitang pagkamatay ng nakababatang kapatid ng ina at ng asawa nito. Naroon pa siya sa isla nang araw na umalis ang Tiyo Simeon at Tiya Solly niya upang dumalo sa isang party na ginanap sa yate ng isang kilalang tao. Hinihinalang nalunod ang mga ito.

Muli niyang tinanaw ang laot at pinuno ng sariwang hangin ang dibdib. Kung hindi dahil sa matinding lungkot na namamahay sa dibdib niya, kasama na ang ligalig sa natuklasan sa pagkatao niya, ay natitiyak niyang maa-appreciate niya nang husto ang kagandahan ng paligid. Tulad din noong unang narito siya may anim na taon na ang nakalipas.

May munting alaalang nais na mangibabaw sa isip niya subalit iglap niyang binura iyon sa isip. He looked around him. Ang buong villa ay Spanish architecture ang disenyo. Luma na ang mga gamit at nangangailangan na ng bagong haplos ng pintura ang bahay. Gayunman, mahuhusay na kahoy ang mga ginamit.

He would have loved it here. To take roots in this place. Build a family. Walang sundalo siyang nakatagpo na hindi nangarap na magkapamilya at manirahan sa isang tahimik na lugar tulad nito. Subalit hindi niya pag-aari ang propiedad na ito. Lalo na ngayong natuklasan niya ang tunay niyang pagkatao.

Ang mga magulang ni Haydee Pontevedra Morrison ay namatay ilang taon na ang nakalipas. Ang mama ni Haydee ay sa atake sa puso rin ang ikinamatay. Nakuha pang umuwi ni Haydee para sa libing ng ina. Gayunman ay hindi man lang ito kinausap ng ama. A few years later, her father died from old age.

That was when Haydee had decided to come back to her birthplace six years ago.

Ayon na rin kay Haydee ay itinakwil ito ng mga magulang nang sumama ito sa papa niya. Hindi gusto ng mga magulang ni Haydee si Thomas Morrison, isang half American-half Filipino, dahil walang alam ang mga ito sa pagkatao ni Thomas.

Wala raw itong maipakilalang magulang. Bukod pa roon ay naipagkasundo na si Haydee sa isa sa mga anak ng kumpare ng papa nito.

Subalit gayon na lang ang pag-ibig ni Haydee sa estrangherong nakilala nito at sinuway ang mga magulang at sumama kay Thomas. Kasal na ang mga ito nang muling magbalik sa Guimaras subalit hindi tinanggap ng mga ito ang mag-asawa.

"Siguro... kung nagkaanak kami ni Thomas ay baka lumambot ang puso ng mga magulang ko..." ang sabi ni Haydee sa kanya nang araw na iyon sa ospital. *"Limang taon ka na nang dalhin kita sa*

mga magulang ko. Subalit pati ikaw ay nadamay sa galit nila sa akin. Kaninong anak ka raw? Na baka ang pinagmulan mo'y may dugong kriminal..."

Still dumbfounded, his eyes searched her mother's troubled face. *"Alam ng mga magulang kong hindi ako magkakaanak, Jose Luis. Sanhi iyon ng isang malubhang sakit noong ako ay bata pa..."* Nagpalipas ito ng ilang sandali bago nagpatuloy.

"Ikinagalak ng ama mo nang malamang hindi ako magkakaanak dahil sa uri ng trabaho niya. Subalit nang malimit kang iwan sa amin ni Eliseo at Cornelia ay nakita ko ang matinding pananabik sa mukha ni Thomas sa tuwing nilalaro ka.

"Hindi nagpahiwatig si Thomas nang pagtutol nang sabihin kong hindi ka na binalikan ni Cornelia at Eliseo at isasama ka na namin. Agad niyang inasikaso ang mga dokumento para sa iyo. May mga kakilalang malalaking tao ang papa mo dahil sa uri ng trabaho niya. It had been so easy.

"Mula sa pagiging Falco ay pinalitan ang apelyido mo ng Morrison. At agad kang nakuhanan ng passport. Patawarin mo kami ng papa mo, Jose Luis..." Her voice broke. Sunud-sunod ang paghingang ginawa subalit hindi iyon agad napapansin ni Luis dahil sa pagkamangha sa narinig.

"Ang... ang sarili kong mga magulang... nasaan sila?" He cleared his throat. Hindi siya makapaniwalang iniwan siya ng mga magulang sa mga Morrison at sadyang hindi na binalikan.

"We had no way of knowing, Jose Luis. I... am sorry..."

Iba't ibang damdamin ang bumukal sa dibdib niya. Pagkamuhi sa hindi nakikilalang mga magulang at galit sa mga taong nagtakas sa kanya at inari siyang kanila.

"Hindi na nila ako binalikan?"

"Alam nilang lilipad kami patungong Hawaii sa takdang araw. Hindi na sila muli pang nagbalik. Isang linggo naming ipinagpaliban ang pagalis, gayunman, hindi na sila nagbalik pa..." Napasinghap si Haydee.

Noon lang napuna ni Luis na tila hapung-hapo ang ina. Iglap na naglaho ang galit sa dibdib niya. "Mama..."

"Ang tanging alam ko'y may mga kapatid ka. Noong iwan ka sa akin ng mama mo ay kasama niya ang isa sa kambal..."

Ang akma niyang pag-awat na huwag na itong magsalita pa ay napigil sa sinabi nito. "Kambal? May... mga kapatid ako?"

"Iyon ang sabi ni Cornelia nang iwan ka niya sa akin upang umuwi sa probinsiya para humingi... ng tulong sa... sa kapatid niya. Dahil nasa ospital daw ang isa sa kambal... Sinabi niyang tatlo kayong magkakapatid... ang kambal, at ikaw ang bunso..." Isang tipid na ngiti ang namutawi sa mga labi ni Haydee at nakatitig sa kawalan.

"Inggit na inggit ako kay Cornelia noong mga panahong iyon. Your parents were poor, Jose Luis.

But they had three sons. Mga anak na hindi ako magkakaroon... gayong kaya naming bumuhay at magpaaral na mag-asawa ng kahit sampung anak..." Unti-unting humina ang tinig nito hanggang sa ipikit nito ang mga mata na dahilan upang mag-panic si Luis.

Nakatulog lang si Haydee ayon sa nurse na tinawag niya.

Subalit hindi na ito muli pang nagising.

Sa nakalipas na anim na taon ay mga katiwala ang nangasiwa sa manggahan. Sa pagkakaalam niya ay matagal nang nahinto ang exportation ng mga mangga. Sinikap ni Haydee na buhayin ang exportation business nitong nakalipas na ilang buwan mula nang dumating ang ina sa isla.

Napukaw ang pag-iisip niya sa pagpasok ni Manang Lumen.

"Ipinagtimpla kita ng kape, hijo," wika ng mayordoma at inilapag ang mug ng kape sa gitna ng coffee table na yari sa rattan.

Mula sa pagkakatanaw sa manggahan ay nilingon niya ito. "Salamat, Manang Lumen." Lumakad siya patungo sa mesa at dinampot ang kape at dinala sa bibig. Napansin niyang nanatiling nakatayo sa may bungad ng pinto ang matandang babae.

"May kailangan pa kayo sa akin?"

Napahawak sa apron nito si Manang Lumen. "Alam kong namimighati ka pa hanggang ngayon, hijo. Pero kailangan nang sumahod ng mga tauhan sa manggahan. Noong isang araw pa sila dapat sumahod. At si Danica ay ikaw ang itinuturo."

Napangiwi si Luis. "Bakit hindi ninyo kaagad sinabi sa akin? Sino po ba ang kapatas?"

Umaliwalas ang mukha ng matandang babae. "Tatawagin ko si Macario." ·

Ibinalik niya ang tingin sa manggahan kasabay ng paghigop sa kape niya. Hindi siya miminsang pinakiusapan ng ina nitong nakalipas na mga buwan mula nang magbalik ito sa isla na tulungan itong pamahalaan ang naiwang negosyo ng mga magulang at ng kapatid nito. Na iwan na nito ang trabaho sa Maynila.

Nais niya itong pagbigyan subalit kasalukuyan siyang nasa assignment noong mga panahong iyon. Ngayon ay sinasalakay siya ng guilt dahil kung sana ay narito siya ay hindi aatakehin ang ina sa pagkasunog ng isang bahagi ng manggahan.

Ngayon ay malaking trabaho ang naiwan at nakaatang sa kanya. Walang ibang mamahala kundi si Danica, his mother's niece. And they weren't even related by blood. At nitong sunduin niya ang mga ito sa airport at ihatid dito ay ang ikalawang pagkakataon pa lamang na nakita niya ang pinsan.

He muttered a curse. Hindi niya magagawang pangasiwaan ang manggahan. Kailangan niyang bumalik sa Maynila. May mga trabaho siyang dapat na asikasuhin. Now, first and foremost, ang paghahanap sa tunay niyang pamilya. He'd find them. Kahit iyon na lang ang gagawin niya sa buong buhay niya.

Pangalawa ay ang trabahong ipinangako niya kay Kurt La Pierre na gagawin niya. At kahapon, si Tennessee, ang kasamahan at kaibigan niya ay tinawagan siya. Kailangan nito ang tulong niya ng ilang araw.

At sino ang nakakaalam kung ano ang ibig sabihin ni Tennessee ng ilang araw? Posibleng ilang linggo iyon. O di kaya ay mga buwan.

Damn! Ni hindi niya alam kung alin sa tatlo ang uunahin niya. Matagal nang panahon ang lumipas para ipagpaliban pa niya ang paghahanap sa sariling pamilya.

Subalit ibinigay niya ang salita niya kay Kurt at hindi niya magawang tumanggi sa pakiusap ni Tennessee. May utang-na-loob siya sa kaibigan.

Sunud-sunod ang litanya ng mura na lumabas sa bibig niya. Kailangan niyang gamitin pansamantala ang sariling pera para sa mga tauhan. Alam niyang may malaking salaping iniwan ang mama niya sa bangko sa Maynila. Subalit mahabang proseso ang pagkuha roon at wala siyang panahon.

Kailangan niyang magtungo sa bayan upang mag-withdraw sa ATM. Pagkatapos niyang asikasuhin ang pagpapasuweldo sa mga tauhan at i-delegate sa may kakayahan ang ilang trabaho ay mag-uusap sila ni Danica.

"Kanino ka nagagalit?"

Speaking of the she-devil, he thought with a smile.

Nilingon niya ang pinanggalingan ng malamyos na tinig. Si Danica. Five feet and five inches tall. Model-slim. And stunningly beautiful.

Nakabihis ito at bitbit ang Louie Vuitton luggage nito. Inilapag nito ang bagahe sa sahig at naghalukipkip at isinandal ang sarili sa hamba ng entryway.

Nagdikit ang mga kilay niya. Sinulyapan niya ang bagahe. "Aalis ka?"

"Walang dahilan para manatili ako rito, cuz." She shrugged. "Babalik ako sa California sa Linggo. Pansamantala ay dalawang araw ako sa Maynila." Niyuko nito ang manipis na relo sa braso. "I have a flight to catch. Magpapahatid ako sa iyo sa Guimaras port. Mula sa pantalan sa mainland ay magta-taxi na lang ako patungong airport."

"I don't understand this, Danica. Sino ang maiiwan dito? Ang mamamahala sa manggahan at sa exportation nito?"

"Matagal nang nahinto ang exportation, Luis. At iyong pamamahala ay hindi ko kayang gawin. Maybe you can do that."

"Sa iyo ang lahat ng ito!"

"Sa atin, pinsan," anito, binigyang-diin ang salitang "atin." Hinagod siya nito ng tingin mula ulo hanggang paa. He didn't look menacing in his Hawaiian shirt and cutoffs. The shirt hid the muscles and tattoos on his forearm.

"You're so gorgeous, cuz." She grinned, tulad sa isang pusang nakatikim ng gatas. "I had a crush on you six years ago. Alam ko na noon pa na hindi tayo magkadugo—"

"Don't be such an ass, Danica!" he snapped. "At huwag mong ibahin ang usapan."

Nagbuntong-hininga ito at pumormal. Umilap ang mga mata. "Ating pareho ang property, Luis. The... the lawyer called a while ago. Nais niyang basahin ang ilang dokumento sa harap nating dalawa. Bukod roon ay may nais siyang ipakipag-usap sa akin. Matagal na raw iyon at kailangang maayos ko." She paused. Sinulyapan si Jose Luis.

"I told him I am so busy these days. Na kung maaari ay ipagpaliban niya. But he's free to talk to you. Natitiyak kong hinati sa atin ang kayamanan ng mga Pontevedra."

"Na sa nakikita ko ay wala kang interes," he said sarcastically.

"Oh, interesado ako. Huwag mong ipagkamali. Pero hindi mawawala ang bahagi ko. Nariyan lang iyan... kung magagawa nating panatilihin sa atin ang lupain at manggahan."

Nais niya sanang itanong kung ano ang ibig nitong sabihin sa huling sinabi nito. Pero iba ang lumabas sa bibig niya. "Hindi ako tunay na anak ni Mama, Danica. Sinabi mo lang na matagal mo nang alam ang katotohanang iyan."

"It has no bearing. You are Auntie Haydee's son. Legally adopted. At sa kabila ng galit nina Lolo at Lola kay Auntie ay hindi nag-iwan ng testamento ang mga ito na kay Daddy lang dapat mauwi ang buong ari-arian...

"Ibig sabihin mauuwi sa Auntie ang kalahati ng kayamanan ng mga Pontevedra. At dahil wala na si Auntie Haydee ay mamanahin mo ang kalahati ng propiedad ng mga Pontevedra. At akin ang kalahati."

"Hindi ko naiintindihan ang gusto mong mangyari!" Napuno ng iritasyon ang tinig niya. "May mahalagang trabahong naghihintay sa akin sa Maynila, Danica. Ni hindi ko alam kung ano ang uunahin ko. At kailangan kong hanapin ang tunay kong mga magulang."

"Iyon na nga, eh. Maiiwan akong mag-isa rito! At ayokong mangyari iyon. Kaya uunahan na kitang umalis!" Tumaas na rin ang tinig nito.

Chapter Eight

$\mathcal{L}$UIS frowned. May nahihiwatigan siyang kakaiba sa tono ng boses nito. At ang mga mata nito ay tila may ibinabadya. Something like fear. Fear of what?

"Danica, hindi mo ako naiintindihan—"

"Ako ang hindi mo naiintindihan, Luis!" anito. "I can't stay here much as I wanted to." She looked around her. "Oh, god, alam mo ba kung gaano ko pinanabikan ang lugar na ito? Ang bahay na ito? Dito ako ipinanganak at nagkaisip. Ayokong manatili at tumanda sa America!"

"Ganoon naman pala. Ano ang dahilan at aalis ka na naman? Wala pang apat na buwan mula nang umuwi kayo rito ni Mama. Hindi kita naiintindihan."

Umiwas ito ng tingin. Pagkatapos ay lumakad ito patungo sa pang-isahang bilog na duyan na yari sa rattan at may malaking kutson na ang cover ay bulaklakin at naupo roon. May ilang beses nagbuntong-hininga.

"Hindi mo marahil alam ang totoong dahilan

kung bakit isinama ako ni Auntie Haydee pabalik sa America nang matapos ang vigil para sa mga magulang ko..."

"You're right. I didn't know. Walang nais magsabi sa akin." He was sarcastic.

"Nang mamatay ang Daddy at Mommy—"

"As far as I know there were no bodies found."

"Don't be such an ass. It's been six years. Of course, they are dead," paniniyak nito sa tinig na magkahalong exasperation at kapaitan. "My parents' life insurance cannot be claimed because there were no bodies. Masakit man nang labis sa dibdib ko, sana'y magagamit ko ang perang iyon upang tuluyang iwan ang lahat ng ito.

"Noong una'y naniniwala akong buhay pa sila at baka na-stranded lang sa ilan sa mga isla rito. Malakas ang hangin nang gabing iyon at maalon bagaman walang bagyo. At kung nalunod man sila, na mahirap paniwalaan dahil pareho silang mahusay lumangoy, naroon ang posibilidad na inanod ang mga katawan nila sa ibang lugar."

"Naipagalugad n'yo ba noon ang lahat ng posibleng galugarin?"

"Mahabang panahon ang kakailanganin niyon. At kailangan na naming makaalis ni Auntie patungong America."

"But why?"

"Because my parents were murdered."

"C'mon, Danica..."

She ignored him. "Ayon sa statement ng mga

Santillanes, maging ang sinasabi ng mga naging bisita nilang noong gabing iyon, ay hindi nakarating sina Daddy at Mommy. Na marahil ay inignora nila ang imbitasyon ni Mayora Santillanes at mas minabuting daluhan ang party sa kabilang isla.

"Hindi rin sila nakarating sa kabilang isla ayon sa mga naroroon nang gabing iyon. Inabutan mo ang mga magulang ko rito noong araw na inihatid mo si Auntie Haydee rito sa villa. Narinig mo ang sinabi ng Daddy at Mommy kay Auntie Haydee. Na dadaluhan nila ang party ni Mayora Santillanes." Malungkot na umiling si Danica.

"Balikan natin ang dahilan kung bakit isinama ka ni Mama sa America, maliban sa gusto niyang doon ka magtapos ng pag-aaral at wala kang makakasama rito."

"Auntie Haydee would have stayed, Luis. Pinanabikan niya ang lugar na ito kung saan siya isinilang, lumaki, at nagkaisip. Tulad ko rin. Nang mamatay si Lolo ay wala nang dahilan upang manatili siya sa ibang bansa." Muli nitong iginala ang paningin sa magandang tanawin sa kapaligiran, longing in her eyes.

"But there were rumors and whispers when my parents couldn't be found. Na pinatay sila ng mga kalaban ni Daddy sa pulitika..." Her voice broke and she took a deep breath. "Kakandidatong mayor si Daddy noong mga panahong iyon at marami na ang nakatitiyak ng panalo niya."

"Mga haka-haka lang iyon, Danica."

"Iyon ang totoo, Luis! Naniniwala akong iyon ang nangyari sa mga magulang ko! Kung paano ay hindi ko alam. Walang nakakaalam. Bakit sa palagay mo ay hinayaan ni Auntie na iwan sa mga katiwala ang buong manggahan six years ago?"

Wala siyang sagot doon. It could be just Haydee's whims na magparoo't parito sa America at Pilipinas. At dahil dito naiwan ang pangangalaga kay Danica, nadesisyunan marahil ng mama niya na sa America pag-aralin ang pamangkin.

He didn't want to entertain in his thoughts that his mother's brother and sister-in-law were murdered. They were probably had drowned. At dahil hindi naman nagtagal ang mama niya rito sa isla upang pangasiwaan ang paghahanap ay malamang na napabayaan na nga ang bagay na iyon. Baka nalibing na rin lang ang mga iyon sa islang hindi napupuntahan ng tao.

Nagpatuloy si Danica. "Nakatanggap kami ng threat ni Auntie Haydee, Luis. Hindi basta pananakot. Minsan ay hinarang ako habang sakay ng pickup patungong kabayanan. Kung sa ano mang kadahilanan, nang sa inaakala kong tatangayin nila ako at wala akong magagawa ay iniwan nila ako. Umalis silang nagtatawanan at sumisigaw na iwan ko ang Pontevedra farm."

Napakunot-noo si Luis. He saw her shiver. Na para bang nararamdaman pa nito ang pangyayaring iyon. Ang akma niyang sasabihin ay napigil ng muling pagsasalita ni Danica.

"At may mga well-meaning friends ang nagpayo kay Auntie na bumalik na lang ng America kung nais nitong huwag matulad sa nangyari kina Daddy at Mommy. Mga mapagkakatiwalaang kaibigan na mismong humikayat kay Daddy na kalabanin si Mayor Santillanes."

Luis was thoughtful. Kung sakali mang naipalam iyon sa kanya ay hindi niya nalaman. He had no way of knowing. He was fighting for his life. Sa kagubatan ng Colombia. For a week it was touch and go. At nang maaari na siyang bumiyahe ay inilipad siya patungong Thailand at doon nagpagaling.

Pinapangako niya ang commander niya na huwag ipaalam sa mama niya ang nangyari sa kanya. Isang malalim na hininga ang pinakawalan niya.

"Walang binanggit si Mama nitong nakalipas na apat na buwan—"

"She didn't want to worry you," agap nito "Hindi niya gustong bigyan ka ng isipin."

"It's been six years. Danica. Siguro naman ay—"

"Ang mga taong tinutukoy ko ay sila pa rin ang makapangyarihan sa bayang ito, Luis," muling putol ni Danica sa sasabihin niya. "Tulad ng nasa isip mo ngayon ay iyon din ang inisip ni Auntie nang magbalik kami rito four months ago. That it had been too long. Marahil ay wala na ang threat.

"Dahil nanalo uli ang mayor. Or maybe there had really been no threat at all. Natakot lang kami noon sa mga tawag sa telepono sa hatinggabi. At sa ginawang panghaharang sa akin. Na gawa lang iyon ng mga taong walang magawa. But we were wrong. Ayon kay Manong Macario, nagkaroon sila ng interes sa lupain at sa manggahan."

"What?"

Tumango si Danica. "May dumating na mga tao rito at kinausap si Auntie Haydee. Inalok siyang ipagbili ang buong lupain at manggahan. And what is so preposterous, napakababa ng alok nilang halaga. You would think it crazy. Pero nasa tinig nila ang threat. At hindi aksidente ang pagkasunog ng bahagi ng manggahan sa parang. Sinadya iyon. Dahil tumanggi sa Auntie na ipagbili ang property."

"Bakit hindi mo sinabi ang lahat ng ito noong dumating ako?" he asked angrily.

"Dahil walang pagkakataon. Inatake sa puso si Auntie." She shrugged. Tumayo ito at tinungo ang pinag-iwanan ng bag. "I don't know how to handle this... yet. So please, take me to the port."

Mahabang sandali ang namagitan sa kanilang dalawa. Kapagkuwa'y, "Are you sure you want to do this?"

Malungkot na umiling ito. Inikot ng tingin ang buong propiedad hanggang sa abot ng pananaw nito. Naroon ang pinagsama-samang emosyon. Panghihinayang. Takot. Galit. Kawalan ng pag-asa. "I don't know what to think, Luis. Ang isang bagay na natitiyak ko ay kailangan kong umalis at mag-isip ng kalutasan sa mga pananakot na ito."

"Bakit hindi mo ipinakipag-usap sa mga makapangyarihan ang bagay na ito?"

"Oh, hawak nila ang batas." Puno ng sarkasmo ang tinig nito. "Like in the movie, eh?" She gave a small dry laugh. "But this is an island. Dalawang bayan dito ay sila ang namamahala. Kung hindi mo gustong maniwala sa akin ay kausapin mo ang mag-asawang Macario at Lumen. At ang iba pang tauhan na malapit lang dito ang mga bahay. They'd been living in fear since the fire."

Hindi siya kumibo. Gusto niyang ipangako sa pinsan na hindi mangyayaring mawawala ang mga lupain at negosyong pag-aari ng mga Pontevedra. Subalit inunahan siya nitong magsalita.

"Leave this place, Luis, as soon as you can. This isn't worth our lives. Hindi ko gustong makatanggap ng balita na kailangan ko na namang bumalik dito sa isla dahil may ibuburol ako. Iyon ay kung may katawan ngang makikita..." she said bitterly.

DALAWANG araw pagkatapos niyang maihatid sa Guimaras port si Danica ay may dumating na bisita sa villa.

"Ako si Atty. Duque, Mr. Morrison," pagpapakilala nito at inilahad ang kamay sa kanya na tinanggap naman niya. "Ako ang abogado ng pamilya Pontevedra. Nagkita na tayo sa burol ng mama mo."

The lawyer was in his late fifties. May katabaan at hindi niya gusto ang hitsura. Halos hindi na makita ang leeg nito. Tila ang ulo ay ipinatong lamang sa mga balikat. It was an instinct. He didn't like the man. At kahit kailan ay hindi pa nagkakamali ang hinala niya.

"At ito naman si Mayora Santillanes. Of course, you've met already."

Tumango siya. "Kumusta kayo?" he said politely.

Muli ay nakipagkamay siya. She saw the older woman once during her mother's vigil. The mayor must be as old as the lawyer, give or take couple of years. Ismarte. Banat na nakapusod sa likod ang buhok.

Sa mga mata ng iba ay sampung taon ang kabataan nito sa talagang edad. Subalit hindi siya katulad ng iba. Ang ngiting nakikita niya sa mga labi nito ay natitiyak niyang hindi totoo.

"Mabuti naman, Mr. Morrison..." The mayor smiled sweetly.

"Saan ko utang ang karangalan ng pagdalaw ninyo, Mayor?"

Nilingon muna sandali ni Mayora si Attorney Duque bago ibinalik sa kanya ang tingin. "Sana ay pareho kong makaharap kayong dalawa ni Danica, hijo."

"Unfortunately, my cousin left for the States two days ago."

Bahagya lang ang pagkagulat na ipinakita ng dalawa. Sandaling nagkatinginan. Agad na ipinatong ng abogado sa ibabaw ng coffee table ang brief case nito.

"Alam kong babalik sa America si Danica pero hindi niya nasabi sa akin na madalian iyon..." Sa tono nito ay tila nagpapahiwatig na natakasan ito ng dalaga.

"Kung ano man ang kailangan ninyo sa kanya ay sa akin ninyo ipakipag-usap. Inirerepresenta ko kaming dalawa."

"Ngayon lang kita nakita, hijo," wika ng mayora. "I mean, before your mother's funeral... again my condolences."

Tumango si Luis. Nagpatuloy ang mayora. "Ang aking ama ang mayor sa bayang ito nang mga panahong nag-asawa ang nakatatandang anak ng mga Pontevedra, si Haydee nga. Hindi ko man lang nakitang dumalaw ka rito sa isla..."

"I was abroad most of my life," sagot niya sa normal na tinig. "At dahil ako na lang ang naiwan, malamang niyan ay mananatili ako rito..." he said, baiting them.

Tumikhim ang abogado. Binuksan ang brief case. "Nasabi ba sa iyo ni Danica na ipinagbili ng mama mo ang buong lupain ng mga Pontevedra sa mga Santillanes, hijo?"

Kung nabigla man siya sa sinabi nito ay natitiyak niyang hindi iyon nakita katiting man sa mukha niya. Kampante pa rin siyang nakaupo.

"Hindi ipagbibili ng aking ina ang lupaing ito na minana pa ng kanyang mga magulang mula sa mga ninuno nila, Atty. Duque. Besides, knowing my cousin, hindi niya papayagang ipagbili ang bahagi niya ng mana."

"Nakapagtatakang hindi man lang naipaalam sa iyo ni Haydee, hijo." Inilabas nito ang mga dokumento. "Narito ang pirma ng mama mo sa Deed of Sale, Luis." Inilapit nito iyon sa kanya.

Ni hindi niya iyon sinulyapan at nanatiling nakatitig sa mukha ng abogado. Kumuha ng panyo sa bulsa ang abogado at nagpahid ng pawis sa paligid ng noo.

"Leave the documents, Attorney. I can always have it checked."

"Of course," mabilis na wika ng attorney, bahagyang nailang, at nilingon ang mayora.

"Bukas ang opisina ko at ang iba pang mga sangay ng pamahalaan para sa gagawin mong pagpapatotoo ng pirma ng mama mo, hijo." Napailing si Mayora Santillanes. "Hindi ko maunawaan kung bakit inilihim sa inyo ito ni Haydee."

"Kalahati lamang ng lupaing ito ang pag-aari ni Mama, Mayor," aniya. "Ang kalahati ay pag-aari ni Danica na minana niya mula sa mga magulang niya."

"Iyan ang isa sa mga dahilan kung bakit ninais naming makausap sana si Danica, hijo." Muli itong sumulyap kay Mayora Santillanes. "Ang bahagi ng mana niya mula kay Simeon ay matagal nang nakasanla kay Mayora. At sa haba ng panahon na hindi naniningil ng interes ang mayora dahil nga wala naman dito si Danica ay pag-aari na ni Mayora Santillanes ang lupain saan man daanin."

Hindi malaman ni Luis kung ano ang iisipin para sa dalawang ito. He was seething inside. Gayunman ay sinikap niyang kontrolin ang sarili. These two were poisonous snakes.

"Iwan ninyo ang mga dokumento at bukas din ay ipapadala ko sa Manila ang mga iyan para sa authenticity ng mga pirma ng magkapatid na Pontevedra..."

"Sa Manila?" usal ng abogado at nilingon ang mayora na nanatiling kalmante.

"May mga kilala akong mahusay sa pagkilatis sa authenticity ng mga pirma ng mga tao, Attorney," ani Luis. "Mapagkakatiwalaang mga tao. Pati na ang authenticity ng dokumentong hawak ninyo. Dahil sa pagkakaalam ko ay nasa bangko hanggang ngayon ang kopya ng orihinal na dokumento. Ang original copy ay nasa pag-iingat ko. Kung ipinagbili sa inyo ni Mama ang lupain, di sana'y ibinigay na rin sa inyo ang mga titulo."

"Iniisip mo bang fake ang mga pirma na nasa dokumento, hijo?" tanong ng mayora sa tonong wari ay naiinsulto ito. Subalit sa ilalim ng tinig ay naroon ang katigasan at banayad na pagbabanta.

Ikiniling ni Luis ang ulo. "Kayo ang nagsabi niyan, Mayor. Ang masasabi ko ay nasa pag-iingat ko ang mga titulo ng lupain at ang orihinal na dokumento ng mga ari-arian ng mga Pontevedra."

"Hindi kaya ang hawak mo ang fake, hijo? Hindi kaya hindi ipinagtapat sa iyo ni Haydee ang tungkol sa pagbili ng mga lupaing minana nilang magkapatid?"

Ikiniling ni Jose Luis ang ulo niya. "Malalaman natin. May mga awtoridad sa bagay na iyan, Mayor. At hindi ninyo maialis sa akin ang pagnanais na makatiyak. Buong mana naming magpinsan ang nakataya. My mother's probably rolling in her grave as we speak. Hindi niya ninais na ipagbili ang lupain at manggahan. She wanted to settle here. Iyan ang dahilan kung bakit umuwi siya rito." Napailing siya at umayo. "Salamat sa pagdalaw ninyo."

Isa iyong diretsahang pagtataboy at nakita niya ang biglang pagtalim ng mga mata ni Mayora Santillanes. Natitiyak niyang wala pang tao sa buong constituents nito ang gumawa niyon. Gayunman ay tahimik itong tumayo.

"Kung ako sa iyo, hijo, ay tatanggapin ko ang halagang napag-usapan nila ng mama mo bago ito namatay," wika ng abogado.

He gave that feral smile. "Pero hindi ako ikaw, Attorney."

The lawyer swallowed. Hinawakan nito sa likod ng braso si Mayora at iginiya palabas ng villa.

"ININSULTO ako ng lalaking iyon!" pahisteryang sabi ni Mayora Santillanes nang nasa sasakyan na ito. "Itinaboy ako, akalain mo iyon!"

Hindi makuhang kumibo ng abogado. Imina-niobra niya ang SUV pabalik sa pinanggalingan nila. Mula sa bag nito ay nagpupuyos na kinuha ni Mayora Santillanes ang cell phone at tinawagan ang anak.

"Hijo," anito. "Check this name... Jose Luis Pontevedra Morrison. Yes... hijo, mismo. Ang anak ni Haydee Pontevedra Morrison. Wala tayong alam tungkol sa kanya. Hindi natin alam na may anak si Haydee sa napangasawa nito."

"Hindi ba makuha sa nagbabadyang pananakot, Mama?"

"Sa nakikita ko ay hindi. Hindi natin inaasahan ang muling pagbalik ni Haydee sa isla. But we've taken care of her. Ang problema ay ang anak niya. Hindi ang lalaking ito ang klaseng natitigatig at madaling sindakin. Puno ng kompiyansa. I'm a little worried."

"Come on, Mama. May hindi ba natitigatig sa bala?"

"Ayusin mo ang problemang ito, Jericho." She hung up. Hinarap ang abogado.

"Ano ang ibig niyang sabihing nasa kanya ang original na mga dokumento? Ang akala ko ba ay nanakaw ninyo ang mga dokumento mula kay Haydee nang pasukin ninyo ang bahay niya pagkatapos ninyong sunugin ang manggahan?"

"Hindi ko rin maintindihan, Mayora. Pero puno ng tiwala sa sarili si Luis nang sabihin iyon. Malibang napaglalangan tayo ni Haydee at ang nakalagay sa taguan niya ay hindi totoo at ipinain lang sa atin. Doon nanggaling ang mga pirmang ipinagaya natin."

Sunud-sunod na nagmura ang mayora na mahihiya ang mga lalaki sa kanto. Pagkatapos ay hinarap ang abogado. "Ano ang pagkakilala mo sa Jose Luis na ito, Duque?"

"Ikinalulungkot ko, Mayora, subalit kahit ako ay ito pa lang ang ikalawang pagkakataong makatagpo ang anak na ito ni Haydee."

"Kung ayaw ng santong dasalan, di santong paspasan." Isang imbing halakhak ang pinakawalan nito. Muli itong nag-dial sa cell phone. "Rufo, kailangan kita sa bahay ngayon. Magsama ka ng tao."

Chapter Nine

*H*ATINGGABI na subalit gising pa rin si Luis. Madilim ang silid niya maliban sa liwanag na nanggagaling sa laptop niya. He was tired. Subalit hindi siya dalawin ng antok. Inabot na sila ni Macario ng alas-onse sa haba ng pag-uusap nila. Kahit ang matandang lalaki ay kinakikitaan niya ng takot.

Pagkapasok niya sa silid niya—na dating inookupa ng ina—ay sinimulan niyang hanapin sa computer ang biological parents. Curiosity lamang ang dahilan kung bakit interesado siyang hanapin ang mga ito.

Kung pagmamahal at pag-aaruga ang pag-uusapan ay wala siyang masasabi sa nakilalang mga magulang. They had loved him to distraction. Spoiled him, in fact. Ang buhay niya ngayon ay pinili niya. Marahil dahil iyon ang nakamulatan niya kay Thomas Morrison.

He idolized his father. Even as a boy, he had dreamed of following his father's footsteps. Ang misteryosong trabaho ni Thomas Morrison; ang cloak and dagger activities nito. Hindi tulad ng ibang bata, he hadn't resented their way of living.

Para sa kanya ay exciting iyong kailangan na naman nilang lumipat sa ibang lugar dahil baka matunton sila ng mga nakakalaban ng ama.

Kaya naman kahit ang rigid training nito sa kanya noong kabataan niya ay tinanggap niya nang maluwag sa dibdib. Other young boy wouldn't have survived it. But he had wanted to please his father.

"My job is dangerous, Luis. Maaari kayong gamiting mag-ina ng aking mga kaaway laban sa akin. I love you, son. Kayo ng mama mo. Ayokong may mangyari sa inyo dahil lang sa trabaho ko. But this is my life. Wala akong alam na buhay maliban dito. Sa kabila ng alam kong labis na nag-aalala si Haydee sa akin, ay hindi niya ako minsan man inawat sa trabaho ko. Nang mahalin niya ako ay tinanggap niya pati ang panganib na kaakibat ng aking trabaho..."

He swallowed at the thought of Thomas Morrison. Gayunman, kailangan niyang makita at makilala ang biological parents niya, gayundin ang mga kapatid.

Halos isang oras na siya roon sa harap ng laptop. Bago namatay ang mama niya ay sinabi nitong Falco ang apelyido ng tunay niyang ama na dalawang buwan ding nagtrabaho sa mga Morrison bilang boy/hardinero.

Ang pangalan ng kanyang biological father ay Eliseo at Cornelia naman ang pangalan ng kanyang ina. Eliseo at Cornelia Falco. Subalit walang record siyang makita sa dalawa.

May iilang Falco siyang nakita subalit hindi ang mga iyon tumugma sa pangalan ng mga biological parents niya. Kahit nang alamin niya sa data base ang mga magulang ng mga ito. Gayunman, kakausapin niya ang mga pangalang nailista niya. Marahil ang isa sa mga ito ay nakakakilala sa mga magulang niya. Posibleng mga kamag-anak kaya.

He scrolled down the small mouse that he attached to the laptop. *Leandro Jace Monte Falco.* Luis frowned at the name. Ang akma niyang pag-click sa pangalan nito ay nabitin sa ere nang makarinig siya ng munting kaluskos sa labas ng silid niya. Sa may veranda.

He strained his ear. Walang ingay siyang humakbang at hinawi ang kurtina. May bahagyang-bahagyang liwanag siyang nakikita sa guest room na kasunod ng silid ni Danica. Ibinaba niya ang kurtina. Nararamdaman niya ang pananayo ng mumunting balahibo niya sa batok.

Kahit minsan ay hindi niya binabale-wala ang ganoong damdamin. It had saved his life countless of times. Wala marahil siya sa mission niya subalit sa sinabi ni Danica at sa resulta ng pakikipag-usap niya kanina sa abogado at sa mayor ng bayan nila ay kailangan niyang maging alerto.

Isinara niya ang laptop upang mawala ang liwanag na nagmumula rito. Sanay siya sa dilim, kahit wala ang night goggles. He had excellent night vision. A requirement in his line of work. Gayunman, maliwanag ang buwan sa labas at hindi niya kailangang aninagin ang mga ito. Walang ingay niyang tinungo ang ilalim ng unan at kinuha roon ang kanyang Glock.

Hawak na niya iyon nang marinig niyang muli ang kaluskos. Sa pagkakataong iyon ay waring walang pakialam ang kung sino mang nasa veranda na marinig niya ang mga ito. Labis ang kompiyansa ng mga ito. Nararamdaman na niyang nasa tapat na ng pinto ang kung sino mang nasa labas.

Isang malakas na balya ang nagpangyari upang bumukas ang pinto ng silid niya sa veranda na katunayan ay hindi naman naka-lock. Now he had to change door and locks. Sinira ng mga ito ang pinto ng silid niya. Naaaninag niya ang dalawang anino. May mga hawak itong baril at nakatuon sa kama niya.

Magkasunod na putok ang pinakawalan ng mga ito. Mula sa pinagkukublihan niya at itinaas niya ang baril at kasabay ng pagkapa ng isang lalaki sa switch at ang pagliliwanag sa buong silid ay dalawang bala ang magkasunod na ibinuga ng baril niya. Nakita niya ang pagkamangha sa mukha ng mga ito bago bumagsak sa sahig.

"SENYORITO! Senyorito!" ang tinig ni Macario mula sa labas ng pinto ng silid niya. "Ano po ang narinig kong mga putok?"

Lumakad siya patungo sa pinto at pinagbuksan si Macario. "Ano po ang—" Nahinto sa lalamunan nito ang mga salita nang agad makita ang dalawang lalaking nakabulagta sa may nasirang pinto sa veranda. Napasinghap si Macario sa nakita.

"S-sino ang mga iyan?" Niyuko nito ang baril sa kamay niya.

"May silencer ang baril ko, Manong Macario," aniya sa naniningkit na mga mata.

Kung tumingala si Macario at tiningnan ang mukha niya ay baka natakot ito. Sa halip ay sinundan nito ng tingin ang paglingon niya sa kama kung saan naroon pa ang bakas ng mga bala ng mga ito.

"Tangka nila kayong patayin, Senyorito!" nahihintakutang bulalas ni Macario. Lumakad at nilapitan ang dalawang nakabulagta. Nakita ang tama ng mga ito sa gitna ng noo. "Bull's-eye..." he said in awe. Pagkatapos ay tumingin kay Luis. "M-mga tauhan ni Mayor ang mga lalaking ito!"

Nagtagis ang mga bagang niya. Ngayon niya natanto nang husto na ang takot na nakita niya sa mukha ni Danica ay may basehan. Hindi biro ang kalaban ng pamilya Pontevedra. At ngayon, siya ang kalaban ng mga ito, naisin man niya o hindi.

"May mapagkakatiwalaan ka bang tao na

makakatulong mo sa pagbuhat sa dalawang iyan patungo sa dagat, Manong Macario?"

"O-opo. Ang pamangkin kong si Augusto. Mapagkakatiwalaan po natin iyon."

"Tawagin mo ang pamangkin mo. Buhatin ninyo ang dalawang iyan at dalhin sa dalampasigan malayo rito at iwan doon." Nag-iigting sa galit ang mga ugat niya sa leeg. Kung hindi dahil sa mga ito ay baka buhay pa ang mama niya.

Nagmadaling muling lumabas ng silid ang matandang lalaki. Agad na kinuha ni Luis ang cell phone niya at nag-dial. Limang ring bago iyon sinagot.

"This is Philippine time. It had better be good, Morrison!"

"Well, hello to you, too."

Isang halakhak ang pinakawalan ng nasa kabilang linya.

"Alam kong may trabaho kang kasalukuyan, Dan. But I might need your help. Gusto ko lang paunahan ka..."

"What? Another fucking baby-sitting job? That's what we are good nowadays."

Luis laughed. "We resigned, Dan. At least, the jobs are not too dangerous..." Hinayon niya ng tingin ang nakabulagtang mga katawan. He smirked. Dangerous didn't cover these men. Not by a long shot.

"I miss those days, bro..."

"I don't," mariing sabi niya. "We are getting old, Dan."

"Kalabaw lang iyon, bro."

Luis could hear the smile in his comrade's voice. "So, what's up?"

Sa pahapyaw na salita ay ipinaliwanag niya ang mga pangyayari magmula nang mamatay ang mama niya.

"Oh, shit!"

"Exactly."

"I'm sorry about your mother."

"Yeah, me, too." Then he frowned at the lapping sound he heard from the other end. "I knew that sound..." Then Luis laughed out loud.

"Honey, dahan-dahan. Ohhhh. Don't graze your teeth, honey..." Daniel made an obscene sound. Sadyang ipinaririnig sa kanya.

"You're fucking crazy, Daniel." He grinned.

"Kung ngayon mo ako kailangan, sorry, dah'ling..." anito sa kanya sa gay voice. "I still have a few days bago ang schedule nila patungong America. But that job's a piece of cake, Morrison," patuloy ni Daniel sa pagitan ng pag-ungol. "You don't need my help."

Yeah. Pero may iba siyang trabaho. Ang hanapin ang biological parents niya at mga kapatid. At ang babaeng nawawala. At tinawagan lang siya ni Tennessee. He needed his help, at least for a week. Tennessee said he couldn't be at two places at the same time. He needed him to baby sit Ten's ex-father in law.

Sinulyapan niya ang mga katawan sa sahig. At heto pa ngayon ang nadagdag sa problema. Shit. Double shit.

Mula sa labas ng silid niya ay naririnig niya ang mga yabag nina Macario at kasama nito. "I'll call you back." He ended the call.

Muli niyang niyuko ang dalawang lalaki sa sahig. Hindi niya kailangang pulsuhan ang mga ito para matiyak kung patay o buhay pa. Pinatamaan niya ang mga ito sa pagitan ng mga mata. Himala na lang kung mabubuhay pa ang mga ito. Naisip niyang hindi niya kailangang patayin ang mga ito.

But he had no choice. Sila o siya. Kung sana ay nasa malapit siya sa pinto ay baka na-disarmahan lang niya ang mga ito at mapatulog.

Subalit hindi kumakatok ang mga mamamatay-tao. They kicked your door. And that was what they did. Kung may guilt man siyang nararamdaman ay biglang napawi.

Nagpalakad-lakad siya sa loob ng silid habang binubuhat ng mga ito ang isang katawan. Ilang minuto pa ang lumipas at muling binalikan ng dalawa ang natirang lalaki.

"Tiyakin ninyong walang ebidensiyang magtutukoy na dito nabaril ang dalawang iyan," utos niya.

"Huwag kayong mag-alala, Senyorito. Kami

ang bahala. Sana'y walang mangyaring masama sa inyo..."

Hinintay niyang malinis ni Macario ang sahig nang mabuti at muli iyong nilagyan ng floor wax at pinahiran ng basahan. Bago ito lumabas ay sinulyapan siya. Kung paghanga ang nakikita niya sa mga mata nito o pasasalamat ay hindi niya matiyak. But Luis saw the small smile on the old man's lips.

Ikinandado niya ang pinto at pagkatapos ay tinungo ang isang bahagi ng silid. Iniusog niya ang side table at pagkatapos ay kinuha sa drawer niyon ang Swiss knife niya at tinungkab ang isang labindalawang pulgadang tabla. Iniluwa niyon ang isang lihim na taguan.

"Don't laugh at me, hijo," wika ng mama niya na nakatawa nang ipakita nito sa kanya iyon. "Tinulungan ako ni Macario na gawin ang taguang ito. Natutuhan ko ito mula sa papa mo. Narito, hijo, ang lahat ng mga dokumento na kailangan ninyo ni Danica sa lupaing ito na pag-aari ng mga Pontevedra sa ilang henerasyon."

"Ganoon mo ba pinagkakatiwalaan si Mang Macario?"

"Oh, I'd trust him my life. Pamangkin siya ni Papa sa second cousin. At magkasabay kaming lumaki. Sa testamento ko, ay isang bahagi ng lupaing ito ang mamanahin nilang mag-asawa. Alam niya iyon."

"There's the bank, Mama. Why do you have to do that?" He frowned at his mother.

Hindi agad sumagot ang mama niya. Nawala ang ngiti at nagbuntong-hininga. "Maraming nagagawa ang salapi, hijo." She shrugged. *"Oh, the bank had a copy. This is the original. Anyway, ipaubaya mo na sa akin ang kapritsong ito na natutuhan ko sa papa mo."* Then his mother laughed. *"And, hijo, don't trust Atty. Duque."*

Dapat ay naghinala na siya subalit hindi siya binigyan ng ina ng dahilan upang maghinala ng kahit na kaunti man lang. At naisip niyang ang nakasanayan nitong buhay sa asawa nito ay patuloy pa ring umiiral sa pagkatao ng ina. Mahirap para sa ina ang magtiwala sa kanino mang tao. Marahil dahil ganoon ang ama niya dahil sa uri ng trabaho nito.

That was almost four months ago. Sa ikalawang gabing inihatid niya ang ina at si Danica sa isla. Two days later, he left for Manila, para sa assignment niya with Kurt La Pierre.

Ngayon ay alam na niya kung bakit nakatago roon ang mga orihinal na dokumento ng mga pag-aari ng mga Pontevedra. Kinuha niya ang baril niya at inilagay roon, kasama ang "cell phone" niya, muling ibinalik ang tabla na kailangan pa niyang pukpukin upang pumasok.

Hindi na niya naisip pang ipagpatuloy ang ginagawa sa computer. Pagkatapos ng pangyayari ay naiwan siyang maraming mga tanong at isipin.

Sinulyapan niya ang kama. Naroon pa ang bakas ng mga bala. Nasa ilalim tiyak ang mga iyon ng kutson o baka sa ilalim ng kama. Kinuha niya ang kumot at sa kung paano na lang tinakpan ang kama.

Pagkatapos ay hinubad niya ang suot at inilatag ang sarili sa higaan. Hindi niya namalayang nakatulog na siya.

Nagulat pa siya nang marinig ang katok ni Macario sa pinto. Sinulyapan niya ang relo sa side table. Ala-una y media ng hapon. Hindi siya makapaniwalang nakatulog siya nang ganoon katagal. Kunsabagay ay mag-aalas-singko na ng madaling-araw nang mahiga siya.

Binuksan niya ang wardrobe at kumuha roon ng boxer shorts at isinuot at pagkatapos ay tinungo ang pinto at binuksan iyon.

"Ano iyon, Manong Macario?" Kumunot ang noo niya nang makita ang pag-aalala sa mukha nito.

"May... may mga pulis sa labas, Senyorito, at—" anito. At hindi pa man lang nito natatapos ang sinasabi ay natanaw na ni Luis sa pasilyo ang apat na pulis.

"Jose Luis Morrison, kailangang sumama kayo sa amin sa presinto," wika ng isa na sa wari ay ang pinakapinuno. Mas mukhang hoodlum ang mga ito kaysa sa pulis.

"You are trespassing," he said mildly.

Inignora nito ang sinabi niya. "Sumama ka sa amin sa presinto," pag-ulit nito.

"Sa anong dahilan?" He stifled a yawn.

"May dalawang bangkay na natagpuan sa baybayin di-kalayuan dito sa asyenda. May mga tama ng baril sa noo."

"At ano ang kinalaman ko sa bagay na iyan?"

"Bago ka dumating ay walang krimen sa bayang ito, Mr. Morrison. At pag-aari pa ng mga Pontevedra ang baybaying kinatagpuan sa dalawa."

"Pag-aari ng mga Pontevedra ang ilang kilometrong lupain mula rito, boss..." He uttered the last word with sarcasm. Na ewan niya kung napuna ng mga ito. "Sapat ba iyon upang hulihin ninyo ako?"

"Huwag ka nang marami pang satsat. Kailangang sumama ka sa amin sa presinto."

"I know my rights, gentlemen. Kung tutuusin ay wala kayong karapatang pumasok sa pamamahay ko. At kung wala kayong warrant ay—"

"Narito ka sa bayan ko, Mr. Morrison. Kung ayaw mong sumama nang mahusay ay mapipilitan kaming posasan ka. Dahil... nanlalaban ka." Binigyan nito ng diin ang huling sinabi. Ngumisi ito. Umangat ang mga kilay. "Kung nakukuha mo ang ibig kong sabihin."

Luis could tackle them all. Subalit kapag ginawa niya iyon ay malaking trabaho iyon para kay Kurt.

Kailangan niyang gawin ang problemang ito sa mahinahon at maingat na paraan.

"Maaari ba akong magbihis muna?" Niyuko niya ang sarili. Except for the boxer shorts, hubad siya.

"Huwag mong tatangkaing tumakas, Mr. Morrison. Napapaligiran namin ang buong bahay." Iyon lang at tumalikod na ito.

"Sige na, Manong Macario, ako na ang bahala."

"Senyorito, kapag nadala nila kayo sa jail, hindi na kayo makalalabas pa nang buhay," pabulong at nag-aalala nitong sabi. "Tumakas na kayo."

"Salamat, Manong Macario, pero kaya kong pangalagaan ang sarili ko. Sige na."

Alanganing tumalikod ang nakatatandang lalaki. Puno ng agam-agam at pag-aalala ang nakabalatay sa mukha.

Sa silid ay nagbihis si Luis. Naaaninag niya mula sa kurtina na may dalawang lalaki sa may veranda. Kinuha niya ang ordinaryong cell phone niya at may diniinang key. Agad na sinagot iyon sa kabilang linya.

"Problema, boss," mahinang sabi niya. Pahapyaw siyang nagpaliwanag habang nagbibihis. "Ang sabi ni Manong Macario kapag ipinasok nila ako sa kulungan ngayon ay hindi na ako lalabas nang buhay. Kaya kong takasan ang mga ito pero gusto kong gawing maayos ang lahat nang walang maghihinala."

Iyon lang at tinapos niya ang tawag, and hurriedly deleted his call. May hinugot siya mula sa cell phone. Tinuklap ang bahagi ng sole ng sapatos niya at ipinasok doon ang munting tracker.

Kahit marahil sa bulsa ng pantalon niya ilagay ang tracker ay walang makakapuna. Bukod pa sa natitiyak niyang hindi alam ng mga pulis-patola na ito kung ano ang tracker. Gusto lang niyang makatiyak na alam ni Kurt kung saan siya pupuntahan kung sakali.

Hustong nagawa niya iyon ay bumukas ang pinto sa veranda at sumungaw ang dalawang pulis.

"Bilisan mo! Para kang babae kung magbihis!"

Chapter Ten

"*W*HAT? Paanong nangyari iyon?" nangga-galaiting tanong ni Mayora Santillanes. Dalawang oras mahigit mula nang dalhin ng hepe ng pulisya at mga tauhan nito si Jose Luis sa town jail.

"Si Gobernador po ang kasama. Wala po kaming magawa," wika ng hepe. "Binalaan pa nga po ako ni Gob na kakasuhan dahil sa paglabag sa human rights. Wala kaming makitang baril sa bahay ng mga Pontevedra nang magpahalughog ako. Pero may bakas ng bala sa kama niya at natitiyak kong mula sa mga tao natin iyon. At hindi ko iyon masasabi kay Gob."

"Sino ba ang nagpanalo sa pesteng gobernador na iyan!" Ibinagsak nito ang telepono sa cradle. Tiningala ang anak na nakaupo sa sofa sa kabilang bahagi ng silid. "What have you got about this man? Inilabas lang siya ni Gobernador mismo mula sa jail. At sinabi ni Hepe na hindi nila ito binigyan ng pagkakataong makatawag man lang."

"You know how stupid sometimes these people are. Baka nakatawag siya nang hindi man lang nalaman ng mga hunghang na iyon." Jericho was shaking his head disgustedly. "Natitiyak ba ninyong ang taong ito ang pumatay sa mga tauhan mo?"

"I'll bet my life on it, Jericho!" pagalit nitong sabi. "So, who is this man? Maliban sa anak siya ni Haydee Pontevedra? At bakit malakas siya sa gobernador?"

Umiling si Jeric. "Wala akong mahanap na record sa Jose Luis na ito, Mama. No nothing."

Bigla ang balik ng tingin ni Mayora Santillanes sa anak. "What do you mean?"

"It was as if this man doesn't exist. Wala siyang file gaano man kasimple."

"That's strange," wika ng mayora, unti-unting naupo pabalik sa swivel chair nito. "Hindi ko gustong bigyan ng puwang sa isip ko ang pagkatao ng Morrison na ito. Dahil sana'y hindi na nagpakita ng takot si Haydee at si Danica sa mga tauhan natin. Dapat ay malakas ang loob nila dahil sa Morrison na ito."

Nang hindi sumagot si Jericho ay muling nagsalita si Mayora Santillanes. "Pero paano niya nakilala ang gobernador kung sa ibang bansa siya naglagi?" She looked up to his son not really expecting answers. "At ni hindi niya pinag-ukulan ng pansin ang mga dokumento ng bilihan ng property. Sa nakikita ko sa ginawi niya kahapon ay natitiyak niyang fake ang mga documents. He was so confident about it. Who is this man?"

Ilang sandaling nag-isip si Jeric bago sumagot. "May kakausapin akong mga tao na baka makapag-bigay ng impormasyon. Kung nais natin siyang mawala sa landas natin ay gawin natin nang palihim." Sinulyapan nito ang ina.

"Malibang siya si Spiderman ay kaya siyang itumba ng mga tauhan natin. Pansamantala, lie low muna tayo sa lupain ng mga Pontevedra. Pasasaaan ba at sa atin din mauuwi ang ekta-ektaryang manggahan. May mahalagang bagay tayong dapat asikasuhin."

"Wala pa rin bang balita sa kinaroroonan ng babaeng iyon?"

"Mga kilalang mahuhusay na tracker ang inuupahan ko, Mama. Baka naman talagang patay na nga. Gumagasta tayo nang malaki sa mga taong naghahanap, and for all we know Cheyenne has been dead for months."

"Then where's the bitch's body?"

"Posibleng kinain ng mga pating." Nagkibit ito.

"Mahusay na swimmer ang babaeng iyon, Jericho. Six years ago ay natakasan niya tayo sa yate. We thought she died. Almost two years later, nakita ng mga tauhan mo ang babaeng iyan na patungo sa lupain nila. I ordered her killed. Naibaon na sa ilalim ng dagat ang katawan ng babaeng iyon.

"At sa nakalipas na mga taon ay inakala nating naayos natin ang suliranin. Pagkatapos ay basta na lang nating nakita sa telebisyon. At isiping abot-kamay lang siya." Umiling ang mayora. "No.

Malakas ang kutob ko. Hindi nag-suicide ang babaeng iyon. She's still alive!"

Tingloy Island, south of Batangas

"AUNTIE Chey!" Mula sa swing ay agad na tumalon ang dalawang bata at patakbong sumalubong kay Cheyenne.

"Skye... Summer..." Isang masuyong ngiti ang sumilay sa mga labi niya. Tumalungko siya sa damuhan at inilahad ang mga braso. Pumaloob doon ang kambal at yumakap sa kanya. Pure love rippled over her. She would give her life for the twins.

"Sabi ko na nga kay Summer na pupunta ka rito sa park," wika ni Skye.

She chuckled. Tumayo siya at inakay ang mga bata pabalik sa swing. Pinaupo niya si Skye sa isa at siya naman sa isa habang kandong si Summer.

"Na-miss ka namin, Auntie Chey," wika ng batang lalaki.

"Kahapon lang tayo nagkita, Skye." Masuyo niya itong nginitian habang marahang inuugoy ang duyan nito kasabay ng sa kanya.

Lumabi ang batang lalaki. "Mula kahapon hanggang ngayon ay maraming oras na ang nagdaan, Auntie Chey. At napakatagal na niyon."

"Oo nga naman." Tumangu-tango siya. She was amused at the child's logic. Matalino at ismarte si Skye para sa edad nito, ganoon din ang kakambal nito. Four years and five months old ang kambal. At si Skye, bukod sa malaking bata ay matatas pang magsalita.

At si Summer ay mas maliit sa kapatid nito. Typical sa isang batang babae. Subalit parehong matatas magsalita ang dalawa.

Mula nang dumating siya sa lugar na ito at makita at makilala ang kambal, she had learned to love them as if they were her own children. The children she would never—agad niyang inawat ang daloy ng isip. Hindi niya gustong bahiran ng pait ang sandaling iyon.

Muli niyang itinuon ang pansin sa kambal. Gagawin niya ang lahat upang matiyak ang magandang kinabukasan ng kambal—ang sarili niyang mga pamangkin.

May matinding lungkot na gumuhit sa dibdib niya nang maisip si Charmaine. Ayon sa mga lolo at lola ng kambal ay umalis ng Tingloy si Charmaine isang linggo pagkatapos nitong makipagkita sa kanya. Nagpaalam si Charmaine na uuwi ito ng Guimaras. Na hindi ito itataboy ng sariling lola.

Ayon pa rin kay Tandang Loleng, nais ni Charmaine na sa Guimaras nito palakihin at pag-aralin ang mga bata. At kapag natiyak na nito ang magiging kalagayan doon ay susunduin nito ang kambal at isasama na rin ang dalawang matanda.

Napahagulhol si Cheyenne sa bahaging iyon ng pagtatapat ni Tandang Loleng. Humigit-kumulang ay nahulaan na niya ang nangyari kung bakit hindi na nakabalik pang muli sa Tingloy ang kapatid.

Sana'y nabanggit niya kay Charmaine noon na wala na ang lola nila; na wala na itong babalikan. Subalit ni hindi ito nagtanong o kinumusta man lang ang lola nila. Hindi rin niya naisip na sabihin. They had so little time.

Kung sana ay hindi nagmamadali si Charmaine noong araw na iyon. Kung sana'y nakapag-usap pa sila nang matagal. Kung sana'y inawat niya ang pag-alis nito. Maraming sana.

Sanggol pa lamang ang kambal nang iwan ito ng kapatid sa dalawang matanda na hindi naman talaga kadugo.

Kapitbahay dati nina Charmaine at ng Nanay Inez nila ang mag-asawang Sebyo at Loleng sa Tondo. At dahil wala namang anak ay nahulog ang loob ng mga ito sa batang Charmaine na ayon kay Tandang Loleng ay malimit tumakbo sa kanila tuwing sinasaktan ng ina. At dahil walang anak, malimit na ang mga ito ang nag-aabot nang palihim ng baon kay Charmaine.

Si Charmaine naman ay pinanabikan ang Lola Didang nila at nakita nito ang pagmamahal sa mga matatanda. Malimit daw ikuwento ni Charmaine sa mag-asawa ang Lola Didang nito. Na isang araw ay babalik ito sa isla.

Dalaga na si Charmaine nang matanggal sa pinapasukang pabrika si Tatang Sebyo. Dinamdam nang labis ng matandang lalaki ang pagkawala ng trabaho at naging sanhi iyon ng atake nito. Ipinasya ng mag-asawa na umuwi sa isla sa Tingloy at doon na lang manirahan sa lumang kubo ng mga magulang ni Tandang Sebyo.

Ang sabi ni Tandang Loleng ay inihatid pa sila ni Charmaine sa isla sa kabila ng pagtutol ni Inez. Makalipas ang ilang taong walang balita dito ay dumating si Charmaine sa isla na nagdadalang-tao.

"Kinasusuklaman niya ang inyong ina, ineng," kuwento ni Tandang Loleng nang matagpuan niya ang mga ito. "Pinagtapos lamang ni Inez ng high school si Chairmaine at pagkatapos ay ipinasok na sa isang club."

Cheyenne bit her lip. Pinipigil na pumatak ang mga luha. At isiping buong buhay niya ay kinainggitan niya ang kapatid na dinala ito ng nanay niya. Dahil bata pa lang ay maganda na si Charmaine ay inisip marahil ng nanay nilang higit niya itong mapakikinabangan kaysa kay Cheyenne.

"Ang kuwento sa amin ni Charmaine ay nakapag-abroad siya. Sa Japan... at nitong huli ay sa Thailand. At hindi man sabihin sa amin ng kapatid mo ay natitiyak namin ni Sebyo na pawang masasamang trabaho ang pinasukan ng kapatid mo sa batang edad..."

Cheyenne blamed herself. Sana ay hinanap niya sa mapa kung saan ang isla ng Tingloy. She had never heard of it all her life. Sana ay sinundan niya si Charmaine nang araw na iyon. Maraming sana. She had expected her sister to visit her again.

Sa nakalipas na mga taon ay sumasaglit sa isip niya si Charmaine, umaasang dalawin siyang muli nito. At nang hindi na nagpakita si Charmaine ay muling nanariwa ang hinanakit niya sa kapatid. Kung hindi nito gustong makipagkita sa kanya ay di huwag.

Ngayon ay alam na niya kung bakit hindi na muling nakipagkita ang kapatid sa kanya. She had died. Maybe even murdered. Mistaken identity. Malamang napagkamalan si Charmaine na siya.

Napahikbi siya.

Nang araw na pinuntahan siya ng kapatid sa inuupahan niyang silid ay naiwan nito ang isang brown envelope. Nang tingnan niya ang laman ay isa iyong medical result. Hindi niya gaanong pinagtuunan iyon ng pansin dahil hindi naman niya maintindihan ang medical terms. Itinago niya ang envelope na iyon.

Hanggang sa sandaling kailangan niyang takasan ang mga taong nagtatangka sa kanya ay hindi niya iyon naalala. Kinuha niya iyon mula sa taguan. Minemorya ang address na nakalagay roon at umasang sana'y naroroon pa ang kapatid. Pagkatapos ay sinunog niya ang medical records.

Tingloy is a small island south of Batangas. Pinag-aralan na niya ang paraan ng pagtungo roon bago pa man siya alukin ni Mrs. Cheng na magtungo sa vacation house nito sa Mindoro. Ang isla Verde ang una niyang pinuntahan.

Maliit lang ang isla Verde dahil isa iyong marine reserve. Madali siyang matatagpuan doon ng mga maghahanap sa kanya.

Kaya naman makalipas lamang ang ilang araw ay muli siyang sumakay ng bangka pabalik ng Batangas. Mula sa Anilao port ay sumakay siya ng pump boat patungong Tingloy.

Madali niyang nahanap ang address na nabasa niya sa medical result ni Charmaine lalo at may dalawang kapitbahay ang napagkamalan siyang si Charmaine. Reaksiyon na tinanggap din niya mula kay Lola Loleng nang una siyang bumungad sa may pinto sa kubo. Subalit sandali lang siyang napagkamalan ng matanda. Kilala nito si Charmaine mula pa pagkabata ng huli.

"Malimit banggitin ni Charmaine na may kapatid siya," ani Lola Loleng. "Pero hindi niya binanggit na magkamukha kayo..." Frail shoulders lifted up and then down. "Sa biglang tingin lamang naman kayo magkahawig."

Siya man ay hindi niya alam na lumaki silang magkamukha ni Charmaine. Pinagsama-samang damdamin ang lumukob sa kanya nang malamang may mga pamangkin siya. Kambal. At nalaman din niya sa matandang babae na may sakit ang kapatid. Lung cancer at terminal. Na tinaningan ito ng mga doktor nang isang taon.

Lalo nang tumindi ang guilt na naramdaman niya. Dapat ay pinag-interesan niya ang nabasa niyang medical records nito. But then she didn't die of her cancer. Pinatay siya ng mga tauhan ni Mayora Santillanes.

"May problema ba, Auntie Chey?" tanong ni Skye na pumutol sa iniisip niya.

"Problema? Bakit mo nasabi iyan?"

"Bigla kasing nag-iba ang anyo mo. Para kang... para kang... nalungkot at pagkatapos naman ay nagalit."

"Oo nga po. Para kayong iiyak kanina..." susog naman ni Summer.

Nagsikap siyang ngumiti. "Nag-iisip kayo ng kung anu-ano. Bakit naman ako magagalit o di kaya ay malulungkot?"

Sabay pang nagkibit ang mga ito ng mga balikat.

"Kumusta ang lolo mo? Kagabi ay sinumpong iyon..." Araw-araw ay dinadalaw niya ang mga ito sa kubo. Hindi niya kayang manirahan kasama ng mga bata naisin man niya. Hindi siya nakatitiyak na hindi siya matatagpuan ng mga naghahanap sa kanya at wala siyang balak na idamay ang mga pamangkin niya.

Kung hanggang saan ganito ang buhay nila ay hindi niya alam. Dati ay sarili lamang niya ang inaalala niya. Ngayon ay may mga pamangkin siyang dapat niyang alalahanin.

"Si Lolo ay nakaupo lang sa bangko at nakatanaw sa dagat."

"Eh, ang school ninyo?"

"Okay lang po," sagot ni Summer. "Magaling po kami ni Skye..."

"Mayabang ka kaya," ani Skye sa kakambal.

"Sabi kaya ni teacher iyon." Lumabi ang batang babae.

Cheyenne chuckled. "Nakasalubong ko kanina ang teacher ninyo. Si teacher Lena ba iyon?" Nasa kinder one ang kambal sa pampublikong paaralan sa barangay ng bayang iyon.

Tumango si Skye, iniugoy nang malakas ang duyan.

"Hindi raw kayo pumasok kanina. Itinanong kayo sa akin at naibalita niya ngang magagaling kayo sa klase. At katunayan ay kinder two na kaagad kayo sa susunod na pasukan."

"Kaya po kami hindi nakapasok ay dahil hindi kami naihatid ni Lola. Inasikaso si Lolo," ani Summer.

Napabuntong-hininga si Cheyenne. Sana ay nagtungo siya sa kubo nang maaga at nang siya na ang naghatid sa mga bata. Kung maaari lang sana na kasama niya oras-oras ang mga pamangkin ay gagawin niya.

Pero hindi niya iyon ipakikipagsapalaran. Hindi niya nais na ilagay sa panganib ang buhay ng kambal. Ni hindi niya masabi kay Lola Loleng ang kalagayan niya. Pinagpasalamatan nga nito nang labis ang bigla niyang paglitaw sa Tingloy.

Maliban sa pamilyang Bob at Dureza Robles na

siyang pinakamalapit niyang kapitbahay sa cottage na nirentahan niya, ay ang mga pamangkin lang ang kakilala at kaibigan niya sa bayang iyon at ang mga lolo at lola nito. Sa barangay na iyon, ang lahat yata ng tao ay magkakila-kilala.

Subalit sanay siya roon. Sanay siyang nag-iisa kahit noon pa mang nagsisimula siyang magtrabaho sa publishing house. Hanggang sa makilala niya si Velvet. Una niya itong naging kaibigan bago si Erwin. Si Velvet ay sekretarya at Girl Friday ni Mrs. Cheng. Nagkahulihan sila ng loob at naging magkaibigan silang tatlo nina Erwin.

Now, she only had Skye and Summer as friends. But then it was a choice she had made. Hindi niya magagawang magkaroon ng maraming kaibigan. Ni hindi niya magawang maglakad nang panatag nang hindi mag-aalalang baka may sumusunod sa kanya.

Sa madalang na paglabas-labas niya ng bahay upang mamili ng gamit ay hindi pa nangyaring hindi siya nagsuot ng sunglasses. O ang makalimutan man lang na maglagay ng dalawang magkasunod na nunal sa pisngi niya.

Malalayo ang agwat ng mga bahay sa Tingloy. Mas maraming puno kaysa sa bahay at tao. At napakadaling mapuna kung may ibang taong hindi tagaroon. O taong kakaiba ang kilos.

She had missed her two friends. At ikinalulungkot niya nang labis ang nangyari kay Erwin. Hindi niya alam kung magkikita pa sila ni Velvet. At sa nakalipas na mga buwan, ang kambal ang tanging nagdudulot ng ngiti sa mga labi niya.

"O, hindi mo na ako sinagot..." Ibinalik niya ang atensiyon sa mga bata at pinigil ang duyan ni Skye.

"Eh, baka kasi hindi naman kami makakadalo sa com... com..."

"Commencement exercise," pagtutuloy niya at kumunot ang noo. "Bakit hindi kayo makakadalo?"

Tumaas ang dibdib ng batang lalaki sa paghugot ng malalim na hininga. "Kasi wala naman kaming damit."

"Ako meron. Kaya makakadalo ako," wika ni Summer na lumabi.

"Ay, luma na ga damit mo. Bigay pa iyon ni teacher Lena. Pinaglumaan ng anak niya."

"Kahit na!" angil ni Summer. "Basta may damit."

"Hindi ka pa rin po makakadalo..." Tinitigan nang masama ni Skye ang kapatid. "Hindi tayo masasamahan ni Lola kasi maysakit si Lolo. Saka—"

"Eh, di si Auntie Chey." Tiningala siya ng batang babae. "Ikaw na lang ang sumama sa amin, di po ba?"

"Iyon lang pala, walang problema." She didn't hesitate. Kumunot ang noo niya nang makitang nanatiling malungkot si Skye. "May problema pa ba? Sasamahan ko kayo."

"Kasi nga po wala akong bagong damit..."

Napatango si Cheyenne. "Iyon lang ba ang problema mo?"

Malungkot na napatingin sa kanya si Skye. "At saka sapatos. Sabi ni Lola, magtipid daw kami dapat dahil matagal pa ang pensiyon ni Lolo..."

"Huwag kang mag-alala, Skye, ako ang bahala sa isusuot mo."

"Ako din, Auntie Chey. Bibilhan mo rin ako ng bagong damit at sapatos?" Halos magmakaawa ang tinig ng batang babae. May pag-asang kumislap sa mga mata nito.

"Pareho ko kayong bibilhan. Ikaw, Skye, ng magandang barong-Tagalog."

Biglang lumiwanag ang mukha ng mga bata. "Totoo, Auntie Chey?"

"Pangako," aniya at huli na para bawiin ang salita niya. Hindi dahil hindi niya kayang bumili ng munting barong-Tagalog at damit. Kundi kaya ba niyang bumiyahe patungong Batangas kasama ang dalawang bata upang bilhan ito ng mga bagong damit at sapatos? Paano kung may makapuna sa kanya roon? Idadamay pa niya ang mga bata.

Kung sana ay may general merchandise man lang sa Tingloy kahit sana isa. Walang bilihan ng damit, kahit man lang sa bangketa. Ang mismong palengke ay nasa may pantalan.

At dahil nangako siya ay kailangan niyang tuparin ang ipinangako niya. Pansamantala ay minabuti niyang isama sa kabayanan ang mga bata sa umagang iyon.

Pinakain niya sa isang karinderya roon at tuwang-tuwa ang mga ito. Lalo na marahil kung madadala niya ang mga bata patungo sa Batangas at dalhin sa mga kilalang burger chains. Isasabay na rin niya ang pagbili ng mga damit at sapatos ng dalawa.

She thought of Enchanted Kingdom. Natitiyak niyang hindi kayang bayaran ng salapi ang kaligayahan ng mga bata kung makakarating ang mga ito roon.

Nag-uumapaw ang dibdib niya sa pagmamahal sa kambal. At nangangarap siyang mabigyan ng magandang edukasyon ang mga ito. Subalit paano niya magagawa ang lahat ng iyon sa kalagayan niya?

Pagkatapos nilang kumain ay tinungo niya ang sa tingin niya ay ang pinakamalaking sari-sari store sa bayan na iyon at bumili ng mga de lata at ilang kakailanganin niya sa cottage. Tingloy didn't even have a grocery store. Sobrang simple ng buhay.

Pagkagaling sa tindahan ay tinungo niya ang nag-iisa at maliit na souvenir shop. Umaasang may mga damit at sapatos-pambata roon at hindi niya na kailangang magtungo ng Batangas. Sa pagkadismaya niya ay mga souvenir T-shirts lamang ang tinda at ilang mumurahing laruan. Bumili na lamang siya ng mga laruan ng dalawa.

Halos matunaw ang puso niya sa nakikitang katuwaan ng mga bata nang dahil lang sa mga plastic na laruan. Saka lang niya napagtantong wala nga palang laruan ang mga bata maliban sa kung anu-ano na lang na napupulot ng mga ito sa tabing-dagat. Naging lubhang abala ang isip niya sa mga alalahanin at takot at hindi niya iyon napag-uukulan ng pansin.

She wistfully thought of being able to bring them to the malls. Papipiliin ng higit na magagandang laruan. How she wished she could give them the best of everything but not spoiling them at the same time.

Hindi niya napansin ang isang lalaking kausap ng may-ari ng souvenir shop na sa wari ay nagtatanong ng cottages. Nagdaan lang iyon sa pandinig niya at hindi niya talaga niya binigyang-pansin. Palabas na siya nang mahagip ng tingin niya ang isang tabloid sa ibabaw ng counter. Nakuha ang pansin niya ng sub-headline.

Ang premiere night ng Ikaw ay Akin ay gaganapin ngayong gabi sa ikaapat na buwan ng kamatayan ni Charmaine Rose.

Mabuti na lang at natakpan niya kaagad ang bibig dahil kung hindi ay maririnig ng kahera at ng dalawang tao roon ang malakas niyang singhap. Slowly, hinila niya palapit ang tabloid. Nasa likod ang kabuoan ng balita. Itinalikod niya iyon at sandaling hinanap ng mga mata ang artikulo.

Naroon ang tungkol sa mga nangyaring pagtatangka sa kanya na naging daan ng kanyang pagpapakamatay. She scanned the article.

Hanggang ngayon ay hindi pa natatagpuan

ang katawan ni Charmaine Rose. May mga naghihinuhang dinaya lamang ng kilalang nobelista ang kanyang kamatayan upang takasan ang mga nagtatangka rito...

Nanginginig ang mga kamay na binitiwan niya ang tabloid at nagpalinga-linga. Sa pakiramdam niya ay may nagmamasid sa kanya. Lahat ng tao sa tingin niya ay sa kanya nakatingin. Nagiging paranoid na siya. Muntik na niyang maiwan ang plastic ng groseryang pinamili niya sa tindahan.

Agad niyang niyaya ang dalawang bata sa nakaparadang tricycle. Iniuwi niya sa kubo ng mga lolo at lola nito ang kambal. Tuwang-tuwang ibinalita ng mga bata sa abuela ang mga binili niya para sa mga ito.

"Siya, magbihis na kayo mga, apo. Mamaya na ang laro," wika ni Tandang Loleng sa mga bata at saka ibinaling ang atensiyon kay Cheyenne. "Maraming salamat, Cheyenne," anito, pinahiran ng alampay ang noo at ang paligid ng mukha.

"Wala pong anuman. Ako nga po ang dapat na magpasalamat sa inyo dahil sa pag-aarugang ginawa ninyo sa mga bata. Hindi po birong mag-alaga ng dalawang sanggol hanggang sa magsilaking ganyan..."

"Itinuring ko na... namin ni Tatang Sebyo mo na mga tunay na apo ang kambal, Cheyenne," masuyong sabi nito at sinulyapan ang dalawang nasa papag at naglalaro. "Hindi man sabihin ay natitiyak kong ang mga bata ang dahilan kung bakit humaba pa ang buhay ng asawa ko..."

"Masama po ba katawan ninyo? Pawis na pawis kayo..." obserba niya. Hinawakan niya ang matandang babae sa braso at nadama niyang malamig ang pawis nito. "Malamig ang pawis ninyo."

"Ku, eh, puyat lang siguro ako. Magdamag na hindi nagpatulog si Tatang Sebyo mo at ingit nang ingit..."

"Gusto n'yo bang dalhin ko kayo sa doktor?"

Tila nahahapong ngumiti ang matanda kasabay ng iling. "Hindi na, ineng. Salamat. Magpapahinga lang ako ay wala na ito."

Sinulyapan niya ang matandang lalaking nakaupo sa mahabang upuang kawayan at nakahilig ang isang ulo sa poste. Umuungol ito. Agad itong nilapitan ng matandang babae at tinanong kung ano ang kailangan. Subalit umuungol lang ito.

Dahil nga sa nangyaring atake rito may ilang taon na ang nakalipas ay hindi nakapagsasalita nang tuwid si Tatang Sebyo.

Kapagkuwa'y bumalik ang isip niya sa nabasa sa tabloid. Gusto niyang magpaalam na at magmadaling umuwi at mag-isip. Kinakabahan siya. Sa pakiramdam ba niya ay sa kanya lahat nakatingin ang mga taong nadaanan nila kanina at nakikilala siya. That was absurd. Pero iyon ang nararamdaman niya.

Pero hindi niya magawang iwan na lang ang mga matatanda. Natanaw niya ang inihahanda nitong kalan upang magsaing. Hindi pa nakapagsisindi ng apoy. Nasa mesa pa ang lulutuing ilang pirasong gulay, na marahil ay ilulubog lang sa kumukulong tubig at lagyan ng kaunting asin at siya nang ulam.

Nagbuntong-hininga siya at nagparikit ng apoy sa kalan. Kay tagal nang panahon mula nang huling humawak siya ng panggatong at magpaapoy sa kalan. Ang huling pag-uusap nila ng lola niya ay habang naggagayak sila ng tanghalian.

Ang lola niya ay nagpapaapoy ng kalan. Ang alaala ay iglap na nagdala ng sakit sa dibdib niya. Nag-init ang sulok ng kanyang mga mata. Sa gitna ng naglalagablab na apoy sa kalan ay gumuhit sa balintataw niya ang nangyari sa abuela niya may anim na taon na ang nakararaan.

Nang araw na tumatakas siya mula sa yate... hanggang sa ipadpad siya ng mga alon sa baybayin... nang takasan niya ang taong nakatagpo sa kanya... nang tumatakbo siya sa gubat pauwi sa bahay ng lola niya... na nagliliyab...

Chapter Eleven

Six years ago

HUMINTO sa pagtakbo si Cheyenne at nilingon ang pinanggalingang bahay mula sa likod ng malalagong halaman. Tinanaw niya ang veranda. Wala pa marahil nakakapuna sa pagtakas niya. May hindi maipaliwanag na panghihinayang siyang nadama sa dibdib niya.

Pinagpala siya ng lalaking nakatagpo sa kanya sa baybayin. Pero tauhan din pala ito ni Mayora Santillanes at ipinagkanulo siya. Tulad ng mga tauhan ni Mayora ay matigas ang budhi ng lalaki at bale-wala ritong ipahamak siya.

Mabigat ang dibdib na tumalikod siya at nagpatuloy siya sa pagtakbo, hinahawi ang mga naglalakihang halamang-dahon. Natitiyak niyang kung may maghahanap man sa kanya at tatanaw sa mga halamanan ay hindi siya mapapansin.

Binaybay niya ang sa tantiya niya ay palayo sa bahay. She kept on running. Hanggang sa makalabas siya patungo sa hile-hilerang puno ng mangga. Sa ginagawang pagtakbo ay hindi siya lumilihis sa ilalim ng mga punong mangga.

Hanggang sa makita niya ang isang truck na nakahimpil at puno ng tiklis-tiklis na mga mangga. Nagtago siya sa likod ng isang malaking puno. Nagpalinga-linga siya sa paligid.

Natanaw niya ang isang lalaking pabalik na sa truck habang nagsasara ng zipper ng pantalon nito. Marahil ay nanabi lang ang driver. Binilisan niya ang takbo at sumampa sa likuran ng truck at sinikap na makaupo sa bahaging maitatago siya sa pagitan ng mga tiklis, umaasang hindi na iinspeksiyunin ng driver ang mga karga.

Nang umandar ang truck ay saka pa lang siya bahagyang napanatag. Napayupyop siya sa tiklis habang naghahabol ng hininga. Gusto niyang umiyak subalit hindi makuhang pumatak ng mga luha niya.

Ano ang gagawin niya ngayon? Natitiyak niyang patungong kabayanan ang truck o kung hindi man ay sa port.

Nanatili siyang ganoon sa mahabang sandali. Hindi niya malaman kung ano ang gagawin. Gulung-gulo ang isip niya. Kailangan niyang umuwi sa kanila nang palihim. Natitiyak niyang ang bahay nila ang unang paghahanapan sa kanya ni Jericho at ang mga tauhan nito.

Bigla siyang kinabahan para sa lola niya. Marahil naman kung makita nilang wala siya roon ay aalis na ang mga iyon. Marahil ay may palihim na mag-aabang sa kanya. O di kaya ay sa Guimaras port. Napaangat siya ng paningin nang biglang umalog ang sasakyan at napakapit siya sa isang tiklis ng mangga.

Nilinga-linga niya ang paligid. Nasa highway na sila. Kailangan niyang makababa dahil kumanan patungong bayan ang truck. Hindi siya maaaring makarating doon. Kinabog niya ang gilid ng truck ng ilang beses at saka sumigaw ng 'para.'

Nagulat pa ang driver nang masilip siya sa side mirror na nakadukwang. Agad itong pumara at tumalon siya pababa. Kumaway siya at sumigaw ng pasasalamat at tumakbo sa may gilid ng daan kung saan hindi siya mahahantad sa kung sino mang maghahanap sa kanya.

Nagpatuloy na ang truck sa kabilang direksiyon. Siya naman ay hindi malaman kung paano uuwi sa Guisi. Mula sa kinatatayuan niya ay halos isang oras ang patungo sa kanila. Kung maglalakad siya ay baka gabi na siya makarating. Nanatili siya sa likod ng malaking puno at naghihintay na may magdaang tricycle.

Alam niyang bibihira lang iyon malibang may umarkilang turista mula sa port. Hindi niya kayang pumara ng pribadong sasakyan. Sino ang nakakaalam kung sino ang mga sakay niyon. Maaaring ang mga tauhan ni Mayora Santillanes.

Kalahating oras marahil ang ipinaghintay niya bago niya natanaw ang paparating na tricycle.

Malapit-lapit na tricycle ay pinagsisino pa niya ang mga sakay. At nang makatiyak na ordinaryong mga pasahero ay nagmamadali siyang lumabas sa may kalsada at pinara iyon.

"Puno na ako, `Ne," sabi ng driver na huminto. "Kung gusto mo ay mag-back ride ka na lang."

Natanaw niya ang dalawang pasahero sa loob. Mag-asawa marahil at mukhang mga turista.

"Dito na lang." Mabilis siyang sumakay sa loob ng tricycle at naupo sa kapirasong upuan malapit sa manibela bago pa makatutol ang driver at ang mga pasahero na natitiyak niyang patungong Guisi upang mamasyal sa light house.

Nginitian niya ang mag-asawa na alanganing gumanti ng ngumiti. "Pasensiya na..." aniya. "Hindi ako sanay na maupo sa backseat." At hindi niya ipakikipagsapalarang maaari siyang matanaw ng mga naghahanap sa kanya sa likuran ng driver.

"Walang problema," wika ng lalaki.

Kalahating kilometro pa halos bago makarating sa bahay ng lola niya ay pumara na si Cheyenne. Nagpasalamat siya sa dalawang pasahero at sa driver at saka tumakbo patungo sa gubat. Ni hindi siya lumingon at tuluy-tuloy sa pagtakbo hanggang sa marinig niyang umandar na uli ang tricycle.

Hindi niya alam kung ano ang naghihintay sa kanya sa daan kung sa malapit sa kanila siya magpapapahatid. Nag-iingat lang siya dahil baka nakaabang sa kanya ang mga tauhan ni Mayora

Santillanes. Nagpatuloy siya sa pagpasok sa gitna ng gubat. Lakad-takbo ang ginawa niya.

Kung gaano siya katagal sa pamamaybay sa loob ng gubat ay hindi niya alam. Hindi niya inalintana ang dawag, siit, at maliliit na sanga ng kahoy na humahampas sa mukha at mga braso niya at sumusugat. Ganoon din ang matinding pagod na halos magpakapos ng hininga niya. Tuloy siya sa paglakad-takbo.

Hanggang sa makarating siya sa hindi na gaanong magubat at dapat ay natanaw na niya ang malaking usok. Subalit abala ang puso at isip niya sa pagpili ng daang maitatago siya. Bagaman wala namang makakakita sa kanya dahil wala naman silang malapit na kapitbahay. Malapit na siya nang mapansin niya ang makapal na usok, pati na ang lagablab ng unti-unti nang namamatay na apoy sa dako ng bahay nila.

Tila may bumalya sa dibdib niya sa matinding kaba. "H-hindi..."

Walang ibang bahay sa dakong iyon kundi ang bahay nilang maglola. Halos panghinaan siya ng mga kalamnan sa takot para sa abuela.

She was almost at the clearing. Hindi na niya naisip ang panganib na maaaring nakaabang. Bumilis ang takbo niya patungo sa bahay ng lola niya. Ang akmang pagsugod at pagsigaw ay biglang naputol nang may humila sa kanya at tumakip sa bibig niya. Nagpumiglas siya nang todo.

"KAPAG tumakbo ka patungo sa nasusunog ninyong bahay ay mamamatay ka," ang babala ng pamilyar na tinig mula sa likuran niya. "Ikaw ang hinahanap nila..."

"Manong Kardo!" bulalas niya nang makilala ang tinig.

Binitiwan siya ng matandang lalaki at malungkot na tumango. Ito ang katu-katulong ng lola niya sa maliit nilang poultry. Hinila siya nito pabalik sa gitna ng gubat. Palayo sa lugar kung saan maaaring may makakita kay Cheyenne.

"A-ano po ang nangyari? Bakit nasusunog ang bahay namin?" Nilingon niya ang pinanggalingan, pinigil niya ang sariling tumakbo pabalik upang alamin ang kalagayan ng lola niya.

"Naroon sila sa di-kalayuan, Cheyenne," wika nito. "Nasa itlogan ako nang pumarada ang sasakyan nila kanina. Tatlong lalaki. Si Rufo ang isa. Nakadama ako ng panganib kaya hindi ako nagpakita. Narinig kong hinahanap ka nila sa lola mo. Ang sabi ng lola mo ay hindi ka pa umuuwi at kasama ka ni Jeric..."

"Pero bakit nasusunog ang bahay namin? Nasaan si Lola?" May pakiwari siyang sasabog ang dibdib niya sa matinding kaba sa isasagot ni Mang Kardo.

Tumiim ang mga bagang ng matandang lalaki. "Sadya nilang sinunog ang bahay ninyo. Hinampas ng isang lalaki ng baril ang lola mo nang wala itong masabi kung nasaan ka. Pagkatapos ay kinaladkad nila papasok sa bahay ang matanda at saka binuhusan ng gas ang buong bahay. Pati ang mga manok ay hindi pinatawad..."

Tila siya nauupos na kandilang napaluhod sa damuhan. Nanlamig ang buong katawan niya sa sindak. Gusto niyang sugurin ang mga halang ang kaluluwa.

"Anak, pigilin mo ang sarili mo," kinakabahang babala ni Manong Kardo. "Baka marinig ka nila."

Tinakpan niya ang sarili niyang bibig at paimpit na sumigaw nang sumigaw. "Matanda na si Lola... matanda na siya! Mga hayup sila!"

Kahit ang hagulhol niya ay hindi niya mapakawalan nang may kalayaan. May ilang sandaling hinayaan siya ni Manong Kardo na umiyak nang umiyak nang tahimik.

"Bakit wala man lang tumulong?" tanong niya sa pagitan ng hagulhol.

"Saan manggagaling ang tulong?" ganting tanong ni Manong Kardo. "Ang pinakamalapit ninyong kapitbahay ay kaming mag-anak. At kung sino man ang nagnanais na dumalo dahil sa nakikitang apoy ay malamang na napigil nang matanaw ang sasakyan ng mga tauhan ni Mayora. Ni wala kang makikitang tao sa paligid sa takot na madamay..."

Lalong lumakas ang hagulhol niya. Tama ang sinasabi nito. Kahit ito ay hindi niya masisising hindi dinaluhan ang lola niya. Kung ginawa nito iyon ay malamang na kasama ito sa nasusunog.

May asawa at apat na maliliit na anak si Manong Kardo.

"Kanina pang umaga ang sunog, Cheyenne. Mga labi na lang ang nakikita mo halos. Hindi ko na itatanong kung bakit ka nila hinahanap. Subalit kailangan mong tumakas kung ikaw ang sadya ng mga iyon. Kilala ko si Rufu. Halang ang kaluluwa ng lalaking iyon dahil protektado ni Mayora.

"Sa ginawa nila kay Manang Loleng ay hindi ko kayang isipin ang gagawin nila sa iyo sa sandaling makita ka nila. Kailangan mong umalis sa isla. Nananatili silang nakaabang at ginalugad na nila ang paligid mula pa kanina."

Hindi pa rin siya kumikibo. Tila hindi matapus-tapos ang mga luha niya.

"Kaunti lamang ang perang naririto sa bulsa ko, Cheyenne," patuloy ni Manong Kardo. "Alam mo namang sa lola mo lang kami umaasang mag-anak ng ikabubuhay." May dinukot ito sa bulsa ng pantalon at dalawang lukot na singkuwenta pesos ang inilahad at kapirasong barya. "Kunin mo ito at sikapin mong makaalis sa isla."

Nang makita ang pera sa palad ng matanda na iniaabot sa kanya ay biglang natigilan si Cheyenne. May sumagl sa isip niya. Ang huling mahabang pag-uusap nila ng lola niya bago siya ipasundo ni Jericho sa mga tauhan nito.

"Itago ninyo ang pera ninyo, Manong Kardo," aniya kasabay ng pagsinghot at pagpunas ng mukha sa manggas ng suot na kamiseta.

"Maghintay tayo na umalis ang mga tauhan ni Mayora. Mapapagod at maiinip din ang mga iyan sa pag-aabang sa akin. Pagkatapos ay ituturo ko sa inyo ang pinagtaguan ni Lola ng pera niya." At saka muli siyang humagulhol.

Inabot na sila ng ulan sa gubat. Hindi rin siya iniwan ni Manong Kardo na paalis-alis sa kinalugmukan niya at nagmatyag sa mga labi ng bahay ng lola niya. Hindi niya ininda ang tila yelo na mga patak ng ulan sa katawan niya.

Naghintay silang gumabi at kahit nakaalis na ang mga tauhan ni Mayora Santillanes ay isang oras pa uli ang pinalipas nila bago tahimik na tinungo ni Manong Kardo ang lugar na itinuro niya.

Nagpasalamat siya at ang nagbabadyang ulan mula pa kagabi ay ngayon bumuhos. Bagaman hindi pa rin niyon ililigtas ang buhay ng abuela, kahit paano ay hindi nahirapan si Manong Kardo na hukayin mula sa labi ng sunog ang habilin ng lola niya.

Ilang mahabang sandali ang lumipas bago bumalik si Manong Kardo sa pinaghintayan niya. Hawak nito ang isang malaking lata ng infant milk. Hindi iyon mabigat at nang buksan iyon ni Manong Kardo ay nakapa niyang pera ang laman ng lata. At nakalukot na papel. Natitiyak niyang iyon ang titulo ng lupa ng lola niya.

"Hindi ka maaaring sumakay ng pump boat patungong mainland, Cheyenne," ani Manong Kardo na napilitang tanggapin ang perang ibinigay niya bagaman hindi niya alam kung magkano iyon dahil madilim. "Kailangan nating maghanap ng taong maghahatid sa iyo sa Iloilo na hindi sa mismong port dadaong. Hindi natin alam kung may naghihintay sa iyo roon."

Ipinaubaya niya kay Manong Kardo ang paghahanap ng pump boat na masasakyan habang nasa gubat siya at nakayupyop sa mga tuhod sa gitna ng ulanan. Nanginginig siya sa matinding lamig. Nagugutom. Namimighati. Natatakot at gulo ang isip. Wala na ang lola niya. Pinatay ng mga hayup na iyon! Nag-iisa na lang siya. At walang katiyakan ang buhay niya ngayon.

Naiiyak na yata niyang lahat ang mga luha niya. Hindi siya makapaniwalang nag-iisa na lang siya. Hindi niya alam kung saan siya patungo at kung makakapanatili siyang buhay mula sa mga tumutugis sa kanya. Sana'y hindi na siya umalis sa itaas ng deck at hinintay roon si Jericho.

Pero kung nangyari iyon ay hindi niya malalamang ang lalaking nakatakda niyang pagbibigyan ng kanyang katawan ay isang mamamatay-tao. At paano kung totoo ang sinasabi ng lahat ng kapag nakuha na ni Jericho ang gusto sa kanya ay iiwan din siya nito? Sa narinig niya ay hindi malayong mangyari iyon.

Nang balikan siya ni Manong Kardo ay namamanhid na ang puso at isip niya. Ipinaubaya niya sa matandang lalaki ang lahat. Nang gabi ring iyon ay nakahiram ng bangkang de motor si Manong Kardo at inihatid siya sa mainland.

Sa buong paglalakbay sa dagat na tumagal ng ilang minuto, dahil umiwas sila sa sadyang ruta, ay nanatiling nakahiga sa bangka si Cheyenne na tila sanggol. Bagaman handang talunin ang tubig sa sandaling may ibang bangkang matatanaw.

Mula roon ay tumuloy sa isang mumurahing hotel si Cheyenne. Tama ang hinala niya, titulo ng lupa nila ang kasama sa perang naipon ng lola niya na nang bilangin niya ay umabot sa kulang isang daang libong piso .

She cried the whole night. Madaling-araw na nang makatulog siya. Nang magising siya kinabukasan ay nagsimula siyang mag-isip ng gagawin. Kailangan niyang magtungo sa Maynila at doon manatili.

Chapter Twelve

Present

"MALAKAS na ang apoy, Cheyenne," untag ni Nanang Loleng na pumutol sa daloy ng mga alaala at hinawakan siya sa braso. "Kanina ka pa titig na titig sa apoy..."

Tumingala siya, ibinalik ang mga luhang hindi niya namamalayang kanina pa nag-aambang pumatak.

"Umiiyak ka ba?" tanong ng matanda, magkahalong pagtataka at pag-aalala ang tinig.

Pinilit niya ang ngumiti. "Naalala ko lang po ang lola ko at si Charmaine. Huwag ninyo akong intindihin. Ano po ba ang isasalang ko?"

Tinitigan muna siya nito nang mahaba bago, "Heto at ako na." Inilagay nito ang kaldero ng isasaing sa parilya. Naglipat ito ng ilang gatong na may apoy sa katabi at nagsimulang magparikit. "Papakuluan ko ang mga gulay."

Tumango siya at wala sa isip na tinungo ang mesa at hinimay ang dahon ng malunggay. May ilang puno niyon sa paligid ng kubo at natitiyak niyang iyon at iyon ang kinakain ng mga ito. Bagaman mula nang dumating siya sa isla ay sa kanya na halos nanggagaling ang kinakain ng mga ito.

Tinungo niya ang bag niya ng groserya at mula roon at inilabas ang tatlong lata ng corned beef na binili niya, kasama na ang anim na pirasong itlog upang iwan na lang sa matatanda.

"Gisahin na lang po natin itong isang de lata, Nanang Loleng," aniya. Tinungo ang lagayan ng sibuyas. "At sahugan natin niyang malunggay."

Napangiti siya nang lihim. Hindi niya alam kung saan nanggaling ang sinabi niya. Ngayon ay may bago siyang recipe. Corned beef with malunggay leaves. Hindi masama. Hndi naman kikibo ang corned beef kapag hinaluan niya ng malunggay.

Muntik na siyang matawa nang malakas. Sandali niyang naaliw ang sarili sa kaisipang iyon.

Napangiti ang matanda sa sinabi niya. "Marami na kaming utang sa iyo, Cheyenne. Paano ba kaming makakabayad? Iyong mga damit at sapatos lang ng dalawang bata ay mahal na." Gumaralgal ang tinig ng matandang babae. Tinungo nito ang bangko at naupo roon na tila hapung-hapo.

"Mga pamangkin ko ang pinagkakagastahan ko, Nanang Loleng. Hindi ako nanghihinayang sa ginagasta ko para sa kanila."

"Totoo naman, pero pati kami ay idinadamay mo. Pati gamot ni Sebyo ay binili mo noong isang araw. Atrasado kasing dumating ang pensiyon niya..."

"Huwag ninyong intindihin iyon." She smiled at the old woman who must be in her late sixties but looked like she was ninety.

Nang makaluto sila ay hindi niya matanggihan ang matandang babae sa anyaya nitong doon na rin mananghalian. Mula sa mesa ay patayu-tayo si Nanang Loleng upang asikasuhin ang asawa na ayon dito ay noon lang nagliligalig nang ganoon. Kaya naman minabuti niyang magtagal pa at tulungan ito sa mga gawaing-bahay.

Palubog na ang araw nang magpaalam at umuwi siya sa inuupahang cottage. Bubuksan na niya ang gate na kawayan ng cottage nang biglang kuhanin ang atensiyon niya ng isang tawag.

"Chey!"

LUMINGON siya sa pinanggalingan ng tinig. Sa kabilang bahagi ng kalsada, thirty yards from her cottage was Dureza's house, her only neighbor. Natanaw niyang palabas ng bakod nito si Dureza. Isa itong teacher sa day care sa barangay.

"Hi. Hindi ka ba pumasok?" bati niya at isang pilit na ngiti ang ibinigay niya rito, lihim na umaasang hindi nito nanaising pumasok sa bahay niya upang makipaghuntahan.

Sa limang buwan niyang paninirahan sa Tingloy, dalawang beses na inimbita ni Dureza ang sarili sa inuupuhang cottage ni Cheyenne. At hindi niya makuhang tumanggi. Marami itong tanong tungkol sa kanya.

Una na ay kung ano ang dahilan at nagbabakasyon siya sa Tingloy. Ang sabi niya ay ipinayo sa kanya ng doktor niya na magtungo sa isang lugar na malayo sa karamihan at magpahinga. Bago pa man niya matapos ang sinasabi ay nagtanong na uli ito kung ano ang trabaho niya.

"Isa akong... writer..." She almost kicked herself. *Sa dami ng trabaho sa mundo na maaari niyang sabihin ay bakit iyon pa? Subalit nabigla siya at hindi na nakapag-isip.*

"Talaga?" Kumislap ang mga mata nito. "Saan? Sa komiks o sa pocketbook? Anong pangalang gamit mo? Ako ay may paboritong writer ng pocketbook, si Charmaine Rose..." Then she shrugged, lumungkot ang mukha. "Pero ang balita ay nag-suicide si Charmaine Rose..."

Ang pinipigil niyang hininga ay unti-unti niyang inilalabas. Nagpapasalamat na marahil ay hindi nito napanood ang kapirasong exposure niya sa television. O kung napanood man ay hindi nito mai-connect sa kanya iyon. She was thankful *na napakasimple ng ayos niya ngayon kung ikukumpara sa ayos niya noong naging guest siya sa isang afternoon show.*

Katunayan ay sinadya niyang kapalan ang makeup niya nang araw na iyon. Nagpa-rebond siya ng buhok upang ang frizzy hair niya ay

*tumuwid. Tuwang-tuwa si Mrs. Cheng sa kanya.
Bagay daw sa kanya ang buhok niya.*

"H-hindi sa pocketbook. Nagko-contribute lang
ako sa ilang magazines. Kalimitan ay crossword
puzzles."

How she came up with that alibi she would never
know. Pero ganoon na lang ang pasasalamat niya
nang lihim. Nakabawi siya sa unang pagkakamali
niya.

"Ang inam ga! Mahilig si Bob sa crossword
puzzle, alam mo ba?" She was referring to her
husband. Si Bob ay isang empleyado sa munisipyo
sa Anilao at lingguhan kung umuwi. "Paano ka
nagpapadala sa publikasyon?"

"Oh, ini-e-mail ko pa sa Batangas. Papasok
ka na ba?" pag-iiba niya ng usapan dahil baka
gustuhin pa nitong makita ang workroom niya.

"Ay, oo!" Niyuko nito ang relo sa braso. "Siya,
maiwan na kita."

"Maghapon kang wala. Nagtungo ka ba ng
Batangas?" tanong nito na ikinakurap ni Cheyenne.

"Naku, hindi. Tinulungan ko lang ang lola
ng kambal..." Hindi niya magawang sabihin kay
Dureza na mga pamangkin niya ang kambal.
Naroon siya bilang isang bakasyunista.

"Ang palad ng mga iyon sa iyo," anito sabay
kibit. "May sasabihin nga pala ako sa iyo."

Hinintay niya itong magsalita. Lumingon
muna ito sa cottage may sampung yarda mula sa
cottage ni Cheyenne. Mas malapit iyon sa dagat.

Sinundan niya ng tingin ang hinayon ng mga mata nito. Bakante ang cottage na iyon nang una siyang dumating sa isla. At sa nakalipas na halos limang buwan ay maraming beses nang nagkatao roon. Kalimitan na ay mga bakasyunista sa isla at pinakamatagal nang nananatili ng apat na araw.

Iisa ang may-ari ng cottage na iyon at ng tinitirhan niya at nasa America. Ang mag-asawang Bob at Dureza ang katiwala ng mga paupahang cottage na sa palagay niya ay nag-iisa sa buong Tingloy.

Si Bob ay kamag-anak ng may-ari. Katunayan ay pinagpilian niya ang cottage na iyon at ang tinitirhan niya ngayon. Subalit higit na malaki ang cottage sa kabila. Dalawa ang silid kaya medyo mahal. Nag-iisa lang siya at tamang-tama lang sa kanya ang pinili niya.

"May bago na naman kasi tayong kapitbahay?" nakangiting sabi nito.

"Ano naman ang bago diyan. Lagi namang naookupahan ng mga bakasyunista ang kabilang cottage. Halos hindi nababakante. Kapag yumaman nga ako ay bibili ako ng lupa dito at magtatayo ng mga paupahang cottage," pagbibiro niya.

"Ay hindi masamang mangarap. Mura lang naman ang lupa rito. Mabalik tayo doon sa cottage sa kabila. Kararating lang ng tenant. May dalawang oras pa lang yata mula nang dumating. At iba ang umuupang ito ngayon...."

"Ano'ng kaibahan?" she asked. Hindi siya interesado pero nais niyang pagbigyan si Dureza. Sila lang ang magkapitbahay sa bahaging iyon ng barangay at nais nitong laging nakikipaghunta.

Bahagya pa itong tumingkayad palapit sa kanya at sa mahinang tinig ay, "Guwapo at macho ang umuupa. Makalaglag-panty..." Humagikgik ito na tila teenager. "Medyo suplado lang sa tingin ko."

She almost rolled her eyes. "Iyon lang ba ang sasabihin mo sa akin?"

"Ikaw naman, KJ." Siniko siya. "Oh, well, isang linggo ang itatagal ni Mr. Macho. Nagbayad na nga kaagad, eh. Di naman movie star handsome pero ang lakas ng dating! He's hot, Cheyenne!"

"Ikaw talaga. Diyan ka na nga at maggagayak pa ako ng hapunan." Lumakad na siya papasok sa cottage. Isinara ang gate na kawayan upang awatin si Dureza na sundan siya at huntahin.

Sa itaas ay huminto siya sa may bintana at maingat na hinawi iyon at lihim na tinanaw ang kabilang cottage. May umuupa na naman bang bakasyunista?

Paano kung hindi bakasyunista ang umuupa at isa sa mga gustong pumatay sa kanya? Kailangan na ba niyang magtungo sa pulis? Would the police be able to protect her? She shook her head. Masalapi ang kalaban niya. Kaya ng salaping bilhin ang batas.

Wala ka sa Guimaras, wika ng kabilang isip niya.

Mahaba ang galamay ng naghahanap sa kanya. Kayang maabot ng salapi ang kinalalagyan niya. She shook her head. Kung anu-ano ang ipinapasok niya sa isip. Dahil lang sa nabasa niya sa tabloid ay humahabi na siya ng mga eksena, writer that she was. Dati namang may umuupa sa kabilang cottage pana-panahon.

Gayunman, hindi siya nag-iisip ng kakaiba dahil tuwina ay grupo ng mga kabataan ang umuupa sa cottage kung hindi man pamilya. Sa nakalipas na apat na buwan ay ngayon lang nangyari na may umupang nag-iisang tao sa kabila, lalaki pa. At ano ang malay ni Dureza kung may kasama ito?

Inalis niya sa isip ang bagong kapitbahay niya. Hindi na siya nagluto ng hapunan at inubos ang natitirang maghapon sa paglilinis ng cottage. At sa kabila ng mga alalahanin at pagsulyap-sulyap sa kabilang cottage, ay nakatulog si Cheyenne nang maaga. At lagi na, hindi mapayapa ang buong magdamag niya.

KINABUKASAN ay sinimulan niyang gawin ang pang-araw-araw niyang gawain. Pagkatapos niyang magkape ay sinamsam niya ang maruruming damit at naglaba.

Alas-diyes na nang matapos siyang maglaba. Patapos na siyang magsampay sa likuran nang makarinig ng tricycle na pumara sa harapan ng cottage. Marahil ay bisita nina Bob at Dureza.

Ipinagpatuloy niya ang ginagawa nang marinig ang pagtawag ni Skye.

"Auntie Chey!"

Itinaob niya ang timba at nagmamadaling tinungo ang harapan ng cottage. Hindi pa nangyaring nagpupunta sa cottage niya ang alinman sa mga bata. Napansin niyang hindi umaalis ang tricycle at sa wari ay naghihintay. Napakunot ang noo niya nang makita ang bata sa kabila ng bakod na kawayan.

Agad niyang inalis ang trangka niyon. "Skye?"

"Auntie Chey, si Lolo po. Tulungan po ninyo kami!"

"Napaano ang lolo mo?"

"Bigla na lang pong natumba sa bangko si Lolo..." pahikbing sabi nito.

"Sandali nga." Agad siyang pumanhik sa cottage, nagmadaling nagpalit ng jeans at blouse at kinuha ang bag at muling nilabas ang bata. "Ano ang nangyari?" tanong niya uli habang tinutungo nila ang naghihintay na tricycle.

"Basta bigla na lang pong nahulog si Lolo. Sumisigaw po si Lola. Hindi po niya kaya si Lolo kaya nagpunta po ako rito. Kilala ko po si Manong driver..."

"Tama ang ginawa mo," aniya, her heart went out to the kid. "Nasaan si Summer?"

"Hindi ko po alam. Saka baka po naihatid na sa ospital si Lolo. May mga kapitbahay na pong nakarinig kay Lola at dalhin daw si Lolo sa ospital..."

Tiningala ni Cheyenne ang driver. Nag-aalala siyang pareho sa matandang lalaki at higit kay Summer. "Sa ospital na po tayo." Niyuko niya ang bata na hindi na kumikibo at nakatitig sa kawalan. Puno ng ligalig ang munting mukha. Nais mabasag ang puso niya sa nakikitang anyo nito. Inakbayan niya ito at kinabig payakap.

"Mamamatay po ba si Lolo?"

"Sshh. Huwag kang mag-isip ng kung anu-ano."

Inabutan nila sa ospital si Nanang Loleng na nakaupo sa isa sa mga plastic na bangko roon. Nakatitig ito sa kawalan. Tila tuod. Sa tabi nito ay si Summer na nang makita sila ay tumakbo pasalubong.

"Lola!" Si Skye ay tinakbo ang matandang babae.

Saka pa lang lumingon ang matandang babae. "Apo..." Gumagaralgal ang tinig nito. Nang tumingala ito kay Cheyenne ay nakita niyang kumikislap ang mga mata nito subalit hindi ito umiiyak. Ni hindi pumatak isang butil man lang ng luha. Muli nitong ibinalik kay Skye ang atensiyon. "W-wala na si Lolo mo, apo. Iniwan na niya tayo."

Sumubsob ang bata sa kandungan ng lola at tahimik na umiyak. Hindi matiyak ni Cheyenne kung nauunawaan na ng mga bata ang ibig sabihin ng kamatayan. They were too young to be affected of death. Pero nakikita niya ang pamimighati ni Skye at nais matunaw ang puso niya para dito.

Pinisil niya ang balikat ng matandang babae habang karga si Summer.

"Ano po ang maitutulong ko?"

"Ang mga pamangkin mo. Alagaan mo ang mga bata. Palakihin mo."

"Po?" Mula sa kandungan ng matanda ay nag-angat ng tingin si Skye at pinaglipat-lipat ang luhaang mga mata sa kanilang dalawa ng matanda.

"Apo," anito at hinaplos ang buhok ng bata at pagkatapos ay tiningala si Summer na kumawala at nagpababa. Niyakap ito ni Nanang Loleng. "Matandang-matanda na ako. Sa pensiyon lang ni Lolo tayo nabubuhay. Hindi kayo kayang pag-aralin niyon. Kapag namatay ako ay wala na rin ang pensiyon. Paano kayo?"

"Bakit po kayo mamamatay?" halos pagak ang tinig na tanong ni Summer. Kung umiiyak man ito ay marahil dahil nakikita nitong umiiyak ang kapatid.

"Hindi po ninyo alam ang sinasabi n'yo, Tandang Loleng." Cheyenne knew it was just the grief talking.

"Pakiusap, Cheyenne," patuloy ng matanda na tila hindi siya nagsalita. "Hindi ko alam kung bakit sa ilang buwang narito ka sa isla ay hindi mo man lang binalak na kuhanin sa akin ang mga bata bagaman hindi ka nagkukulang sa pagtulong. Totoong malulungkot ako na mawawala sila sa akin subalit mas hangad ko ang ikabubuti nila. Ipangako mong hindi mo sila pababayaan. Ipangako mo..."

Alanganing tango ang ginawa niya. "Mahal

ko ang mga bata, Nanang Loleng. Hindi ninyo kailangang hilingin sa akin iyan." Kinakabahan siya dahil nakikita niyang ni hindi nito nais na magpakita ng kahinaan. The old woman's shoulder was too stiff. Hinaplus-haplos niya ang likod nito.

Iwinaksi ni Tandang Loleng ang kamay niya at matalim siyang tinitigan. "Kailangan kong marinig na ipinangangako mo!"

Nagulat siya roon. Hindi malaman ang sasabihin. "I-ipinangangako ko po." Nakita niya ang muling paglamlam ng mga mata ng matanda at ang pagbagsak ng mga balikat.

Ano ang gagawin niya? Napuno ng kalituhan ang puso at isip niya. Wala siyang kakayahang mag-ampon ng bata gustuhin man niya. Mahal niya ang kambal pero hindi ang uri ng buhay niya ang kayang pangalagaan ang mga ito. Baka bukas-makalawa ay matutunton siya ng mga nagtatangka sa kanya. Idadamay pa ba niya ang mga bata?

Sari-saring saloobin ang nararamdaman ni Cheyenne at nanlalambot na naupo sa tabi ni Nanang Loleng.

Hindi na siya nakauwi sa cottage niya nang araw na iyon. Tumulong siya sa pag-aasikaso sa labi ni Tandang Sebyo at sa pag-aalaga na rin sa mga pamangkin. Isa-isa nang nagsidatingan ang ilang kapitbahay nang bandang gabi na upang makiramay. Balak niyang doon na rin magpalipas ng gabi at umuwi na lang bago sumikat ang araw dahil kinakabahan siyang umuwi nang gabi na.

Subalit sa mismong gabing iyon, sa gulat ni Cheyenne at ng lahat ng nakikiramay, ay namatay rin ang matandang babae. Namatay itong nakaupo sa silya sa tabi ng burol ng asawa. May nakakitang lumungayngay ang ulo nito at nilapitan.

Natitiyak niyang inatake ito sa puso. Umaga pa lang kahapon ay nakikita na niyang iba ang kulay ng matandang babae. Sanay's ipinilit niyang dalhin ito sa doktor. The death of her husband must have been too much for her.

Cheyenne was more than shocked. Ni hindi niya makuhang kumilos sa kinauupuan. So many deaths. Nais niyang mag-panic. Ano ang gagawin niya?

Sindak na tinitigan niya si Summer na nakayupayop sa kandungan niya at nakatulog. Si Skye naman ay sa kabilang bahagi niya at nakaunan din sa mga hita niya at nakatulog. Ang ilang naroroon ay inasikaso na si Tandang Loleng. May ilang pares ng mga mata ang nakatuon sa kanya. Marahil ay naghihintay ng instruction niya.

Subalit nanatili siyang sindak na nakaupo lang roon at nakatitig kay Tandang Loleng na inaayos na sa papag. Kumilos ang isa sa mga naroroong matandang babae at sinimulang pangasiwaan ang mga bagay-bagay.

Ano ang gagawin niya?

Idadamay ba niya ang mga pamangkin sa pagtakas-takas niya?

Gusto niyang humagulhol ng iyak sa problemang naatang sa mga balikat niya. She looked around her. Tinitigan at pinag-aaralang isa-isa ang mga mukha ng mga naroroon. Pati na ang matandang babae na tinatawag na Manang Saling, na nagsimulang magbigay ng utos sa mga naroroon. Maiiwan ba niya sa isa sa mga ito ang kambal kung sakali at tatakas na naman siya?

Oh, god! Hindi ko kayang gawin ito, her mind screamed in panic.

Apat na buwan na siya rito sa Tingloy at walang nakakakilala. Baka naman napaniwala na niya ang mga nagtatangka sa kanyang nag-suicide siya. Then she would live a normal life with her nephew and niece.

Sinisikap niyang payapain ang sarili sa ganoong kaisipan.

Chapter Thirteen

ALAS-TRES y media na ng madaling-araw subalit hindi pa rin bumabalik ang babae. Kaninang natinggabi ay palihim na pinasok ni Jose Luis ang cottage nito. Naroon pa ang mga damit nito. Ibig sabihin ay hindi pa ito umaalis.

Kahapon ng umaga ay tinawagan niya si Kurt upang ipaalam dito na natagpuan na niya ang pinahahanap na si Cheyenne Quintana aka Charmaine Rose; na buhay ito at naninirahan sa isang isla sa may katimugan ng Batangas.

Sa nakalipas na buwan ay ginaygay niya ang mga islang maaaring puntahan ng babae. Mula sa lugar kung saan ito inaakalang nalunod.

He didn't miss a thing. Mahusay siya roon. Tracking. Finding people. Tinanong niya ang lahat na maaaring pagtanungan. Mga tanong na hindi naiisip ng nakararami. Karamihan ay simple lang. Mula sa isla Verde hanggang sa kabilang isla, and finally, Tingloy Island.

Katunayan ay malaking bagay ang impormasyong nakuha ni Kurt La Pierre mula sa isang bangko na naghayag na may savings-account deposit si Cheyenne Quintana sa Anilao. Savings account deposit na lingid sa lahat dahil ang iniwang savings account ni Cheyenne Quintana bago ito nag-fake ng kamatayan ay nanatiling hindi nagagalaw.

Subalit sa pamamagitan ng mga koneksiyon ni Kurt ay natuklasang may lihim itong account sa isang kilalang bangko. At ang huling withdrawal nito ay two months ago, sa Anilao, Batangas.

At tama ang kliyente nila. Buhay ito at nagtatago. Kung sa anong dahilan ay may bahagi ng isip niya na naghahangad na malaman. Subalit may bahagi rin ng isip niya na nagsasabing tama nang nagawa niya ang trabaho niya at bukas ng tanghali ay hihintayin na lamang niya ang feedback ni Kurt at magpapaalam na siya. Kailangan niyang bumalik sa Maynila upang makipag-appointment kay Leandro Jace del Mare Monte Falco.

What a long name, he thought.

At natuklasan niya ring may kapatid si Leandro Jace. Ang pangalan ay Tristan Monte Falco at taga San Angelo. At nakita niyang pareho ang mga larawan ng dalawa. Magkamukha ang mga ito. It was because they were twins.

Natitiyak niyang mga kapatid niya ang dalawang lalaki. Puno ng pananabik ang dibdib niya, kasabay ng kaba. Hindi siya makapaniwalang kinakabahan siya. Marami ng mapanganib na misyon siyang dinaanan at ilang beses nang nabingit ang buhay niya subalit ni hindi siya nakadarama ng takot man lang.

Paanong ang simpleng pakikiharap sa mga kapatid ay nagdudulot ng kakaibang takot sa kanya?

Sa napag-alaman niya habang binabantayan niya ang ex-father-in-law ni Tennessee ay nakaaangat sa buhay ang mga ito. Well, financially wise, hindi siguro siya milyonaryo dahil hindi naman marangyang magpasuweldo ang US Marine. Subalit hindi siya mahirap. Hindi siya magmumukhang pulubi sa harap ng mga kapatid niya.

Bagaman hindi niya gustong isiping kanya ang kalahati ng propiedad ng mga Pontevedra bilang legal na anak ni Haydee Pontevedra Morrison. Isang malaking suliranin pa ang kinakaharap nila ni Danica sa mga mana nila. At aasikasuhin niya iyon pagkatapos niyang makipagkita sa mga kapatid.

Ibinalik niya ang atensiyon sa cottage sa kabila. Nais man niyang matulog ay hindi siya dalawin ng antok. Wala pa ang babae sa kabilang cottage. Saan ito nagpunta?

Kaninang bandang alas-diyes ay natanaw niya itong sumakay sa tricycle na may kasamang bata. Tumayo siya. Sa Tingloy ay sa araw lang may kuryente. Sa gabi ay wala. Subalit hindi niya kailangang magsindi ng ilawan na inilaan para sa cottage. O kahit ng flashlight. Sanay ang mga mata niya sa dilim. Isang requirement iyon sa trabaho niya.

Hinawi niya ang kurtina. Ni wala kahit ga-alitaptap na liwanag sa cottage nito. Wala pa rin ang babae.

Bakit ito nagtatago? Bakit nito pinaniwala ang lahat na nagpakamatay ito?

Pagkatapos niyang makalabas mula sa local jail nang araw na iyon sa tulong ng gobernador ay agad siyang nag-empake pabalik ng Maynila. Ni hindi man lang niya makuhang manatili nang matagal sa kabila ng kalilibing lang ng ina niya. Kailangan niyang magtungo sa Manila dahil sa pakiusap ni Tennessee na tulungan niya ito.

"Bro, I couldn't be in two places at the same time. I need your help. Kailangan ng ex-father-in-law ko ng proteksiyon..."

So he stayed in Quezon for more than a week baby sitting Ten's ex-father-in-law. The job was so easy. Nagkaroon siya ng pagkakataon upang mahanap sa Internet ang mga kapatid. Now that he knew where to find them, isinantabi niya iyon at pinag-aralan ang mga impormasyon tungkol sa ipinahahanap ni Kurt.

At gayon na lamang ang pagkamangha niya nang makita ang malaking larawan na laman ng envelope. The face was very familiar. Ang babaeng natagpuan niya sa baybayin may anim na taon na ang nakaraan. Ang babaeng tinakasan sila. May ilang buwan ding nanatili sa isip niya ang anyo nito. Cheyenne Quintana aka Charmaine Rose.

He even thought that the woman he'd met in Thailand while he was recuperating from his tortured wounds was her.

Una niyang pinuntahan ay ang dati nitong tinitirhan sa Quezon City. Nasa disenteng neighborhood naman iyon. Nakausap niya ang best friend nitong si Velvet de Ramos. Nakalagay sa mga dokumentong ibinigay sa kanya ni Kurt ay kaibigang matalik ni Charmaine Rose si Velvet. Ito na ngayon ang omookupa ng apartment ni Charmaine Rose.

"Friend?" may pagdududang ulit ni Velvet nang magpakilala siya. "Kilala kong lahat ang mga kaibigang lalaki ni Charmaine. Everyone of them. At mabibiliang ko iyon sa mga daliri ng isang kamay ko. At ang mga iyon ay mga tagapublikasyong lahat."

Tinitigan siya nito mula ulo hanggang paa at pabalik. Though somehow, nakita niya ang kislap ng paghanga sa mga mata nito habang sinusuyod siya ng tingin.

"Isa akong kababata—"

"Wala siyang sinasabi sa akin. Wala akong alam sa nakaraan ni Charmaine," mabilis na agap nito habang patuloy sa masusing pagtitig sa kanya.

"Pareho kami ng probinsiya. Sa Guimaras Island."

Sukat sa sinabi niyang iyon ay biglang nag-angat ng tingin si Velvet patungo sa kanya. "She... never told me about you. I know everything about Charmaine."

Hindi nakalagay sa employment record kung tagasaang probinsiya si Cheyenne Quintana. Kahit si Mrs. Cheng ay hindi alam iyon. Bukod sa pamilyar na larawan, ang database lang ang nagbigay ng impormasyon kung saan ito nagmula. But then that was confidential.

Hindi siya nakatitiyak kung alam ng kaharap niya ngayon na taga-Guimaras si Cheyenne. Posibleng nag-confide si Cheyenne dito dahil magkaibigang matalik naman ang dalawa.

A corner of his mouth twitched in a lopsided smile. "Maybe not everything since she hasn't mentioned me to you..."

Ilang sandaling hindi ito kumibo. Umatras patungo sa sofa at naupo roon. "So, ano ang kailangan mo?" Itinuro nito ang bakanteng sofa. "Maupo ka.."

He shrugged. Naupo sa sofa na katapat ng inuupuan nito. Inikot ang mga mata sa buong paligid. Simple lang ang ayos ng apartment. Kung ano lang iyong kinakailangan.

"Wala ba siya ngayon dito?" he asked innocently. "Puwede akong magbalik sa ibang pagkakataon kapag nandito na siya."

Nagsalubong ang mga kilay ni Velvet. Pinakatitigan siya nang husto. "Hindi mo ba alam?"

"Ano ang hindi ko alam?"

Lumatag ang kalituhan sa mukha nito. "Nag... nag-suicide si Cheyenne may... may apat na buwan na halos ang nakalipas."

Jose Luis was very good at reading people's faces, part of his job. Inaasahan niyang kasama ng pagkalitong bumalatay sa mukha ni Velvet ay sundan ng pagkalungkot. Subalit walang lungkot siyang maaninag sa mukha nito.

"Suicide?" Sa halip ay siya ang nagpakita ng kunwang pagkabigla. Napaangat pa ang likod niya sa sandalan. "Ano ang ibig mong sabihin?"

Ipinaliwanag nito ang paraan ng inaakalang pagkamatay ni Charmaine Rose. Pati na ang dahilan kung bakit. Nagkunwa si Luis na namangha, nalungkot, at nasindak.

"Nasa tabloids ang nangyari sa kanya. At kung kaibigan mo siya ay bakit hindi mo alam?" may dudang tumingin ito sa kanya.

"I was abroad for the last five months. Kahapon lang ako dumating. Siya ang una kong pinuntahan. She never answered my letters. And my phone calls..." Nilagyan niya ng bahid ng lungkot ang tinig niya. "Why would she kill herself?"

"Sinabi ko na sa iyo. Sobra siyang natakot sa psychotic niyang fan. Ang kaibigan naming si Erwin ay namatay dahil sa bombang dapat ay kay Charmaine. Iyon ang hindi niya nakayanan, ang madamay ang ibang tao."

"Hindi ako makapaniwalang magpapakamatay si Charmaine. Sa kabila ng lahat ay palaban siya sa buhay. Hindi basta sumusuko." Inulit lamang niya ang komento ni Mrs. Felomina Cheng nang makausap niya ito. Sinamahan ni Jose Luis ang sinabi ng malalim na hininga, for effect.

"Iyon din ang iniisip ko. At hanggang ngayon ay patuloy pa rin sa pagpapahanap sa kanya ang aming boss, si Mrs. Cheng."

Sinalubong niya ang mga mata nito. "Why?"

Nagkibit ito. May nakiraan sa mga mata nito. Bago pa niya mabasa iyon ay mabilis itong nagyuko ng ulo. Umiwas ng tingin.

"She was our boss's surrogate daughter." Sinundan nito iyon ng matabang na tawa. "Hindi naniniwala si Mrs. Cheng na patay na si Charmaine, lalo at walang natagpuang katawan niya."

He was silent for a long moment. Kapagkuwa'y "Ikaw, naniniwala kang nagpakamatay si Charmaine?"

Velvet shrugged. "Hindi ko alam ang iisipin ko. Maybe not. Nagsisimula pa lang gumanda ang buhay niya."

Inikot ni Luis ng tingin ang buong kabahayan. Hindi kalakihan ang apartment. Mula sa sala ay matataw na ang dining room-cum-kitchen na ang nakapagitan ay isa lamang divider na yari sa wood sash. Simple lang ang apartment. Walang gamit maliban sa kung ano lang iyong kailangan

Uso na ang maninipis na television set. Subalit ang nakikita niyang telebisyon na nasa sala bagaman may kalakihan ay yaon pa ring dating modelo.

"May mga gamit pa ba si Charmaine sa bahay na ito?"

"Wala akong ginalaw sa mga gamit niya at walang idinagdag maliban sa sarili kong gamit sa kabilang silid sa itaas. Iyong dating silid na ginagamit ni Erwin. Hindi rin naman gusto ni Mrs. Cheng na bitiwan ang apartment." Nagkibit ito, ipinahihiwatig ng anyo na hindi nito maunawaan ang ginagawa ng publisher.

"Katunayan ay siya ang nagbabayad nito buwan-buwan. Tinatauhan ko lang para sa mga gamit niya. Hindi kasi namin alam kung ano ang gagawin sa mga gamit niya. Wala siyang kamag-anak."

Tumayo na siya at nagpaalam na. Nagpahiwatig si Velvet na maaari siyang dumalaw ano mang oras.

That was three weeks ago. Wala siyang impormasyong nakuha na hindi niya nabasa mula sa mga ibinigay ni Kurt sa kanya. Ilang araw pagkatapos ng pakikipag-usap niya kay Velvet de Ramos ay sumakay siya ng ferryboat patungong Mindoro.

Pinag-aralan niya ang distansiya mula sa ferry hanggang sa mga islang nadadaanan. Tinantiya ang oras na nakalap ni Kurt na pagbabatayan niya sa pagtunton kay Cheyenne Quintana.

Pagkatapos ay nagbalik siya sa Batangas at sumakay ng pump boat patungong Isla Verde o Verde Islands. Iilan lamang ang populasyon ng isla dahil isa itong marine reserve. He stayed there for a week. Asking simple questions.

Sa loob ng isang buwang island-hopping ay natunton niya ito sa Tingloy Island. Hindi sinasadya ang pagkakatagpo niya rito kahapon ng umaga. Natitiyak na niyang mahihirapan siya sa paghahanap sa Tingloy dahil kahit paano ay malaki ang populasyon ng isla kaysa sa mga pinanggalingan niya.

Bagaman may kutob na siyang sa Tingloy niya matatagpuan si Cheyenne Quintana dahil na rin sa pagkatukoy nila sa withdrawals nito sa isang bangko sa Anilao malapit sa port. Sa nakalipas na apat na buwan ay dalawang beses itong nag-withdraw.

Posibleng isiping nasa Anilao mismo si Cheyenne at doon nagtatago. Subalit malakas ang kutob niyang nasa isla ito. Yaong hindi basta-basta napupuntahan lalo na at iisang biyahe lang ng pump boat mayroon ang patungo sa Tingloy kada araw.

Kararating pa lang niya at nagtatanung-tanong ng mga paupahang cottage nang hindi sinasadyang malingunan niya ang isang babaeng palinga-linga at may kasamang dalawang bata.

Hindi niya sana gustong bigyan iyon ng pansin

dahil sa mga batang kasama nito. Subalit nakuha
ng anyo nito ang atensiyon niya. Nakasalaming
de kulay, yaong uring inookupa na ang kalahati ng
mukha; lampas-balikat ang nakalugay na buhok na
kulang na lang ay itakip sa mukha; laging nakatingin
sa likod at palinga-linga.

That made him suspicious. The woman had
Charmaine Rose's height and built though the
woman was thinner.

Hindi niya inalis ang mga mata rito sa
disimuladong paraan. Nakita niya nang bigla nitong
hilahin ang tabloid sa may counter at basahin. Sa
kabila ng salamin ay napuna niya ang takot mula
rito. Hindi na ito napalagay. Pagkatapos magbayad
ng pinamiling laruang plastic ay nagmamadali
nitong hinawakan sa kamay ang mga bata na nasa
baldosa at naglalaro. Pumara ng tricycle.

Nagmamadali niyang kinuha ang tabloid at
binayaran. Pagkatapos ay sinundan niya kung
saan ito umuuwi kahapon. Sinabi niya sa driver
ng tricycle na alalayan ang pagsunod dahil gusto
niyang sorpresahin ang sakay ng nasa unahang
tricycle. At nang makita niyang pumasok ito sa
isang maliit na kubo sa may malapit sa dagat ay
nagtagal pa siya ng halos isang oras at nagmanman
mula sa pinagparadahan ng tricycle.

Nang hindi na ito muli pang lumabas ay
nagpahatid na siya sa lugar na itinuro sa kanya na
paupahang cottage.

Nagulat pa siya nang makausap ang caretaker ng cottage. The woman was a busybody. Bukod pa sa hantarang paghagod nito ng tingin sa kabuoan niya. Inaasahan niyang iiwan na siya nito pagkatapos niyang bayaran ang upa sa loob ng isang linggo. Subalit nanatiling nakasabay sa kanya ang babae.

"Mabuti ga at naabutan mong bakante ang cottage na ito," wika ng babae habang sinusususian ang pinto. "Ako nga pala si Dureza."

"Ako naman si Jose Luis..."

Hinintay nitong sabihin niya ang apelyido niya. At nang hindi niya iyon dugtungan ay inilahad nito ang kamay na tinanggap naman niya. "Glad to meet you, Jose Luis." She gave him a flirtatious smile. "Bibihirang mabakante itong cottage mula sa mga nagbabakasyong mga kabataan. Ito lang naman kasi ang disenteng paupahang cottage dito sa Tingloy. Ang iba riyan ay kubo-kubo lang at buhangin ang sahig."

Itinulak nito pabukas ang pinto at nagpaunang pumasok. Itinuro nito ang dalawang AC-DC portable lamp na nasa ibabaw ng pandalawahang Formica table.

"Wala nga palang kuryente sa Tingloy sa gabi."

Tumango siya kahit hindi nito nakikita. Inilagay niya sa ibabaw ng mesa ang backpack niya. Hinawi ng babae ang kurtina at binuksan ang wooden jalousies.

"Iyong kabilang cottage ay isang dalaga ang umuupa." Tumingala ito sa kanya at ngumiti na parang nais nitong bigyang-pansin niya ang salitang "dalaga."

He cleared his throat. Inaawat niya ang sariling sabihin ditong iwan na siya tutal naman ay naibigay na niya ang bayad niya sa cottage para sa isang linggo.

"Pangmatagalan ang pag-upa ng kapitbahay natin diyan sa kabila dahil nagpapagaling ng sakit." Nagkibit ito. Tinungo ang isa pang bintana at binuksan uli ang jalousies. "Ewan ko kung anong sakit dahil mukha namang malusog. Katunayan ay apat na buwan nang inuupahan ni Cheyenne ang cottage."

Chapter Fourteen

IPINAGPASALAMAT niyang nakatalikod ito sa kanya kung hindi ay makikita nito ang bigla niyang pagkatigagal. Mula sa pagitan ng mga wooden jalousies ay hinayon niya ng tingin ang kabilang cottage.

Cheyenne? Walang maraming tao ang may ganoong pangalan. Kaninong bahay ang tinuluyan nito kaninang sundan niya ito mula sa bayan?

"Unusual name. Cheyenne ba?"

Lumapad ang ngiti ng babae. Iniabot sa kanya ang susi ng cottage. "Cheyenne Quintana. Kasingganda ng may-ari ang pangalan niya." Nagpaalam na ito.

The busybody was a matchmaker as well. Napailing si Luis. Hindi niya mapagpasyahan kung dapat ba siyang maaliw sa babae o maiirita.

Nang matanaw niyang malayo na ito ay agad niyang inilabas ang cell phone at tinawagan si Kurt at ipinaalam dito na natagpuan na niya si Cheyenne Quintana. Na maaari na nitong sabihin kay Mrs. Cheng ang bagay na iyon. Hihintayin niya kung kailan dadating si Mrs. Cheng—probably tomorrow. Pagkatapos ay agad na siyang babalik sa Maynila.

And that was yesterday morning. Ang hinahanap niya ay kapitbahay niya mismo. Baka may dinalaw lang itong kaibigan kahapon ng umaga. O di kaya naman ay inihatid lang ang mga batang kasama nito.

Muli siyang tumingin sa kabilang cottage. Isa bang pagkakataon na ang babaeng pinahahanap ni Kurt La Pierre sa kanya ay ang babaeng natagpuan niya sa dagat may anim na taon na ang nakaraan?

Small world. Six years ago, tinakasan siya nito. Now, tumakas itong muli mula sa maalwang buhay at pinalabas na nagpakamatay dahil sa pagtatangka ng isang psychotic fan.

Niyuko niya ang malaking relo sa braso. Umiilaw iyon sa dilim. Diyes minutos bago mag-alas-kuwatro ng umaga. Inikut-ikot niya ang ulo at pinisil ang batok. Maybe he'd get some sleep. Hindi mawawala ang babae sa paningin niya dahil hindi naman nito alam ang tungkol sa kanya.

One last time, sinulyapan niya ang cottage. It was still dark. Aalisin na lang niya ang mga mata roon nang mapansin niya ang sa wari'y kislap ng liwanag mula sa likurang bahagi ng cottage. Itinuon niya roon ang night googles.

Wala na ang kislap ng liwanag. Pero hindi siya maaaring magkamali sa nakita niya. Tila iyon sindi ng sigarilyo na ipinitik. At lalong hindi niya maipagwalang-bahala ang pananayo ng balahibo sa batok niya.

BAGAMAN madilim-dilim pa'y nababanaag na ang pangako ng umaga sa silangan. Naghikab si Cheyenne at pinara ang tricycle sa tapat ng cottage niya. Inihatid siya ng driver na asawa ng isa sa mga nakipaglamay sa dalawang matanda.

Iidlip lamang siya ng ilang sandali at pagkatapos ay maliligo at bibiyahe patungong Anilao upang mag-withdraw sa account niya. Naatang na sa kanya ang gastusin para sa pagpapalibing sa dalawang matanda.

At nariyan ang kambal. Saka na niya iisipin ang tungkol sa mga bata pagkalibing sa dalawang matanda. Sa ngayon, sa nalilitong isip niya ay hindi niya alam kung ano ang gagawin niya. Inilabas niya ang susi mula sa bag niya at binuksan ang cottage. She was tired and sleepy.

Naghihikab pa rin siya nang sa wari ay mapigil sa lalamunan niya ang hininga. Nananayo ang balahibo niya sa batok. Nararamdaman niyang may tao sa cottage kahit hindi niya iyon nakikita dahil madilim pa. Kasunod niyon ay ang paggiik ng sahig na kawayan dahil sa paghakbang nito.

The desire to run wasn't an option. Dahil ang takot niya ay nagpangyari upang tila siya ipinako sa kinatatayuan niya. Kahit ang tanong na nais niyang pakawalan ay hindi lumabas sa bibig niya. And then the man jumped up on her.

She screamed. Subalit nasa kamay na niya ang bibig ng lalaki upang awatin ang pagtili niya. Halos takpan ng kamay nito ang ilong niya at nagsisikap siyang makahinga. Sa kabila ng pagkabigla ay nangibabaw ang instinct ni Cheyenne na manlaban. She clawed at the man's face. Marahas itong nagmura at ibinalya siya sa may dingding.

Napaungol siya sa sakit.

At sa kabila ng madilim pa ay nakita niya ang pagkislap ng isang bagay sa ere. She instantly knew what it was.

Patalim.

"Mamamatay ka, puta!" wika ng lalaki.

Mga pangyayari sa nakalipas ang mabilis na kumislap sa isip niya. Ang pagtakas niya ay nawalan ng silbing lahat. Mamamatay siya ano mang sandali mula ngayon.

Then she'd thought of the twins; at sa kung ano ang mangyayari sa mga ito kung mawawala rin siya. A sob came out of her lips at the thought of Skye and Summer.

Nang sa isip niya ay katapusan na niya ay biglang nahablot mula sa katawan niya ang lalaki. At sa pagitan ng pagkamangha at takot ay nakita niya ang anino ng isa pang lalaki. Mataas. Maliksi. Mabilis.

Then he heard a cracking sound and a muffled scream.

Ni hindi niya matiyak kung kanino galing ang napigil na sigaw. Sa sobrang sindak niya ay hindi pumasok sa isip niya na tumakbo palabas ng cottage. Tila siya itinulos sa kinatatayuan niya.

Umuungol na bumagsak ang isang lalaki sa sahig hindi kalayuan sa kinatutulusan niya.

May dalawang estranghero sa cottage niya. Ang isa ay pinagtangkaan siyang patayin. Ang isa ay iniligtas siya sa tiyak na kamatayan.

Sino ang mga lalaking ito?

"Nasaktan ka ba?" came the gravelly voice. Nakita niya ang anino ng kamay nito na tumaas upang abutin siya. Instinctively, she moved away from him. Ang hininga niya ay napigil sa lalamunan niya sa takot.

"Huwag kang matakot, hindi kita sasaktan..." Isang click ang narinig niya at bahagyang nagliwanag ang loob ng cottage. Nagsindi ng lighter ang lalaki.

Sindak na niyuko niya ang lalaking nakabulagta sa sahig at inaninag ito. "P-patay na ba siya...?" she asked shakily.

"Buhay pa iyan..." the man said matter-of-factly. "I need him alive. Kailangan kong malaman kung sino siya at kung bakit ka niya inaabangan at tangkang patayin."

Nagpalinga-linga ito. Lumakad ito patungo sa mesa at sinindihan ang isang maliit na LED lamp sa pinakamahinang tanglaw nito. Nagkaroon ng kaunting liwanag ang loob ng cottage. Ang anino ng estranghero ay pumuno sa buong cottage. He was tall and big.

"May panali ka?" tanong nito.

Wala sa loob na umiling siya. Her eyes almost occupied her face in terror. Alam niyang nanginginig siya sa takot subalit hindi niya mapigil ang sarili. Ni hindi niya kayang isiping ligtas siya sa estrangherong ito.

"Huminahon ka..." The deep baritone was gentle. Hindi ito nakatingin sa kanya at abala sa ginagawang paghahanap ng tali. So he must have felt her terror. "Hindi kita sasaktan."

Huminahon? Dalawang hindi kilalang lalaki sa madaling-araw ang nasa cottage niya at tangka siyang patayin ng isa! And if she could only believe he wouldn't hurt her.

"S-s-sino ka?" Kasabay ng tanong ay itinuon niya ang mga mata sa lalaking nakabulagta. Ang isang kamay nito ay nakalapat sa sahig sa isang anggulong hindi tama. Alam niyang may nabaling buto rito at balat na lang ang nagdudugtong. She shivered in terror.

"Ako ang bago mong kapitbahay."

She blinked. Her new neighbor. Ang Mr. Macho na sinasabi ni Dureza. Great. Ang bago niyang kapitbahay at ang isang lalaking nakabulagta at tinangka siyang patayin ay parehong nasa loob ng cottage niya at nag-aabang sa kanya.

At paano siya makatitiyak na hindi magkasama ang dalawa? O kung hindi man magkasama ay may magkaparehong intensiyon.

Baka ang isa ay nahuli lang niya sa tangkang pagnanakaw at ang isa ay sadyang inaabangan siya. Sino sa dalawa ang killer at sino ang magnanakaw? Subalit ang paraan ng lalaking ito ng pagpapatahimik sa isang lalaki ay hindi pangkaraniwan sa isang simpleng magnanakaw.

In the shadows, he looked even bigger and lethal. Ang akma niyang paghakbang ay napigil nang magsalita ito.

"Huwag kang magbubukas ng bintana," he commanded firmly. Pagkatapos ay hinila nito ang lalaking nakabulagta patungo sa isang posteng kawayan.

Napangiwi si Cheyenne. Kung may malay ang lalaki ay sisigaw ito sa sakit sa pagkabali ng buto nito sa kamay.

Nilaslas nito pahubad ang kamiseta ng lalaki gamit ang patalim na nakuha mula rito. Iyon din ang ginamit ng estranghero sa pagpunit sa kamiseta upang italj ang mga braso nito. Ang isa pang bahagi ng pinunit na kamiseta ay itinali nito sa mga paa ng lalaki.

"Sino ang... lalaking iyan? Ano ang ginagawa ninyong dalawa dito sa cottage ko?" she asked in a trembling voice.

"Hindi ko kilala ang lalaking ito. But it was obvious that he wanted to kill you..." Ni hindi siya nilingon nito habang nagsasalita, patuloy ito sa ginagawa.

"I-ikaw? Ano ang ginagawa mo rito sa loob ng cottage ko?" Hindi pa nagmamaliw ang panginginig ng tinig niya sa takot. "Kilala ko kung sino ang nag-utos sa inyo para tuntunin ako rito! Oh, god, papatayin mo rin ako!" Parang doon pa lang unti-

unting lumilinaw ang isip niya. Pagkausal niyon ay tinakbo niya ang pinto upang tumakas.

Subalit bago pa man lang siya makadalawang hakbang ay nahawakan na siya ng lalaki sa braso.

"Calm down! I'm not going to hurt you!"

"Then let me go!"

Tinakpan ng lalaki ang bibig niya na lalo lamang nagpasindak kay Cheyenne. Iyon ang ginawa ng lalaki kanina. Nagpumiglas siya. Ginamit niya ang tuhod upang tuhurin ang nasa pagitan ng mga binti nito subalit sa wari ay inaasahan na nito ang gagawin niya at mabilis na iniwas ng lalaki ang sarili at pinagsalikop ang mga braso niya sa likod.

"Kapag tumakbo ka palabas nang hindi ako kasama ay sino ang nakakaalam kung makakatakas ka nang buhay sa islang ito!" he warned against her ear as he pushed her to the wall.

Mainit ang hininga nito sa may tainga niya at napasinghap si Cheyenne, nakadama ng masarap na kilabot. She was both horrified and disgusted with herself. Anong klaseng babae siya upang makaramdam nang ganoon sa gitna ng panganib mula sa kriminal na ito?

Muli siyang nagpumiglas. "Bitiwan mo ako!"

"Oh, fuck!" wika ng lalaki at muling inilagay ang kamay sa bibig niya. "Sshh! Huwag kang gagawa ng ano mang ingay..." singasing nito sa tainga niya at hinila siya paatras sa dilim.

Hindi pa man siya nito naihahakbang ay bumalandra na pabukas ang pinto dahil may tumadyak niyon mula sa labas. Dalawang lalaki ang naaninag ni Cheyenne mula sa bahagyang pagliliwanag sa labas. Halos mapigil ang hininga niya sa lalamunan sa takot.

Lalo at nakita niyang may hawak na baril ang mga ito at nakatutok sa harapan ng mga ito!

"Anak ng—! Si Pablo todas!"

Cheyenne heard a succession of pop sounds. And a couple of feet from the door, kasabay ng ungol mula sa mga ito ay bumagsak ang dalawa. Mula sa pagkakahawak sa kanya ay bumitaw ang lalaki at may dinampot mula sa sahig at pagkatapos ay hinawakan siyang muli sa palapulsuhan.

"Let's go!"

"Bitiwan mo ako! Ayokong sumama sa iyo!"

"Then choose between two evils, Ms. Quintana. Ako o ang mga lalaking iyon. I am sure, may mga kasamahan pa iyan."

He knew her! Oh, god! Oh, god!

Nilingon niya ang mga nakabulagtang katawan. Pagkatapos ay ang nakatali sa poste na wala pa ring malay. Nilapitan ito ng lalaki at dinampot sa tabi nito ang bahagi ng punit nitong kamiseta nang umungol ito. Itinaas ng lalaki ang baril at ipinukpok sa ulo nito. Muling lumungayngay ang ulo ng lalaki.

Nanlaki ang mga mata ni Cheyenne sa ginawa nito. Dinampot ng lalaki ang bahagi ng punit na kamiseta at itinali sa bibig ng lalaki. Natitiyak niyang magkamalay man itong muli ay hindi ito makakasigaw.

Humakbang ang estranghero patungo sa pinto at isinarang muli iyon at pagkatapos ay hinatak siya nito palabas ng cottage patungo sa pinto sa likuran. Lakad-takbo ang ginawa ng lalaki at dahil hatak siya nito ay halos ganoon din ang ginawa niya at muntik-muntikanan na siyang matapilok.

Narating nila ang kabilang cottage at hinila siya nito papanhik doon. Puno ng takot at kalituhan si Cheyenne. Those men intended to kill her. At kung hindi sa lalaking ito ay malamang na patay na siya ngayon.

Hindi kaya ang intensiyon nito ay patayin din siya at hindi nga lang sa sandaling iyon? Nagulat pa siya nang iabot nito sa kanya ang bag niya na dinampot nito kanina sa sahig. Nawala na sa isip niya ang bumagsak niyang bag.

"Hindi mo na dapat sinaktan pa ang lalaking iyon!" angil niya rito at kinipkip ang bag. "Hindi na siya makakatakas mula sa pagkakatali mo..."

"Hindi kita naiintindihan!" ganting angil nito. "Muntik ka nang mapatay ng lalaking iyon. Nalimutan mo na ba kaagad?"

May katwiran ito. Kapagkuwa'y kinuha nito ang cell phone sa bulsa ng pantalong maong at may tinawagan.

"I need some cleaning up..." dire-diretsong sabi nito sa kausap sa kabilang linya. "I'll explain later... Two dead bodies... ang isa ay walang malay... it's four-thirty. You have less than two hours. I left a tracking device... sa baybayin lang maaaring lumapag ang chopper... Yeah, I know. This is unexpected..." He disconnected. Ipinasok muli ang cell phone sa bulsa ng pantalon.

Cleaning up? Tracking device?

Ano ang ibig nitong sabihin?

Dinampot ng lalaki ang backpack nito sa ibabaw ng mesa at pagkatapos ay muli siyang hinila pababa sa may back door.

"Saan mo ako dadalhin? Hindi ako maaaring sumama sa iyo!"

"Kaya ka nagtatago at nagkunwang nagpaka-matay ay dahil sa mga taong naghahangad na patayin ka, Ms. Quintana. Sa nangyari kanina lang sa cottage mo ay maliwanag na natunton ka na nila. Huwag mong sayangin ang apat na buwan mong pagtatago para lamang mapatay..."

"P-paano mong nalaman ang lahat ng iyan?"

"I'll explain later. Kailangang puntahan ko ang may-ari ng bangka na magdadala sa atin sa Anilao port."

Sukat doon ay biglang sumagi sa isip ni Cheyenne ang kambal. Muli siyang marahas na nagpumiglas. "No! Kailangan kong balikan ang mga bata! Natutulog sila nang iwan ko—"

"Kung ang sinasabi mo ay ang mga batang kasama mo kahapon ay hindi maaari," anito. "Hindi tayo maaaring mag-aksaya ng panahon."

Napasinghap siya sa narinig. Alam nitong magkasama sila ng mga bata kahapon. Ibig sabihin ay kahapon pa siya nito sinubaybayan. Kasunod ba niya ito mula sa bahay ng mga matanda? Pilit niyang pinakakawalan ang kamay niyang hawak nito. But it was like a vise grip on her wrist. Mientras niyang hinihila ay lalong humihigpit.

"Hindi ko maaaring iwan ang mga bata! Kailangan ko silang isama!"

Lumalim ang kunot sa noo nito sa narinig. "Isama? Are you nuts to be even thinking of taking those kids along? O paraan mo lang iyan upang makatakas?"

"H-hindi mo naiintin—"

"Tinitiyak ko sa iyo na mas ligtas kang kasama ako," putol nito sa sasabihin nIya. "Kailangan nating makaalis sa isla sa lalong madaling panahon, Miss Quintana. I have a bad feeling about this. Pero hindi tayo maaaring magsama ng mga bata! Naiintindihan mo? Hindi natin maaaring isapanganib ang buhay ng mga batang iyon!"

Chapter Fifteen

"HINDI mo ako naiintindihan," giit niya. "Ang lolo nila ay namatay kahapon. Ang lola nila ay kagabi naman..." Nag-uunahan ang mga salita sa pagpapaliwanag niya dahil baka hindi siya pakinggan nito. "Hindi nila alam na wala na rin ang lola nila. Ang mga batang iyon ay aking..." *mga pamangkin,* she would have said, but she caught herself. "responsibilidad. Sa akin sila iniwan ng matandang babae bago ito namatay."

"Paano mo nakuhang magkaroon ng respon-sibilidad sa dalawang bata gayong nagtatago ka?" singhal nito at nakayuko sa kanya.

"Huwag mo akong sigawan!" Hindi niya kailangan ang isang estranghero upang ipamukha sa kanya iyon. Siya man ay iyon ang gumugulo sa isip niya mula pa kahapon. But she couldn't leave the twins behind. Lalo na ngayon.

Napaungol siya sa magulo at mapanganib na sitwasyong kinasadlakan niya.

"Nag-aaksaya tayo ng oras!"

"H-hindi alam ng mga naghahanap sa akin ang lugar nila—"

"Kung alam ko'y alam din nila."

Tinitigan niya ito sa pagitan ng mga anino ng mga puno. May mga manok nang nagsisimulang tumilaok. Malapit nang magliwanag.

"P-papaano mong—"

"Sinundan kita kahapon mula sa bayan. Ang buong akala ko'y doon ka nakatira."

Muli niyang hinatak ang kamay niya subalit pa rin nito iyon pinakakawalan. "Please, nakikiusap ako. Ayokong umalis nang hindi man lang nagpapaalam. Kahit ilang minuto lang," pakiusap niya.

Sunud-sunod na mura ang pinakawalan nito na napapangiwi si Cheyenne. "All right. At dahil madilim pa ay malamang na maglalakad tayo patungo roon."

"M-maagang gumigising ang mga tagarito. Tiyak na may bumibiyahe ng tricycle sa labasan."

"Hindi maaari ang gusto mo. Sa gubat tayo magdaan. May posibilidad na may mga kasama ang mga lalaking iyon."

"You killed them." Hindi niya maiwasan ang akusasyon sa tinig niya.

"Oh, I'm sorry, ma'am," he said sarcastically. "The operative word is 'survival.' Hamo nang sila ang patay kaysa ako... o ikaw, for that matter, dahil ikaw ang gusto nilang patayin!" he said unemotionally.

Tinalunton nito ang patungo sa kagubatan, hila

siya. Mamaya'y huminto ito sa paglakad at nilingon siya. "Saan ang labas nito?"

"Sa... sa baybayin din. Mas malapit patungo sa bahay ng mga bata."

WALA pang sampung tao ang naglalamay sa dalawang patay. Habang ang matandang lalaki ay nasa kabaong na nito ay nasa papag naman ang matandang babae. Ayon sa naroroong matandang babae na siyang nangasiwa pagkaalis ni Cheyenne ay sa umaga na ang dating ng funeral parlor para kay Tandang Loleng.

Sandaling namangha si Jose Luis nang makita ang dalawang patay na pinaglalamayan. Bahagyang lumambot ang loob niya. Hindi kataka-takang nais ng babaeng ito na magbalik dito. Subalit sino ang mga taong ito? Kaanu-ano ni Cheyenne ang mga namatay at ang mga bata?

Nagpalinga-linga siya sa paligid at hindi siya umaalis sa may pinto ng kubo. Tinatandaan ang mga lugar na maaari nilang takbuhan, kung sakali. Nakakita siya ng bangka sa dalapasigan na nakatali sa puno ng niyog. Subalit de-sagwan iyon. Walang silbi kung sakali at hinahabol sila.

Kinapa niya ang Glock niya na nakasiksik sa likod ng pantalon na natatakpan ng black leather jacket. Bagaman natitiyak niyang hindi alam ng mga humahabol kay Cheyenne ang lugar na iyon ay hindi niya gustong ikampante ang sarili.

Tinawagan niya si Kurt kahapon nang nasa

cottage na siya at nang makatiyak siya na sa kabilang cottage nga nakatira si Cheyenne. At sigurado siyang pagkatapos nilang mag-usap ay tinawagan agad nito si Mrs. Cheng.

Alin na lang sa dalawa: Si Mrs. Cheng ang nagpapapatay kay Cheyenne o may napagsabihan itong iba. He shook his head. Ang trabaho niya ay hanapin at ituro lang ang kinalalagyan ni Cheyenne Quintana aka Charmaine Rose. Hindi para itakas ito mula sa mga nagtatangka rito.

Dalawang tao agad ang napatay niya sa pagnanais niyang protektahan ito.

Ano ang silbi ng pagturo mo sa kinaroroonan ni Cheyenne Quintana kung hahayaan niyang mapatay ito? wika ng isip niya. *At paano kung ang nagpapahanap dito ay ang mismong nagtatangkang pumatay rito?*

A litany of curses ran through his mind. Kapagkuwa'y nakuha ang atensiyon niya nang magsalita ang batang lalaki.

"Saan ka pupunta, Auntie Chey?" humihikbing tanong nito. "Wala na sina lolo at lola. Aalis ka rin. Sino mag-aalaga sa amin ni Summer?"

Sinulyapan ni Cheyenne ang batang babae na natutulog pa rin sa mahabang bangko at hawak ng isa sa mga naglalamay. Gustong mahati ang dibdib niya. Paggising ni Summer mamaya lang at malamang wala siya ay iiyak ang bata.

"Skye, may mahalagang bagay lang akong aasikasuhin sa Maynila. Babalik din ako. Promise."

"Sino ang makakasama namin dito sa bahay?" patuloy ito sa marahang pag-iyak, mahigpit ang pagkakakapit sa braso ni Cheyenne.

Nilingon ni Cheyenne si Luis. Mariin ang ginawa niyang pag-iling. Nakita ni Luis na sa wari ay gusto na rin nitong umiyak. Hindi niya maunawaan ang responsibilidad na tinanggap nito sa kalagayan nitong nagtatago.

"Sa amin ka na muna uuwi, Skye," wika ni Manang Saling, ang matandang babaeng nangangasiwa roon. "Kayo ni Summer. Doon ka babalikan ni Auntie Cheyenne mo."

Bahagyang nakahinga nang maluwag si Cheyenne. "Maraming salamat, Manang Saling."

"Huwag mong alalahanin ang mga bata. Nag-iisa lamang ako sa bahay."

Nagsusumamo ang mga mata ng bata habang nakatitig kay Cheyenne. "Pangako babalikan mo kami?"

"Pangako."

"Hey, hurry up!" Luis barked at her. "We don't have all the time in the world!"

Napasulyap dito si Skye. "Sino po ang mamang iyan?"

"Isang... kaibigan..."

"Di ko po siya kilala. Saan po siya galing? Gabi pa po; ah."

"Ipaliliwanag ko sa iyo ang lahat pagbabalik ko, ha?" Masamang tingin ang ipinukol ni Cheyenne sa kanya.

Luis almost rolled his eyes.

"Do you have money?" naiiritang tanong nito.

Kumunot ang noo niya. "Why?"

"Iiwan ko rito ang lahat ng laman ng pitaka ko."

Tumango siya at muling itinuon ang paningin sa labas. Sinuri niya ang buong paligid hanggang sa abot ng matatanaw niya. Ilang sandali pa at tuluyan nang magliliwanag. Umaasa siyang sa pagtungo nila sa daungan ay maitatago sila ng kaunting natitirang dilim. Kung hindi siya pumayag na dumaan dito ay natitiyak niyang nasa dagat na sila.

Damn woman!

Nang muli niyang lingunin si Cheyenne ay nakita niyang dinudukot nito sa bag ang pitaka at naglabas at nagbilang ng ilang tig-iisang libong piso, must be around twenty thousand pesos, tantiya niya. Iniabot ni Cheyenne iyon sa matandang babae.

Who are these people? he thought.

"Iyan na po ang kabuoan ng pera ko. Makaka-tulong po iyan para sa pagpapalibing sa mga matatanda. At papasukin po ninyo sa paaralan ang mga bata. Please, Manang Saling, kayo na po ang bahala sa kanila muna. Babalikan ko po sila."

"Huwag mong alalahanin ang mga bata, Cheyenne. Maipagkakatiwala mo sila sa akin."

Niyakap ni Cheyenne ang batang lalaki na lalong lumakas ang hikbi. Pagkatapos ay Tinungo ang batang babae at hinagkan sa noo. Nakita ni Luis na tinakpan nito ang bibig upang marahil ay pigilin ang pag-alpas ng iyak. He rolled his eyes this time. This woman was nuts if not stupid.

Nagmamadaling tumalikod si Cheyenne at lumakad patungo sa may kinatatayuan niya sa pinto. Hindi ito kumibo nang hawakan niya sa braso at hilahin patungo sa kung saan may masasakyang tricycle. Alam niyang nagpipigil ito ng iyak.

Hindi niya maunawaan kung ano ang relasyon nito sa dalawang bata. Marahil ay nakapalagayan lang nito ng loob sa sandaling panahong naroon ito sa isla. Na para sa isang nagtatago at nanganganib ang buhay ay isang malaking kahangalan.

ALAS-SINGKO y media at nasa pump boat na sila patungong Anilao port. Napakunot ang noo ni Cheyenne nang matitigan nang husto ang lalaki sa liwanag. The man looked familiar.

May alaalang unti-unting gumigitaw sa isip niya. Six years ago. Sa bayang pinanggalingan niya. At muli ay umusbong ang takot sa dibdib niya. Nilinga niya ang paligid. Nasa gitna sila ng laot. There was no chance of escape. Kahit pa mahusay siyang lumangoy ay aabutan siya ng pump boat.

"Cheyenne," Luis said patiently, reading the fear in her eyes. "Hindi kita sasaktan. Ipanatag mo ang loob mo. Kung gusto kitang saktan ay hindi na kita iniligtas pa sa lalaking nag-aabang sa iyo sa—"

"Bakit ka nasa cottage ko?"

Luis sighed and shook his head. "Madaling-araw na pero hindi ka pa bumabalik. Hinihintay kita—"

"Hindi kita kilala. Bakit mo ako hinihintay?" Nilinga niyang muli ang malawak na karagatan. Hindi siya mapanatag. Hindi niya maipagpag ang takot na nararamdaman. Ito ang lalaking tinakasan niya may anim na taon na ang nakalipas. Ang lalaking may kausap sa telepono at nagsabi sa kausap ng kalagayan niya.

"Tinitiyak kong mas mahusay akong lumangoy sa iyo," wika nito, twitching his lips in a sarcastic smile. "My job requires that I can stay underwater longer than any expert swimmer. Besides, saan ka patungo? Ni wala akong matanaw na malapit na pulo maliban sa pinanggalingan natin. So, don't think about it. Magtatagal lamang tayo rito sa dagat at posibleng mahabol kapag may ginawa kang mag-aantala sa atin."

"Paano ako nakatitiyak na hindi ka kasama sa mga nagtatangka sa akin?"

"Hinayaan na lang sana kitang mapatay n'ong lalaking naghihintay sa iyo sa cottage mo. Kung nahuli ako nang ilang segundo ay malamang na kasama ka nang pinaglalamayan ngayon n'ong dalawang matanda," he said cruelly. "Isa pa, pinatay ko ang mga kasamahan ng nag-aabang sa iyo, hindi ba?"

He had a point there. Pero paano kung may iba itong motibo?

"Ang utos sa akin ay hanapin ka at pagkatapos ay i-report sa nagpapaha—"

"Sino ang nag-utos sa iyong hanapin ako?"

Nanalaki ang mga mata niya. Humigpit ang pagkakayakap sa bag niya.

"Kailangan ba talagang putulin mo ang bawat sasabihin ko?" Luis said irritably and stared at Cheyennes's terrified face.

Other times he would be amused. Kunsabagay ay hindi niya ito masisisi. Bago nito pinaniwala ang lahat na nagpakamatay ito ay muntik na itong mamatay sa nagtangka rito. Pagkalipas ng apat na buwang paninirahan sa Tingloy ay heto at nasundan ito ng mga humahabol.

Kung tungkol doon sa mga lalaki sa cottage kanina ay kailangang alamin niya iyon mula kay Kurt. Tatawagan niya ito kapag wala na sila sa tubig.

"Hindi ko obligasyong protektahan ka, Cheyenne," he said gently. He was shocked to have realized in that instant that he really wanted to protect this woman. He'd kill those bastards who would try to hurt her. Banayad itong umusog palapit sa kanya at hininaan ang tinig upang hindi marinig ng bangkero.

"I was assigned to track you down. Pagkatapos ay i-report sa boss ko na natagpuan na kita. Hindi ko inaasahan ang engkuwentro sa cottage kanina. Kung hindi ko binantayan ang pag-uwi mo ay malamang na hindi ko makikita ang kudlit ng liwanag mula sa sindi ng sigarilyo sa likuran ng cottage."

"Who... who hired you to find me?"

"Ang boss ko ay nagmamay-ari ng isang investigative agency. May komontrata sa kanya upang hanapin ka, ang publisher mo, si Mrs. Cheng. Hindi linya ng opisina namin ang maghanap ng mga nawawala o nagtatagong tao. Anyway, bago ang agency na pinagtatrabahuhan ko'y may mga kinontrata nang una ang publisher mo para hanapin ka. But they weren't successful..." A dry smile curved his lips.

"But you found me."

He glanced at her, his face was without any expression. "I'm good at tracking people. Trained to be."

Hindi pa rin maka-penetrate nang husto sa nagugulvhan niyang isip ang trabaho nito. Nagsusumiksik sa isip niya na si Mrs. Cheng ang nagpapahanap sa kanya.

"Bakit ako ipahahanap ni Mrs. Cheng? I... I left a suicide note..."

"Hindi siya naniniwala sa suicide note mo," ani Luis. Iyon ang sinabi sa kanya ni Mrs. Cheng nang makausap niya ito bago siya nagtungo sa apartment kung saan nakausap niya si Velvet. "Dahil kung gusto mo ngang mamatay ay hindi mo kailangang mag-stage ng dramatic suicide. You could have killed yourself inside your apartment. Or you coould have waited for your killer to strike again..."

Cheyenne groaned. Iyon din ang nabasa niya sa tabloid kahapon. Sari-saring emosyon ang pumupuno sa dibdib niya. "How stupid I may have looked to many people."

"Don't be hard on yourself. You may be surprised to find what people can do when they're scared and desperate. Besides, sa nabasa kong report mula sa profile mo, natanto kong hindi mo gustong may madamay pang iba. Your friend was killed. Bombang para sa iyo dapat. Iyon ang pinaniwalaan ng nakararami na nagtulak sa iyong magpakamatay."

Sukat doon ay nagkalambong ang mga mata niya at ibinaling ang paningin sa tubig. The thought of Erwin always brought guilt and sadness to her.

Namagitan ang katahimikan sa napakahabang sandali. Walang maririnig kundi ang ingay ng makina ng pump boat at ang lagaslas ng tubig na sanhi ng propeller.

Chapter Sixteen

PAGDATING nila sa Anilao port ay tinungo nila ang isang bahagi ng pantalan. Hawak pa rin siya nito nang mahigpit sa kamay at gustuhin man niyang takasan ito ngayong nasa Anilao sila ay hindi niya magawa.

Parang bang alam nito ang iniisip niya. Ni hindi nito niluluwagan ang pagkakahawak sa kanya. Nagmamadali siya nitong iginiya patungo ang isang nakaparadang Cherokee Jeep.

Binuksan nito ang passenger door. "Get in."

Sapilitan siyang pumasok sa loob ng sasakyan. Ilang sandali pa'y humahagibis na sila patungong main road. Manaka-naka ay tumitingin ito sa rear at side view mirrors, na para bang inaasahang ano mang sandali ay may sumusunod sa kanila.

"Are we being followed?" tanong niya at umingon sa likod. Kinakabahan.

"No."

"Where are we going?"

"Iniisip ko pa kung saan kita dadalhing ligtas a." His eyes never left the road. Mabilis ang pagmamaneho nito subalit hindi sa paraang ikasisindak niya.

Nagbuka ng bibig si Cheyenne upang sabihin ditong wala itong karapatang pagpasyahan ang buhay niya. Pero muli itong mabilis na nagsalita.

"Hindi ako naniniwalang natuklasan ng mga humahabol sa iyo ang kinaroroonan mo sa Tingloy kasabay ng pagkatuklas ko sa iyo. At lalong hindi ako naniniwalang ako ang nagtukoy sa kanila roon. In a way, yes. Dahil ako ang tumawag sa boss ko at ipinaalam ang kinaroroonan mo.

"Pero walang alam ang mga humahabol sa iyo tungkol sa akin. Hindi nila ako kilala. And by now, they'd be surprised to know that someone helped you escape. Iyong iniwan kong nakatali ay natitiyak kong magsasalita."

Kung ano man ang sasabihin niya ay muling napigil sa lalamunan niya nang ilabas nito ang cell phone at may tinawagan.

"Tatlong lalaki ang nagtangkang patayin si Cheyenne... yes. Isang naghihintay sa cottage at dalawang backup... I realized it must be at Mrs. Cheng's end... yeah... probably a few days..."

Palihim na sinulyapan ni Cheyenne ang lalaki. She remembered him from six years ago. May kausap ding ganito sa telepono. Kinatakutan niyang isa ito sa mga galamay ni Mayora Santillanes at na sa baybayin pa nito siya minalas na mapadpad.

Now she wasn't so sure anymore. Gayunman, hindi pa rin mapanatag ang loob niya. Hindi siya nakatitiyak kung ligtas siyang kasama ang lalaking ito.

The man was dangerous. Mas kaysa sa mga tauhan ni Mayora Santillanes. Bale-wala nitong natanggalan ng patalim ang lalaking nag-aabang sa kanya sa cottage. She grimaced silently nang maalala niya kung paano nag-crack ang wrist bone ng lalaki nang agawin nito ang patalim mula rito.

At sa isang kisap-mata ay pinatay nito ang dalawang lalaking kasamahan ng una. And yet he moved with grace. Like a cat.

Ibinalik nito sa dashboard ang cell phone at nagpatuloy sa pagmamaneho. Cheyenne was studying him silently. The man was dark and attractive in a rugged way. Tulad ng sinabi ni Dureza, he looked hot. He had that almost perfect face, maliban sa dalawang pilat nito sa mukha. Isa sa may bahagi ng kilay at isa sa may bahagi ng noo. He still sported that military hair cut, tulad din noong una niya itong makita anim na taon na ang nakalipas.

She liked the sound of his voice. As much as the way he looked. Maliban sa hindi siya nakatitiyak kung ito ay kaibigan o kaaway. Ibinaba niya ang mga mata sa mga kamay nito na nakahawak sa manibela. They were big, masculine hands. Killer hands. Napahugot siya ng malalim na hininga sa huling naisip niyang iyon.

Sa loob ng isang oras ay walang usapang namagitan sa kanilang dalawa. Inaantok si

Cheyenne. Tila siya idinuduyan ng takbo ng sasakyan at ng lamig sa loob niyon. Subalit nilalabanan niya ang antok. Sino ang nakakaalam kung ano ang gagawin ng lalaki sa sandaling makatulog.

"We're here."

Bahagya siyang nagitla nang maramdaman ang kamay sa braso niya. Napakurap siya. Sa kabila ng pagsisikap niyang huwag maidlip ay naidlip pa rin siya. Nilinga niya ang paligid. Nasa isang gasolinahan sila sa SLEX. Napaungol siya nang lihim nang makita niya ang oras. Halos dalawang oras siyang nakatulog.

"Nakapagpa-full tank na ako," anito, wry amusement in his voice.

She looked around her. Malaki ang gas station, maraming nakahilerang mga kilalang food chains. Maiwawala niya ang sarili niya sa mga iyon.

"I need to go to the ladies room," aniya nang makapagbayad ito.

Plano niya ay takasan ang lalaking ito. Kailangan niyang bumalik sa Tingloy para sa mga bata. Hindi na siya hahanapin doon ng mga humahabol sa kanya. Iisipin ng mga iyon na wala na siya sa isla lalo at natitiyak niyang magre-report ang isang nakatali sa cottage na may tumulong sa kanya.

Iginiya nito ang sasakyan patungo sa natanaw na bakanteng parking space. Lumabas ito ng sasakyan at umikot sa bahagi niya at binuksan ang pinto niya. Mabilis siyang lumabas at walang lingon-likod na lumakad patungo sa isang building kung saan ang harapan ay mga fast-food chains. Nakakailang hakbang pa lang siya nang marinig ang tawag nito.

"Cheyenne..."

She stopped on her tracks. There was something about the way he spoke her name. Something sensual. She shook her head silently. Kung anu-ano ang naiisip niya.

Atubili siyang lumingon. Nakasandal ito sa hood ng Jeep at nakahalukipkip. Tall, big, dark, and menacing. Mahihiya ang mga macho models sa propaganda ng alak. He had his dark glasses on, shielding his eyes from the glaring sun.

Nakita niya ang dark glasses na iyon sa dashboard kanina pero hindi niya napunang isinuot nito iyon. The man took her breath away.

"Kung nagbabalak kang takasan ako ay mag-isip kang mabuti. Una, ginagarantiyahan kong mas ligtas ka kung kasama mo ako. Pangalawa, walang magsasakay sa iyo. People are wary to strangers, you know. And before you know it, baka may security nang lalapit sa iyo. Pangatlo, malibang ibinigay mong lahat ang pera mo sa matanda kanina, paano ka bibiyahe?"

Mas mainit pa sa sikat ng araw ang titig na ipinukol niya rito. "Manghuhula ka ba?"

He grinned. "You are so transparent, sweet-heart..."

Napigil ang hininga sa lalamunan niya. Sa isang simpleng ngiti at naglaho ang karahasan mula sa anyo nito. Now he looked so charming. Hindi lang ito literal na mapanganib. Kung hindi siya mag-iingat ay baka mahulog ang loob niya sa kriminal na ito.

"I. Am. Not. Your. Sweetheart!" Mabilis siyang tumalikod.

"Hihintayin kita sa Pancake House. Ano ang gusto mo... sweetheart?"

Idinagdag nito ang huling salita para lang inisin siya. Natitiyak ni Cheyenne iyon. Lalong nagpuyos ang loob niya. Napahinto siya sa paghakbang at nilingon ito.

"Hindi ako nagugutom!" she lied through the skin of her teeth. Ang huling pagkaing pumasok sa tiyan niya ay kahapon bago siya sunduin ni Skye sa cottage. Maliban sa dalawang tasa ng kape sa buong magdamag · ay walang laman ang tiyan niya. Ngayon at naipaalala sa kanya ang pagkain ay naramdaman niya ang matinding pagkalam ng sikmura niya.

Nagkibit ito ng mga balikat. "I could eat a horse I'll wait for you there." Lumakad ito patungo sa kabilang direksiyon kung saan naroon ang Pancake House.

Sa ladies' room ay naghilamos siya. Sa pakiramdam niya ay init na init siya sa kabila ng malakas ang air conditioning ng Jeep. Kahapon pa ng umaga ang suot niya at maliban sa bag ay wala siyang dalang gamit.

Mula sa bag niya ay kumuha siya ng tissue paper at nagpunas at naglagay ng polbo at nagsuklay at itinali sa gitna ng likod ang buhok. Paglabas niya ng ladies' room ay naghanap siya ng mabibilhan ng kahit na anong gamit subalit wala siyang makita.

Sa pancake ay hinanap ng mga mata niya ang lalaki. Nakaupo ito sa malapit sa glass window at kinawayan siya. Mabigat ang mga hakbang na lumakad siya patungo sa booth. Naka-order na ito.

"I ordered for both of us," he said, stating the obvious. May ilang sandaling nakatitig ito sa mukha niya, bago, "House burger with fries."

Gusto man niyang pairalin ang pride ay hindi niya magawa sa pagkaing nasa harapan niya. She could live with burger and fries. At sa nakalipas na ilang buwan ay noon lang siya uli makakatikim niyon.

"Drinks?"

"Coffee."

Umangat ang mga kilay nito. "It's almost lunchtime."

"I haven't had my coffee," she said stubbornly. Dinampot ang isang fries at isinubo. Heaven. Sunud-sunod ang subong ginawa niya. Pagkatapos ay dinampot ang malaking hamburger at kumagat. Sinenyasan ni Luis ang service crew at um-order ng kape.

"Hindi ka gutom niyan, ha," anito nang makaalis ang service crew.

Tiningnan niya ito nang masama at ipinagpatuloy ang pagkain.

"Kung alam ko na ganyan ka kagutom ay sa Max's sana tayo kumain."

"I love burger and fries. This is heaven..."

Sandali siyang tinitigan nito at ito man ay nagsimula nang kumain. Ang sumunod na sandali ay pinalipas nila sa pagkain. Napuna ni Cheyenne na kampante ito. Tila hindi nangyari ang pagpatay nito sa dalawang lalaki kaninang madaling-araw. Na para bang ang ginawa nito ay isang ordinaryong pangyayari.

Sa pagkaisip sa dalawang lalaki ay nawalan ng gana si Cheyenne. Inilapag ang natirang pagkain at dinampot ang kape at uminom. Bahagya lang siyang sinulyapan nito at nagpatuloy ito sa pagkain.

Nang maubos ang kape ni Cheyenne ay um-order siya uli ng panibago. She nibbled with he fries. Kapagkuwa'y nag-angat siya ng paningir dito. Ilang sandali pa'y inilapag na ng waiter ang panibagong kape niya.

"You have a name?" tanong niya nang nagsisimula na niyang higupin ang panibagong tasa ng kape. Alam niyang Luis ang pangala nito. Natatandaan niyang sinabi nito iyon sa kany noong nasa bahay siya nito sa isla.

Nahinto sa pag-inom ng tubig ang lalaki. The he laughed.

Oh, lordy. Even his laugh was irresistible. It made her feel hot. Iniwas niya ang mga mata rito at ipinagpatuloy ang marahang paghigop sa kape niya.

Hindi na tama ito. Sa panganib na kinasusuungan niya ngayon ay wala siyang karapatang humanga man lang sa isang lalaki. Lalo na sa lalaking ito na hindi niya naman kilala. Na ang posibilidad na isa ito sa mga tumutugis sa kanya ay malaki.

"I thought you'd never ask," anito. "It's Jose Luis. You can call me Luis or Jose. Kung ano'ng gusto mo."

"All right, Luis. I need to change. Badly. Kahapon pa itong suot ko."

"Sa Alabang town center tayo magtungo, just to be safe. Kung may hahabol man sa atin ay hindi iisipin ng mga iyong dadaan tayo roon dahil mas maraming malls sa highway."

"Pagkatapos ay saan tayo patungo?"

"Sa bahay ko."

"Sa bahay mo!" Napalakas ang tinig niya. Napalingon siya sa paligid. Subalit abala ang mga tao sa pagkain at sa wari ay wala namang pumapansin sa kanya.

"Pansamantala. Habang nag-iisip ako at maalam ng boss ko kung paano kang natunton ng mga lalaking iyon wala pang kuwarenta y otso oras matapos niyang itawag kay Mrs. Cheng na matagpuan na kita." Pinunasan nito ng paper napkin ang bibig.

"Sa palagay mo ay kaya mong pigilan ang mga taong iyon?" she asked warily... and sarcastically.

"I won't let anyone hurt you."

Kunot-noong nag-angat ng paningin dito si Cheyenne. Sinabi nito iyon sa pinaka-casual na tono na para bang walang kabagay-bagay rito ang panganib na pareho lang nilang sinuong at tiyak na susuungin pa. Na para bang ang pinag-uusapan lang nila ay ang lagay ng panahon.

Ang sabi nito kanina ay nagtatrabaho ito sa isang investigative agency. Did working with an investigative agency involve killing people? Bagaman namangha siya, he couldn't blame him for killing those two men. Tama ito. Alin na lang, ang mga lalaking iyon o sila. O, siya, for that matter.

"Ang bahay mo, saan iyon?" she asked after a while.

"Somewhere in Fairview."

"Sa palagay mo ay hindi nila ako masusundan doon?" There was a challenge in her voice.

"They don't know me. Iilan lang ang nakakaalam kung nasaan ang bahay ko. My comrades, my boss, and my... mother."

Nakita ni Cheyenne ang emosyon sa mga mata nito nang banggitin ang ina. May nakiraang lungkot sa mga mata at sinundan iyon ng pag-igting ng mga bagang. Gayunman, mas tumining sa isip niya ang unang sinabi nito. *Comrades*. Kanina, he used the word *profile*—gathered information about her. At sa cottage nito kanina, sinabi nito sa kausap na: "*I need some cleaning up...*"

> *Are those military terminologies?*
> *Who is this man?*

"ANO ANG nangyari?" wika ng tinig sa kabilang linya.

"I have no idea," came Jericho's reply. "Hindi ko alam kung nasaan ang mga tauhan natin. Nang tawagan mo ako ay tatlo agad ang pinapunta ko roon. Mga tauhan namin diyan sa Maynila. Walang sumasagot sa mga cell phone nila."

"Baka naman ma-trace ka mula sa mga cell phones na iyon?" wika ng nasa kabilang linya.

"Don't worry. Kapag sila ang tinatawagan ko'y disposable phone ang gamit ko. At walang bumabanggit ng pangalan ko." Palakad-lakad si Jericho sa loob ng opisina at pasulyap-sulyap sa ina na nanlilisik sa galit ang mga mata.

"Sa palagay mo ay tinulungan siya ng nakatagpo sa kanya?"

"Iyan ang malamang na nangyari. Ang hindi ko maintindihan ay kung nasaan ang mga tauhan natin. Anyway, do your job." He disconnected. Sinulyapan niya ang ina na kampanteng nakaupo sa malaking swivel chair nito.

"Baka sa ginagawa nating ito na pagtugis sa kanya ay mapilitan siyang magtungo sa mga pulis at magsalita, Mama."

"And who is going to believe her? Besides, isa siyang takas mula rito sa isla at may mga nakahanda na tayong akusasyon para sa kanya."

"You see, sa nakalipas na anim na taon ay nanatiling tahimik si Cheyenne. Hindi ako naniniwalang gugustuhin niyang magtungo sa mga pulis."

"Hindi natin malalaman iyon, Jericho. Kung hindi natin siya napanood sa television ay mananatili tayong kampante sa pag-aakalang namatay siya sa laot nang gabing iyon. At isiping sa nakalipas na mga taon ay abot-kamay lang siya. I don't like loose ends, Jericho! Ipagpatuloy ninyo ang paghahanap sa kanya."

Chapter Seventeen

$\mathcal{A}$LAS-SEIS y media nang makarating sila sa isang de-klaseng subdivision sa bandang Fairview sa Quezon City. Nagmenor si Luis sa malapit sa isang malaki at modernong bahay. Ang akma nitong pagtaas sa remote control sa gate ay napigil. He stilled for a moment.

Kapagkuwa'y kumunot ang noo nito. Biglang naging alerto at marahas iniatras ang SUV sa gilid ng daan, sa tabi ng bakod. May ilang sandaling hindi ito tumitinag at nanatiling hawak ang manibela at tumiim ang mga bagang. Kapagkuwa'y nilingon siya.

"Stay here. And don't move," anito sabay bukas sa pinto sa tagiliran nito. "At huwag kang magkakamaling takasan ako dahil tinitiyak ko sa iyo, hindi ka aabutin ng ilang araw at makikita ka na ng mga nagtatangka sa iyo. Hindi ka pakikinabangan ng mga batang gusto mong balikan sa isla."

Kung sakali mang nasa isip niya ang makatakas mula rito ay ay iglap na naglaho sa isip ni Cheyenne nang pagkabanggit ni Luis sa mga bata. Gayon man ay ikinalito niya ang ikinilos nito. Wari ay biglang naging alerto. Tumiim ang mga bagang. At nang makita niya ang mga mata nito ay parang nais niyang matakot.

Nang umikot sa bakod si Luis ay hindi na niya ito natanaw. Bigla ang kabang umusbong sa dibdib ni Cheyenne. Lumabas siya ng SUV at sinundan ang inikutan nito.

May malamlam na liwanag na natanaw si Luis sa itaas ng bahay. Samakatuwid ay may tao. Natitiyak niyang iniwan niyang nakapatay ang lahat ng ilaw nang magbalik siya sa Guimaras nang araw na magkausap sila ni Kurt La Pierre.

Besides, magmula nang mamatay si Haydee ay hindi pa siya umuuwi. Agad niyang sinimulan ang assignment nang umalis siya sa isla at sa hotel nagtuloy. Hangga't maaari ay iniiwasan niyang makita ang lahat ng makapagpaalala sa kanya sa pagkawala ng ina.

Kung hindi dahil kay Cheyenne ay hindi niya nais na umuwi muna sa bahay ng ina. Ito lamang ang maaari niyang pagdalhan dito malibang dalhin niya ito sa isa sa mga safe houses ni Kurt. Pero natitiyak niyang aalma si Cheyenne.

Nagpatuloy siya sa maingat na panunubok. Sa silid ni Haydee siya nakabanaag ng ilaw. Mula sa isang maliit na gate sa likod ng bahay ay nakapasok siya sa bakuran gamit ang remote control mula sa susi niya. Ngayon ay hindi lang sa silid sa itaas ang ilaw na nakikita niya kundi sa loob din ng kabahayan.

"B-bakit nakatutok ang baril mo?"

Napalingon siyang bigla. "Fuck! Ang sabi ko ay huwag kang lalabas ng sasakyan!" he hissed. Marahas niya itong hinawakan at ipinuwesto sa likod niya. "At sana'y hindi ka gagawa ng kahit na anong ingay..." And he murmured something like despising women who cannot follow simple instruction.

Childishly, Cheyenne made a face at his broad back.

Sa pamamagitan ng sariling susi ay nakapasok siya sa gilid ng bahay. Nakikiramdam at mailap ang mga mata. Kahit madilim ay memoryado niya ang bawat sulok ng bahay. Gayunman, may munting liwanag sa sala.

"M-may tao ba?" Cheyenne croaked.

"Quiet!" muli niyang saway rito. Alam niyang kinakabahan ito dahil nanginginig ang tinig nito. Walang nakakaalam kung saan siya nakatira maliban kay Kurt at sa mga kasamahan niya. He couldn't have possibly left the lights on. Not when he knew he'd be away for weeks.

Halos mabali ang leeg niya nang ituon iyon sa hagdanan. Mga pababang yabag ang narinig niya. Mabilis niyang tinungo ang hagdanan at agad na itinuon ang baril sa kung sino mang bumababa.

"Danica!"

"Luis!" Danica gasped. Napahawak itong bigla sa balustre. "Muntik mo na akong mapatay sa takot sa biglang paglitaw mo!"

"Dammit, I could have shot you!"

Nanlaki ang mga mata nito nang mapuna ang hawak nitong baril. "Oh, my god! Bakit ka may baril?"

"Oh, shit!" Isinuksok niyang muli ang Glock sa likod ng pantalon niya, hinagod ng tingin ang pinsan na nakabihis. "Ano ang ginagawa mo rito? Akala ko ba'y nasa America ka? At paano kang nakapasok dito sa bahay?"

Danica rolled her eyes. Pagkatapos ay hinayon ng tingin si Cheyenne. "Bahay ni Auntie Haydee ito, `di ba?"

"My mother's dead. The house is mine now."

"As if I don't know that," she said sarcastically. Bumaba na itong tuluyan sa hagdan at lumakad patungo sa sala pero ang mga mata ay nanatiling nakatuon kay Cheyenne. "So, sino ang kasama mo?"

"This is Cheyenne Quintana." He would have said *an assignment.* Subalit napigil niya ang sarili sa hustong sandali. Kahit si Danica ay walang alam sa trabaho niya. Noon at sa kasalukuyan. Nilingon niya si Cheyenne na nanatiling nakamata sa kanilang dalawa.

"Cheyenne, this is my cousin Danica."

"Hello, Cheyenne." Danica smiled curiously.

"Hi." Cheyenne smiled back.

"Now, lady, answer my questions."

She rolled her eyes again. "I hate macho men who think they can just shout and overlord women."

"Stop hedging, dammit!"

She shrugged. "I never really went back to the States. Dito ako nagtuloy pagkagaling sa isla." Niyuko nito ang Gucci watch. "I'll be late, cuz. May bridal shower ngayon sa suite ng friend ko sa Manila Hotel. Bukas na ang uwi ko."

"Anong sasakyan mo?" pahabol ni Luis.

"Tinawagan ko ten minutes ago ang security guard sa labas at nagpatawag ako ng taxi. Malamang nariyan na..." Nakangising nilingon siya nito at pagkatapos ay si Cheyenne. Kinindatan ito ni Danica. "Enjoy, guys." Kumaway ito bago tuluyang lumabas.

Napahugot ng hininga si Cheyenne sa ipinahiwatig ng parting words ni Danica. "What did she mean?"

"She mean what?" dead-ma na tanong ni Luis at sumunod sa paglabas. "Maghintay ka rito at ipapasok ko ang Jeep sa garahe at ipapasok ko na rin ang mga pinamili mo."

ISANG marahang katok ang ginawa niya. Sinundan niya iyon ng dalawa pang mahinang katok. Nang walang sumagot ay pinihit niya ang doorknob subalit naka-lock iyon. Sa isang sandali ay pumasok sa isip niya ang ginawa nitong pagtakas mula sa Villa Pontevedra six years ago.

Then he immediately dismissed the thought. Wala itong madadaanan patakas malibang tumalon ito mula sa second floor pababa sa lupa. O di kaya ay natuklasan nito ang lihim na daanan sa silid nito patungo sa ibaba.

Pero imposible iyon dahil hindi mag-iisip si Cheyenne na may lihim na pinto pababa hanggang sa basement. At kahit pa natuklasan nito ang mga lihim na daanan, hindi ito makakalabas ng gate. Ang bahay ay tila normal sa mga mata ng mga nakakakita.

But this house was a fortress. In his father's paranoia, dahil sa uri ng trabaho nito, ginawa ni Thomas Morrison ang lahat ng magagawa nito para sa bahay upang mapanatiling ligtas ang asawa't anak.

Kinuha niya ang master key na nasa cabinet sa dulo ng pasilyo at binuksan ang pinto at itinulak iyon pabukas. Nakita niya ito sa gitna ng kama at mahimbing na natutulog. Nakayakap ito sa isang malaking unan.

Alas-seis pasado pa lang ng gabi. Hindi na siya nagtatakang nakatulog ito kaagad pagkatapos maligo. Puyat ito ng sinundang gabi. Pagod sa ginawa nilang pagtakas at sa mahabang biyahe. Terror mula sa taong nakahandang laslasin ang leeg nito. Malamang niyan ay bukas na ito magigising.

Dahan-dahan niya itong nilapitan at tinitigan. Mamasa-masa pa ang buhok nito na nakalatag sa unan. A feeling of déjà vu assailed his senses. Six years ago. Sa isla.

Banayad niyang hinawi ang ilang hibla ng buhok na tumatabing sa mukha nito.

Nakasuot ito ng oversized T-shirt which she bought at the mall this afternoon along with her other necessities. Inalok at ipinilit niyang siya na ang magbabayad sa mga binili nito. But she wouldn't hear of it. Ipinakita nito sa kanya ang ATM card nito na siya nitong ginamit sa pamimili.

Pagkatapos ng pamimili nito ng mga necessities, like jeans.T-shirts, underwears, and nightdresses, she went to the nearest ATM booth and withdrew some cash.

Hinagod nlya Ito ng tingin mula ulo hanggang paa. Nakalilis ang pantulog nito hanggang sa may puno ng hita nito at hindi maiwasan ni Jose Luis ang mapalunok. Naramdaman niya ang paggapang ng init sa katawan niya patungo sa pagkalalaki niya. The arousal was instantaneous.

Damn it, paanong iglap ang pagkapukaw ng pagkalalaki niya nang dahil lang tinititigan niya ang natutulog na estrangherang ito?

Hindi siya ang uring agad napupukaw ang pagkalalaki kapag nakakita ng ganito. Kahit ang mga halos hubad na pole dancer sa mga bar sa ibang bansa ay walang epekto sa kanya. Pero nakapagtatakang may kakaiba siyang nararamdaman sa babaeng ito.

Kahit kanina sa cottage nang madikit ang katawan nito sa kanya nang hilahin niyang bigla upang hindi mag-ingay. They were in danger, gayunman, gumawa ng daan ang kakaibang damdamin sa kanya.

In an odd situation.

Sa kauna-unahang pagkakataon ay natanto niya ang epekto ng pag-a-abstain niya sa sex ng mahabang panahon. At kung nasa mission siya, ang ganitong uri ng epekto sa kanya ni Cheyenne ay kasing delikado ng mga kaaway niya.

Cheyenne moaned in her sleep. Then she tossed and turned. Sa wari ay nililigalig ng masamang panaginip. Sa ginawa nito ay lalong nalilis ang kamisetang pantulog nito at nahantad kay Luis ang silk panties nito at ang bahagi ng tiyan.

He cursed silently. His arousal was intense. Almost in pain. He shouldn't be desiring her. Ang layunin niya ay panatilihing ligtas ito. Bagaman kahit iyon ay boluntaryo niyang ginawa. Kung bakit ay ewan niya. Kahit si Kurt ay nagpahiwatig ng pagtataka. Gayunman, ay hindi na ito nagtanong.

Niyuko niya ang kumot na nakaipit sa dulo ng kutson at iniladlad iyon at itinakip sa katawan nito at pagkatapos ay muli itong hinagod ng tingin.

For whatever insane reason, niyuko niya si Cheyenne. His thumb finger touched her lips. Kapagkuwa'y yumuko siya at dinampian ito ng napakabanayad na halik sa mga labi. Upang mapasinghap lang at biglang nagtuwid ng katawan. Para bang may kuryenteng nanulay sa mga labi niya patungo sa pagkalalaki niya.

He blinked in confusion at his own feelings.

Lumakad siya pabalik sa pinto at isinara iyong muli at lumabas. He didn't know what happened back there. Hindi siya ang uring nananamantala ng babae. Lalo na ng walang-kamalayang babae. Kahit na nga ba isang simpleng halik.

But the kiss wasn't simple, ang bulong ng kabilang bahagi ng isip niya. It rocked him. And his arousal was causing him pain. Hindi iyon mapapawi ng malamig na shower. He fire in his groins was fierce. Kailangan niyang matuon sa ibang bagay ang isip.

Sa dining room ay iniligpit niya ang pina-take out nila kaninang Chinese food. Kahit siya ay hindi na gustong kumain. Kinuha niya ang telepono at tinawagan si Kurt La Pierre.

"Nakausap ko si Mrs. Cheng," ani Kurt mula sa kabilang linya. "Mag-isa lang siya sa opisina nang tawagan ko. And she hasn't told anyone that you've found Miss Quintana..."

"I don't believe in coincidence, boss. Hindi ko gustong paniwalaang natagpuan nila si Cheyenne kasabay ng pagkakatagpo ko sa kanya. Anyway, ano ang nangyari sa taong naiwan kong nakatali? May impormasyon ka bang nakuha?"

"Nothing. Napag-utusan lang siya. Mula Maynila ay mabilis silang bumiyahe patungong Tingloy, isang oras mahigit matapos kong maihatid ang balita kay Mrs. Cheng. At naniniwala ako sa kanya. Alam mo ang mga paraan ko sa pag-i-interrogate ng tao, Luis." He paused.

"Ang nag-recruit sa kanya ang nakakaalam kung kanino galing ang utos. Pero hindi ko na mai-interrogate ang boss niya. Dammit, Luis, you killed him!"

He ignored the last sentence. "So, ano ang balak mo sa lalaking iyon?"

"This is what I hate most. Ang panatilihin siya sa hideout ay labag sa batas."

Jose Luis snorted and almost rolled his eyes. Karamihan sa ginagawa ng agency ay hindi alam ng batas. The local ones. Ang lahat ng ginagawa ni Kurt La Pierre ay nanggagaling sa powers-that-be.

"So what now? Nakaapat na tawag na si Mrs. Cheng at tinatanong kung kailan mo dadalhin sa kanya si Cheyenne."

Isang buntong-hininga ang pinakawalan niya. Nagdadalawang-isip siya kung sasabihin kay Kurt na nakatagpo na niya si Cheyenne six years ago. In the end, nanaig ang pagsasabi ng totoo.

"And I believe she'd been running since then."

"Interesting," ani Kurt sa kabilang linya.

"Marahil ay parehong mga tao ang tumutugis sa kanya at nagtatangkang patayin siya. Kung bakit, iyan ang gusto kong alamin..."

"Ang bayad mula kay Mrs. Cheng ay hanggang sa pagkakatagpo lang kay Miss Quintana, Jose Luis," paalala ni Kurt. "Not that you care about money. You will do things your way basta nailagay mo sa isip mo ang gusto mong gawin."

May ilang sandaling hindi agad siya nakapag-salita. Hindi niya alam kung tama ang iniisip niya. But right or wrong, he'd protect Cheyenne. With his life.

"Mula sa sandaling ito ay tapos na ang kontrata ko kay Mrs. Cheng. Ikaw na ang bahalang magpaliwanag kung bakit hindi pa maaaring makipagkita si Cheyenne sa kanya." With that, he disconnected. Sinulyapan niya ang pinto ng guest room at kapagkuwa'y hinilot ang batok at tumingala sa kisame.

Hindi pa rin nagmamaliw ang nararamdaman niya sa puntong nasasaktan siya.

HER BODY clock woke her up at six o'clock. And she'd been staring at the ceiling for half an hour. Binalikan ng isip niya ang mga nangyari sa kanya sa nakalipas na mahigit dalawampu't apat na oras. Unang nagkahugis sa balintataw niya ang mukha ni Jose Luis.

Malamang na napatay na siya ng mga lalaking iyon kung hindi dahil dito. Whoever he was. Hindi pa rin niya mapakitunguhan ang biglang pagsulpot nito sa buhay niya. Pinagtiyap ba ng pagkakataong muli silang magtagpo makalipas ang anim na taon?

Sa isang banda ay dahil dito kaya nakaligtas siya mula sa mga tumutugis sa kanya nang matagpuan siya nitong walang malay sa dalampasigan. Kung hindi sa baybayin nito siya ipinadpad ay posibleng natagpuan siya ng mga tumutugis sa kanya. Malamang na binaybay ng mga ito ang pinakamalapit niyang lalanguyan.

At ngayon, sa ikalawang pagkakataon, iniligtas siya nito mula sa tiyak na kamatayan. What now? Ano ang gagawin niya? Saan siya pupunta?

Naguguluhang mahigpit niyang ipinikit ang mga mata. Nararamdaman niya ang nag-aambang pananakit ng ulo. Napaungol siya. Ipinasya niyang tumayo at bumangon. Lumakad siya patungo sa glass panel at hinawi ang makapal na kurtina. Binuksan niya ang sliding glass door patungo sa veranda. Sinalubong siya ng malamig na hangin. Pinuno niya ng hangin ang baga niya.

Sumisikat na ang araw at natatanaw niya ang postcard view mula sa veranda sa second floor. Isa iyong malawak na kagubatan na sadyang pinreserba ng developers para sa mga naninirahan sa subdivision.

Malaki ang bahay. Apat na silid sa itaas at isa sa ibaba. Ang isang silid ay kay Luis, ang isa ay ang silid ng mama nito na gamit ng pinsang si Danica. At ang isa sa dalawang guest rooms ang gamit niya.

Moderno ang pagkakayari ng bahay. It was a cube house. Ang karamihan sa mga dingding ay yari sa salamin at sa pag-ikot mo ng tingin ay ang malawak na kagubatan ang matatanaw mo.

Kapagkuwa'y nakarinig siya ng splash ng tubig. Nang lingunin at yukuin niya ang kaliwang bahagi ng veranda ay natuunan niya ng pansin ang isang bahagi ng swimming pool. Napahakbang siya patungo roon at yumuko.

Mula sa kabilang dulo ng pool ay lumalangoy si Jose Luis patungo sa kabila. Hindi niya mapigil ang paghanga habang pinagmamasdan niya ito. Ang paggalaw ng mga muscles nito sa likod at braso sa bawat pagkampay sa butterfly stroke. Nakadalawang lap ito bago ito umahon. Kanina pa marahil ito naglalangoy.

Napahugot siya ng hininga. He was stark-naked, wearing only a tattoo on his forearm. Mula sa kinatatayuan niya ay hindi niya mawari ang tattoo sa punong-braso nito. Water was dripping from his body. Dapat ay umalis siya sa kinatatayuan niya subalit para siyang ipinako roon. Mesmerized.

The man was like a demigod. All her life, hindi pa siya nakakakita ng lalaking hubad maliban sa mga larawan sa mga magazine. At kahit man sa mga magazine ay hindi naman talagang nakahubo't hubad.

And the man had the most delicious backside ever.

Naramdaman marahil nito na may nanonood dito ay tumingala ito sa veranda. Sa mismong kinatatayuan niya na para bang alam na alam nito kung saan siya naroroon. At huli na para umatras siya.

"Gising ka na pala. Good morning."

Chapter Eighteen

NAPAHUGOT siya ng marahang hininga. Sa pakiramdam niya ay nag-aapoy ang mukha niya sa pagkapahiya dahil nahuli siya nitong nakatingin. And damn him, ni hindi man lang ito natigatig sa hubad nitong katawan na tila ba iyon ay ordinaryong tanawin. Sa halip ay siya itong parang sinisilihan. Mabilis siyang tumalikod at halos takbuhin ang pagbalik sa loob ng silid.

Sa loob ng silid ay paroo't parito siya, hindi malaman ang gagawin. Makalipas ang sampung minuto ay ipinasya niyang hubarin ang pantulog at pumasok sa banyo at naligo. Pagkatapos ay nagbihis at nag-ayos. Sinamsam niya ang lahat ng gamit at inilagay sa shopping bag. Dala iyon at ang sariling bag ay lumabas siya ng silid.

Nasa kalagitnaan na siya ng hagdan nang malanghap ang masarap na aroma ng kape. Kumalam ang sikmura niya. Kagabi ay hindi na siya nakapaghapunan sa pagod at puyat.

At bagaman maraming oras din ang itinulog

niya ay hindi mapayapa ang buong magdamag niya. Kung anu-ano ang napanaginipan niya.

Naroong nalulunod siya sa dagat at sinisikap makaahon; naroong sumaglit sa panaginip niya ang pagkasunog ng bahay nila at ang sigaw ng lola niya na nakulong sa apoy; ang pagtalon niya sa yate na hindi niya matiyak kung alin at mula sa kaninong yate siya tumalon; pumasok sa balintataw niya ang pagsabog ng bomba kay Erwin; and then there was the twin, umiiyak at humahabol sa kanya, while she was being chased by her killers.

Sa buong magdamag ay dalawang beses din siyang nagigising at pawis na pawis gayong malamig ang air condition sa silid niya. At napuna niya sa unang gising niya na nakakumot na siya. Hinatak ba niya ang kumot nang hindi siya aware o may nagkumot sa kanya?

Hindi niya gustong isiping may pumasok sa silid niya at kinumutan siya. Subconsciously, baka hinatak niya ang kumot nang makaramdam siya ng ginaw.

Madali niyang natunton ang dining room. Pagkakakita niya kay Luis ay agad na bumilis ang tibok ng puso niya. Sunud-sunod ang ginawa niyang paghinga. Nakasuot ito ng cutoff jeans at walang manggas na kamiseta.

The typical hunk. Yaong uring sa magazine na panlalaki lang niya nakikita. Mula sa percolator ay nagsasalin ito ng kape sa dalawang mug. Hinayon siya ng tingin at ngumiti. She swallowed. His smile was a killer.

Kumunot ang noo nito nang makitang may bitbit siyang shopping bag at nakabihis na. Suot ni Cheyenne ang pantalong maong na binili niya kahapon sa mall at sports yellow Bench shirt. Gayunman ay hindi ito kumibo. His eyes moved back to her lips and lingered for a few moments. Gusto niyang mapaso sa titig nito.

Bitbit ang dalawang mug, lumakad ito patungo sa kanya at inabot ang isang mug. "Tara sa balkonahe doon tayo magkape."

Sumunod siya nang nagpauna itong lumakad patungo sa isang malaking glass panel. Binuksan nito iyon at natambad sa kanya ang hardin na hindi niya nakita kahapong dumating sila dahil sa likuran sila nagdaan. Sa tagiliran ay ang driveway at isang three-car garage.

Walang mga halamang namumulaklak kundi mga green plants lang ang naroroon, iba't ibang uri. Magaganda ang pagkakahilera sa tabi ng mataas na bakod.

Hinila nito ang isang cane chair at itinuro sa kanya. Tahimik siyang naupo. Nanatili itong nakatayo sa tabi ng barandilyang bakal at hinihigop nang marahan ang kape habang pinagmamasdan ang buong paligid.

"Hindi pinabayaan ng caretaker ang pagdidilig ng mga halaman. Pero parang kailangan nang tabasin ng mga damo," kaswal nitong sabi sa pagitan ng paghigop ng kape.

"Natutuwa akong kalmante ka lang," she said sarcastically.

Nilingon siya nito. Hindi pinansin ang sinabi niya. "I know how to cook." He shrugged. "Kahit paano. Mamili ka, pancake o omelet?"

"Ano ba ang gusto mong palabasin?" Marahas niyang ibinaba ang mug sa coffee table, muntik na iyong tumapon. "Kung kumilos ka'y parang bale-wala sa iyo ang nangyari kahapon."

His brows arched. "What do you want me to do?"

She looked around her warily. "Hindi ko alam kung ano ang ginagawa ko rito sa bahay mo. Tinulungan mo akong makatakas. Sapat na iyon. Nailigaw natin sila at—"

"Who are those people, Cheyenne?" Isang mahabang titig ang ginawa ni Jose Luis sa kanya bago nito hinila ang katapat na silyang rattan at naupo roon.

"Hindi ko alam!"

Isang higop ang ginawa nito bago nagsalita. "Hindi ka mahusay magsinungaling. Tell me everything. Mula sa araw na matagpuan kita sa baybayin, six years ago. Tumatakas ka rin noon."

She gasped. Napatitig siya rito, hindi niya naasahang matatandaan siya nito. He was calmly sipping his coffee but his eyes never left hers.

Umiwas siya ng tingin at sandaling napapikit. Gumuhit sa balintataw niya ang alaala ng umagang iyon.

His fingers softly touched her face; hinahawi ang basang buhok mula sa mukha niya. How could she be so stupid as to think this man wouldn't remember her?

"Iniisip mong hindi kita matatandaan?" he asked huskily. Sa wari ay nababasa ang laman ng isip niya.

Banayad siyang tumango.

"I remember you. Sa unang pagkakataong masilayan ko ang larawan mo sa profile mo..." He paused for a moment, then, "Pagkatapos ng umagang iyon sa isla ay sumasaglit ka sa isip ko sa mahabang panahon..." He cleared his throat. It was as if he didn't want to tell her that.

Napasandal siya. Umiwas ng tingin.

"I want to help you, Chey."

"Wala kang maitutulong sa akin! Hindi mo kilala ang mga taong iyon..."

"Do not underestimate me."

Ibinalik niya ang mga mata rito. Of course. He killed two men yesterday in a blink of an eye. Sa sine lang niya nakikita ang gayon. Ang makakita ng aktwal na pagpatay ng tao... at dalawa pa mandin, habang ang isa ay walang-malay, ay hindi makarehistro sa isip niya.

Nandoon na siya na bihasa ang lalaking ito sa

pakikipaghamok. Pero ano ang laban ng isang tao
sa makapangyarihang persona sa bayan nila na
maraming mga mamamatay-taong tauhan?

"Taga-Guimaras ang mother ko," ani Luis.

She glared at him. "Obviously. Sa dalampasigan
sa isla mo ako natagpuan, hindi ba?"

"Quit the sarcasm. Tell me what happened back
then. Iyong nangyari four months ago ay alam ko
na. Nasa profile mong lahat iyon."

"Wala kang magagawa."

"Ipagpalagay na, gusto ko pa ring malaman."
At nang akmang magbubuka ng bibig si Cheyenne
upang sabihing wala itong pakialam ay agad nitong
dinugtungan ang sinabi. "You owe me that, at least,
I saved your ass back there at your cottage."

Isang malalim na hininga ang pinakawalan niya.
Ilang minuto ang pinalipas sa paghigop sa kape
niyang unti-unti nang lumalamig. Nang sulyapan
niya ito ay prenteng nakatitig lang sa kanya. Ang
mga mata niya'y bumaba sa punong-braso nito.
Malinaw niya nang nakikita iyon. May umuukilkil
sa isip niya subalit hindi makapangibabaw. Saan
ba niya nakita ang mga salitang iyon?

"Your tattoo..." she said, frowning. "I think I've
seen that before. I just can't remember where and
when. What does that mean?"

"Don't change the subject, Cheyenne."

"I'm curious. I want to know," pagpipilit niya.

Lumalim ang kunot sa noo niya nang sa pagtitig
niya sa braso nito, palibhasa'y sleeveless shirt

ang suot nito, ay napansin niya ang mga pilat. Malalabong pilat. Isa sa may tagilirang leeg nito sa may bandang ibaba ng balikat; sa ibabaw ng tattoo nito ay isang mahabang pilat na halos apat na pulgada ang haba. At sino ang nakakaalam kung saan pang bahagi ng katawan may mga pilat ito na natatakpan ng kamiseta?

"It's the US marine corps motto..."

Bigla ang pag-angat niya ng mga mata sa mukha nito. She blinked. "W-what?"

"Tinanong mo kung ano ang ibig sabihin ng tattoo sa punumbraso ko. I said it's the US marine corps motto—Always faithful."

"You're a US marine?" Hindi niya maiwasan ang mamangha. Gayunman naipaliwanag nito sa kanya ang kasanayan nito sa pakikipaghamok; sa nangyaring pagpatay nito sa dalawang lalaki kahapon; at sa pagsupil sa isa pa.

"Was." He shrugged. "Retired years ago." May gumuhit sa mga mata nito nang sabihin nito iyon. Hindi niya kayang bigyan ng pangalan. Regret? Anger?

"At... at... nakuha mo ang mga pilat na..." Ibinalik niya ang tingin sa pilat nito sa may leeg "iyan sa digmaan?"

"Tama na ang tungkol sa akin, Cheyenne. Start talking," he commanded.

Muli niyang itinuon ang paningin sa naggugubat na hardin. May ilang beses siyang humugot ng hininga. She'd tell him all about it. Pero wala siyang balak sabihin ang mga pangalan ng mga taong sangkot.

"Nasa loob ako ng cabin ng isang yate. I was there to retrieve my purse—"

"Why were you aboard a yacht which I presume must be a private one?" putol nito.

"I... I was with... with my boyfriend..." Nakita niya ang bahagyang-bahagyang paniningkit ng mga mata nito. Pero iglap lang iyon. She took a long breath. Nagkahugis sa balintataw niya si Jericho kasabay ng pag-usbong ng galit sa dibdib niya.

"And?"

"Nang sa kung anong dahilan ay may mga tinig na lumabas mula sa telepono..." She shook her head. "Isang interphone, speakerphone, or whatever. Nakabukas ang speaker..." Bale-wala siyang nagkibit. "Marahil ay nadiinan ko nang hindi ko sinasadya." She swallowed.

Muling nagbalik sa isip niya ang mga pangyayari. Iniangat siya ni Jericho mula sa sahig at sa pagpipiglas niya ay natukuran niya ang intercom. Ang "on" marahil ang natukuran niya.

"Pagkatapos?" Jose Luis prompted.

"Narinig ko si... narinig ko ang mga tinig. P-pinag-uusapan nila kung paano nila pinatay ang dalawang tao... at kung paano nila idinispatsa ang mga ito..." She took a glance at him. Seryoso itong nakamata sa kanya, hinihintay ang kasunod niyang sasabihin.

"Natabig ko ang isang decorative glass sa

gulat ko sa narinig ko..." Sinabi niya ang kasunod na pangyayari hanggang sa pagtalon niya sa yate upang tumakas.

"Bakit ka tumakas gayong nagawa mong ilubog ang sarili mo sa Jacuzzi?"

Cheyenne looked up at him. "Narinig kong sinabi ng... ng leader na hindi niya gusto ng loose ends. Natitiyak ko sa mga sandaling iyon na nais niya akong ipapatay. Isama sa mga inihulog nila sa dagat. Nagkataong may dumating na importanteng tao." Natanto niya sa mga sandaling iyon na utang-na-loob niya sa isa sa mga bisita ni Mayora Santillanes ang kaligtasan niya nang gabing iyon.

"Paboritong paraan mo ng pagtakas ang pagtalon mula sa yate..." The amused gleam in his eyes was incredible.

"Hindi ako tumakas mula sa yate ni Mrs. Cheng!" she said defensively. "I was—"

"Staging your suicide," matabang nitong dugtong.

Her eyes sparked in irritation. "Huwag mong laging ipaalala sa akin."

He smiled. Umiwas siya ng tingin.

Nang mapuna ni Jose Luis na wala ng laman ang mug ay tumayo ito at pumasok sa loob. Ilang sandali pa ay natanaw na niya itong pabalik, dala ang isang tray. Naroon ang percolator at ang lagayan ng sugar at cream. Inilapag nito iyon sa mesa at sinalinan ng panibago ang mug niya at ang mug nito.

"Bakit hindi ka nagtungo sa mga pulis nang araw na iyong makatakas ka?"

She gritted her teeth. "Makapangyarihan ang mga taong sinasabi ko. Hawak nila ang mga pulis na tinutukoy mo. Nasa ilalim sila ng payroll ng makapangyarihang tao—"

"You're telling me a bad scene in a B movie." He said drily .

"Bahala ka sa gusto mong isipin," naiirita niyang sabi. "Pero sasayangin ko ang ginawa kong pagtakas kung sa mga pulis ako nagtuloy. Nang... nang... umagang iyon na tumakas ako sa bahay ninyo..." She swallowed the lump in her throat and paused for a few seconds.

"S-sinunog nila ang bahay ng lola ko. They burned her alive..." Gumaralgal ang tinig niya at namuo ang mga luha sa mga mata. But she tried not to let the tears fall. Muling nanumbalik sa isip niya ang sindak sa nangyari sa lola niya. "They... they burned her alive..."

Natilihan si Luis. Inabot ang kamay niya at pinisil iyon. "I'm... sorry," he said sincerely.

Tumango siya. Bumalik ang nag-aambang mga luha. "Kung wala ang katu-katulong ni Lola sa manukan na nakaabang sa akin ay malamang na nahulog ako sa kamay nila. Sa tulong ng matandang lalaking iyon ay nakatakas ako mula sa isla gamit ang isang pribadong bangka at sa ibang bahagi ng dagat dumaan patungo sa mainland.

"Natitiyak kong hindi nila inaasahan iyon kaya ako nakatakas. Hindi nila inaasahang aalis ako kaagad ng isla at magtutungo sa mainland. Sa bahay ng lola ko sila nag-abang sa akin." Sa kabila ng anim na taon na ang nakalipas mula noon ay hindi pa rin niya maiwasan ang manginig nang bahagya sa alaala nang gabing iyon.

"Paano nagsimula ang muling pagtatangka sa iyo?"

"Hindi ako talaga nakatitiyak. Pero malamang nang minsang makita ang mukha ko sa television..." she said bitterly. "Iyon lang naman ang exposure ko sa publiko. At napakasandali pa dahil hindi naman ako artista."

"Who are these people, Cheyenne?" he asked in that quiet but deadly tone. There was that coldness in his eyes that made her shiver.

Umiling siya. Umiwas ng tingin. "Don't ask me that."

"I need to know," he demanded. "Tinitiyak ko sa iyong magbabayad ang mga taong sumunog sa bahay at pumatay sa lola mo."

Muli siyang umiling. At ibinabadya ng anyo niya na kahit na anong pilit ni Jose Luis ay hindi siya magsasalita. Hindi niya gustong magdamay ng ibang tao sa panganib sa buhay niya. Tama nang napatay ng mga ito si Erwin na dadalhin niya sa konsiyensiya niya sa habang buhay. Tama na ring posibleng napatay si Charmaine sa pag-aakalang siya ang kapatid.

She bit her lip at the thought of her sister. Maaaring may terminal cancer ang kapatid niya pero namatay ito nang maaga at lalong hindi nito dapat sinapit ang kamatayan sa kamay ng mga tauhan ni Mayora Santillanes.

At paano kung hindi lang basta pinatay ang kapatid niya? At sino ang nakakaalam kung ano pa ang ginawa ng mga ito sa kapatid niya. Hindi niya gustong isipin ang pinakamasamang maaaring nangyari sa kapatid. Sana'y naging madali ang kamatayan nito.

Pagkaalala sa kapatid ay napatayo si Cheyenne. "Nagpapasalamat ako sa tulong na ginawa mo, Luis. Pero kailangan kong bumalik sa isla," she said firmly. "Kailangan kong balikan ang mga bata! Hindi iisipin ng mga humahabol sa akin na nasa isla pa rin ako. Natitiyak kong may nakapagsabi na sa kanilang tumakas ako na kasama ka." Inayos niya ang strap ng bag niya sa balikat at tumayo.

Subalit bago siya makahakbang ay naroon na ang kamay ni Luis sa balikat niya upang pigilan siya. "Hindi kita papayagang umalis—"

"Hindi papayagan!" bulalas niya. "This is my life. Wala kang karapatang pigilan ako rito sa bahay mo! At wala akong pakialam kung binayaran ka ni Mrs. Cheng para hanapin ako!"

"Totoo. Subalit tiyak na kamatayan ang sasapitin mo sa sandaling umalis ka sa bahay na ito."

"Sanay akong tumatakas at nagtatago, Luis. Kaya kong pangalagaan ang sarili ko."

"Kaya?"

Umiwas siya ng tingin. Kung wala ito sa cottage kahapon ng madaling-araw ay malamang na napatay na siya. They both knew that.

"Bakit kailangang balikan mo ang mga bata?" tanong nito. "Binigyan mo ng pera ang matandang babae para sa kanila."

Umiling siya. "Hindi sapat ang perang iniwan ko. Baka kulang pa iyon para sa pagpapalibing sa lolo at lola ng kambal."

"Kung gusto mong makatulong sa mga iyon ay maaari tayong magpadala ng pera sa kanila, Chey. Hindi mo kailangang bumalik sa isla. Mapanganib."

"Sila na lang ang natitira sa akin." Nabasag ang tinig niya sa sandaling iyon. Tulog pa si Summer nang iwan niya. Iiyak ang bata kapag hindi siya nakita roon. "Kami na lang ang natitira sa mundong ito. Nangako akong aalagaan ko sila. Palalakihin. Pag-aaralin. Mamahalin."

Hinawakan nito ang baba niya at itinaas. "Ano ba ang ibig mong sabihin sa sila na lang ang natitira sa iyo?" naguguluhang tanong ni Luis.

"M-mga pamangkin ko ang mga bata..."

Chapter Nineteen

"*W*HAT?" Hindi makapaniwalang usal nito. "Paanong—?"

"Mga anak sila ng kapatid ko."

Lalong lumalim ang kunot sa noo ni Luis. "Kapatid mo? Hindi nabanggit na may kapatid ka sa office record mo na ibinigay ni Mrs. Cheng..." Lahat ng impormasyon nila tungkol kay Cheyenne ay ibinase lamang sa office records nito at sa maaaring ibigay ni Mrs. Cheng.

Hindi naman kailangan ni Kurt na gumamit ng paraan para malaman ang iba pang impormasyon tungkol kay Cheyenne mula sa pagkasanggol nito dahil hindi naman ang paghahanap dito ay may kaugnayan sa national security.

"I... I haven't seen her for years..."

"Where is your sister now?"

"They... they must have killed her, too." Nagsikip ang lalamunan niya. Pinakawalan niya ang mukha mula sa pagkakahawak nito.

"What are you talking about?" Nang hindi agad siya sumagot dahil sa pagsisikap na huwag maiyak ay sinusugan ni Luis ang sinabi at muli siya nitong hinawakan sa mga balikat. "Sabihin mo sa akin ang lahat, Chey."

Gusto niyang alisin ang mga kamay nito sa pagkakahawak sa kanya subalit nakapirmi iyon sa mga balikat niya. His nearness unnerved her.

"The last time I saw my sister was four and a half years ago. And fifteen years ago before that. Ayon sa matandang pinagbilinan niya sa mga sanggol ay uuwi siya ng Guimaras..." She paused.

"Na kakausapin niya muna si Lola at tingnan ang magiging buhay nila roon. Nais niyang dalhin doon ang mga bata upang doon palakihin..." Hindi niya napigil ang paglandas ng mga luha. "Ni hindi niya alam na wala na si Lola. Hindi siya nagtanong nang... nang magkita kami..."

"What happened?"

"Ang sabi ni Tandang Loleng ay hindi na nagbalik pa ang kapatid ko. Naiwan sa dalawang matanda ang pangangalaga sa kambal." Tuluyan na siyang napaiyak. "They could have killed her... nadamay siya sa nangyari sa akin."

Hindi nito malaman ang gagawin pagkakita sa kanyang humagulhol ng iyak. "Oh, baby, don't cry..." Kinabig siya ni Luis sa dibdib nito at hinaplus-haplos ang likod. Sapat iyon upang lalo siyang mapahagulhol ng iyak.

Lahat ng mga luhang hindi niya mapakawalan sa nakalipas na mga buwan ay parang dam na nabuksan sa mga sandaling iyon. Marahil ang pag-alo ni Luis ang nagpangyari. Sa nakalipas na anim na taon, bagaman magkakaibigan sila nina Velvet at Erwin ay wala namang alam ang mga ito sa lihim niya.

"Hey..." he said gently, patuloy sa paghaplos sa likod niya.

Patuloy rin siya sa pag-iyak. Pinagsama-samang dahilan. Isa na roon ang guilt sa pagkamatay ni Erwin na dadalhin niya sa budhi niya habang nabubuhay siya; takot, pagod sa walang katapusang pagtakas, sa walang-katiyakang bukas; sa pag-aalala sa kambal na kung hindi na siya makakabalik pa sa Tingloy ay hindi niya alam kung ano na ang mangyayari.

She couldn't even explain the safety and comfort she felt in Luis's arms. Magmula nang mangyari ang pagtakas niya may anim na taon na ang nakaraan ay wala siyang naramdamang kapanatagan maliban sa mga sandaling iyon.

Nabigyan lang siya ng sandaling reprieve sa panahon ng pagsusulat niya. Until that TV guesting. Gayunman, ang mga bangungot ay patuloy. Kahit ang pagtulog niya ay hindi mapayapa sa nakalipas na mga taon.

"Hush, sweetheart," patuloy na alo ni Luis, hindi alintana na basa na ang kamiseta nito mula sa mga luha ni Cheyenne. Para bang ang puso nito ang mababiyak sa nakikita sa kanya.

"Baka may ibang dahilan, Chey, kung bakit

hindi na nakabalik ang kapatid mo. I hate to say this, pero hindi ba maaaring isipin na baka tinalikuran niya lang ang responsibilidad niya sa mga anak niya?"

"No..." She shook her head, kumawala mula sa pagkakakulong sa mga bisig nito. "H-hindi ko kilala ang kapatid ko, Luis. Pinaghiwalay kami nang maliliit pa kaming bata. Subalit walang masamang kuwento sa kanya ang mga matandang nag-aruga sa kambal.

"Ayon kay Tandang Loleng ay mahal na mahal ng kapatid ko ang mga bata. Masuyo. Malimit bumulong na hindi dadanasin ng mga anak niya ang ginawa ng nanay namin sa kanya. You see..." Tumingala siya rito, nahihilam sa mga luha ang mga mata.

"My sister had lung cancer. Ayon kay Tandang Loleng, binigyan lang siya ng mga doktor ng ilang buwang palugit. Gusto niyang magbalik sa Guimaras... sa lola namin, upang dalhin doon ang kambal... upang doon palakihin. Ni hindi niya nalamang wala na si Lola.

"I never had the chance to tell her... nagmamadali siyang makaalis noong araw na iyon dahil baka raw mahuli siya sa biyahe. She promised me that she'd call. Naisip ko ngayon na dahil sa kambal kaya nangako siyang tatawag. Alam kong nais niyang ipagbilin sa akin ang mga bata... dahil alam niyang hindi magtatagal ang buhay niya..."

"Don't you think she could have died sooner than she—"

Pinutol niya ang sasabihin nito kasabay ng pag-iling. "No letters... no nothing. She just didn't come back. At may hinala akong napagkamalan siyang ako ng mga naghahanap sa akin..." Muli siyang humagulhol ng iyak.

Luis groaned. Muli siyang kinabig sa dibdib nito. "Honey, how could you say that? Paanong mapagkakamalan siyang ikaw?"

She hicupped. "Sa biglang tingin ay magkahawig kami, Luis... mapagkakamalan kaming kambal ng mga hindi nakakakilala sa amin..." Posibleng nakilala ni Jeric o ni Mayora Santillanes na hindi siya si Charmaine. Gayunman, hindi na mapakawalan ng mga ito ang kapatid niya. Malakas ang hinala niyang ganoon ang nangyari sa kapatid.

NAKAYUKO at nakatitig dito si Luis. Tila minememorya ang mukha niya. May nais alalahanin sa isip sa sinabi nitong magkahawig ito at ang kapatid nito. May nais siyang ikonekta. But he shook his head and dismissed the niggling thought.

"Let me go, Luis," she said wearily. "Naiintindihan mo na ngayon kung bakit kailangan kong balikan ang kambal. Kailangan nila ako. Sanggol pa lang sila nang umalis si Charmaine at hindi na nakabalik. Wala na rin ang mga lolo at lola nila. At iniwan ko pa sila..."

"Hindi ko magagawa ang gusto mo, Chey. Sa uri ng mga taong nagpapahanap sa iyo at base na rin sa mga sinasabi mo, hindi sila titigil hangga't hindi ka nila napapatay. And to keep you safe is to keep you here with me..."

Marahas na pinakawalan ni Cheyenne ang sarili mula sa pagkakahawak niya. "Bingi ka ba? O sadyang ayaw mo akong intindihin! Kailangan ako ng kambal!"

He took a deep breath. "Naiintindihan ko. Pero ligtas ang kambal sa Tingloy dahil walang mag-uugnay sa iyo sa kanila. At ikaw, kamatayang tiyak ang susuungin mo kapag umalis ka rito nang hindi ako kasama."

She didn't want to be unreasonable. Sa sulok ng isip niya ay alam niyang tama ito na hindi maiuugnay sa kanya ang kambal. Kung sakaling may magtatanong ay pareho nang patay ang nakakaalam sa kaugnayan niya sa dalawang bata. Still, it pained her to think that she left them. Masakit para sa kanyang isipin na sa mga sandaling iyon ay hinahanap siya ni Summer.

At gusto niyang makapiling ang mga ito. Hindi niya gustong biguin ang kapatid kahit hindi nito nagawang ipagbilin ang kambal sa kanya. But that would what Charmaine do. Her sister wanted her to take care of the twins. Ito na lang ang natitirang pamilya niya. And the thought that they were parted from her torn her heart.

"Sanay akong nagtatago, Luis. May pera akong panggastos. Besides, ano ba ang pakialam mo?" Bahagyang tumaas ang tinig niya. Nais niyang pairalin ang galit upang pahintulutan siya nito.

"Wala nga. Pero gusto kong makialam..."

That stunned her. "Why?"

LUIS shrugged. Hindi rin niya naiintindihan ang sarili niya. Then his gaze fell to her mouth. And again, he couldn't help his body's reaction. Binitiwan niya ang balikat nito na sa wari ay napaso siya.

It couldn't be that he wanted to help her because he was attracted to her sexually. Hindi siya naniniwala roon.

"It's just that I want to make it my business."

"Bakit nga?"

"Because I care for you." Hayun. Lumabas na sa bibig niya nang hindi niya namalayan.

"C-care for me? Why?"

"Don't ask me. Hindi ko kayang sagutin. At huwag kang magpilit na lumabas sa gate. It's remote-controlled. Ako lang at si Danica ang makapagbubukas niyan."

She stared at him as if dumbfounded. "Y-you couldn't have possibly cared for someone you only met more than twenty-four hours ago..." she whispered. Hindi man niya aminin ay may ligayang idinulot sa kanya ang sinabi nito. Pagkatapos ng natuklasan niya kay Jeric ay hindi na niya pinahintulutan ang sariling maniwala pa sa mga sinasabi ng isang lalaki.

"I met you six years ago." Hindi niya idinugtong na sa mga sumunod na buwan habang nasa misyon siya ay sumasaglit sa isip niya ang anyo nito paminsan-minsan; na tinatanong niya ang sarili kung ano na ang nangyari dito.

Until Thailand.

"I had to leave that day, Chey. May importante akong trabahong hindi ko maipagpaliban ng kahit isang araw. Kung hindi ka tumakas, nakaplano na akong ipagbilin ka sa mama ko. Alamin kung saan ka nakatira at iparating sa akin..."

She was speechless.

"I don't believe in coincidence, Chey," patuloy niya. "But I am fatalistic. What will be, will be. Pinagtagpo tayong muli ng pagkakataon. Let your troubles be mine, too..."

"W-what are you trying to say?"

"I don't know what I am saying. Hindi ako mahusay sa mga salita, Chey." He shrugged. "And I'm no saint either. There were women but they always do the talking..." He smiled sheepishly.

Sa isang saglit ay nais mangiti ni Cheyenne. For a big and lethal looking man, he looked like a boy. And before she could think of something else to say, mabilis na idinugtong ni Luis ang, "I will call my boss. I'll request for someone who can stay with the old woman to take charge of the kids."

"Mangingilala sila... hindi agad sila magtitiwala..."

"Don't worry. Alam ni Kurt kung sino sa mga babaeng tauhan ang ipadadala." Kapagkuwa'y may kumislap sa isip nito. "I have an idea. Kung gusto mo, maaari kong ipakuha sa Tingloy ang mga bata at dalhin dito."

"Magagawa mo iyon?"

"No sweat. Kapag nasa Tingloy na ang operative ay papatawagan kita upang makausap mo ang matandang pinag-iwanan mo sa mga bata. Mamaya lang ay narito na sila sa Maynila..."

"H-hindi sila manganganib dito?" May pag-asang gumuhit sa mukha nito.

"Walang nakakakilala sa kanilang mga pamangkin mo sila, hindi ba?" Tumango ito. "May mga tauhan si Kurt la Pierre para mangalaga sa mga bata."

"Who is this Kurt?"

"My boss. Walang makakaalam kung sino ang mga bata. They'll be safe here." Lumakad siya pabalik sa loob ng bahay. Si Cheyenne ay muling naupo.

NAGUGULUHANG sinundan niya ng tanaw si Luis na kinuha ang cell phone sa ibabaw ng bureau at may tinawagan. Napakabilis ng mga pangyayari at sa pakiwari niya ay wala na siyang control sa buhay niya. At na sunud-sunuran siya sa mga suhestiyon at plano nito.

Mula nang mamatay ang lola niya ay namuhay na mag-isa si Cheyenne. Namuhay siyang walang inaasahan kundi ang sarili niya. She had never allowed anyone to take control of her life. Ngayon ay parang hindi na niya hawak ang lahat ng nangyayari sa kanya.

Pero wala siyang madamang resentment laban sa lalaking ito. Sa halip, sa sulok na bahagi ng isip niya ay nais niyang makahinga nang maluwag. Nais niyang ipaubaya rito ang kaligtasan niya... nila ng mga bata. She was too tired and weary; sa paglalakad na lagi na lang nakalingon. Dumating siya sa puntong wala na siyang pakialam at bahala na.

Until she met the twins. She vowed to take care of them. At kailangan niyang mabuhay para sa mga ito. At kung si Luis ang kasagutan sa kaligtasan nila ng mga bata ay bakit ang hindi niya iyon tatanggapin?

Pero paano kung matulad si Luis sa lola niya? Kay Charmaine? Kay Erwin? Paano kung madamay rin ito at mapatay? She shivered. Muling lumukob ang takot sa dibdib niya. Nasa ganoon siyang anyo nang mapalingon sa gate pantao dahil bumukas iyon at pumasok si Danica.

"Good morning," bati nito, tuluy-tuloy sa kinaroroonan niya at naupo sa isa sa mga upuan.

"`Morning." She smiled at Danica faintly. Kumunot ang noo nito nang malingunan si Luis sa loob habang may kausap sa phone.

"Mukhang seryoso ang pakikipag-usap ng pinsan ko." Ibinalik nito ang tingin sa kanya. Nanguuring tinitigan siya, may kaunting malisya sa ngiti nito. "Ang sabi ni Auntie Haydee—that was my cousin's mother—ay hindi pa minsan man nagdala ng babae si Luis sa bahay na ito. You must be very special.."

"Kung ano man ang iniisip mo ay nagkakamali ka," aniya sa nagagalit na himig.

Danica shrugged. "It's none of my business, anyway."

"Yeah, right. None of your business," Cheyenne said firmly. "Still, mali ang iniisip mo. Your cousin and I are not even friends."

Umangat ang mga kilay ni Danica. Ang malisya ay nahalinhan ng curiosity. Muling nilingon si Luis na nang makita siya ay kumaway. She waved back and smiled.

Pinutol na nito ang pakikipag-usap at lumakad palabas sa veranda.

"Good morning," bati ni Danica.

"Good you're here now," ani Luis. "Gusto kong sumama ka sa amin ni Cheyenne pauwi ng Guimaras bukas o hanggang sa makapag-book ako ng ticket natin."

Parehong napatitig kay Luis ang dalawa. Gustong magsalita ni Cheyenne at magalit subalit minabuting huwag na munang kumibo.

"What?" kunot-noong sabi ni Danica. "Alam

mong hindi ko gustong bumalik sa isla, pinsan. Wala akong balak mapatay ng mga taong iyon."

Cheyenne stared at Danica. Gustong itanong kung ano ang ibig nitong sabihin subalit wala siyang karapatang magtanong. Ni hindi sila magkaibigan. Kagabi lang sila nagkakilala.

"Hindi mangyayari iyon, Dani," anito. "I won't let it happen. Kailangan nating bumalik upang ayusin ang lupain at patunayan sa mga Santillanes—"

"Santillanes!" mahinang bulalas ni Cheyenne.

Dalawang pares ng mga mata ang natuon sa kanya. "Kilala mo ang mga Santillanes?" Danica asked. Si Luis ay matamang nakatitig sa kanya.

Chapter Twenty

*M*ABILIS siyang umiwas ng tingin. "I-I've heard of them. Tagaisla ako..."

Nagkibit ng mga balikat si Danica. Si Luis ay humakbang palapit sa kanya. Yumuko ito at hinawakan siya sa baba at itinaas iyon.

"You are so transparent, sweetheart. May takot na nakiraan sa mga mata mo nang bigkasin mo ang pangalang Santillanes. Sila ba ang mga taong ikinukuwento mo?"

Pinakawalan niyang pilit ang mukha subalit mahigpit ang pagkakahawak ni Luis sa baba niya at pinanatili iyong nakataas. Much as she tried, she couldn't avoid his eyes.

"Madali para sa aking alamin ang totoo, Cheyenne..." Saka pa lang nito pinakawalan ang mukha niya at nagtuwid ng katawan.

Ibinalik ni Luis ang atensiyon sa pinsan. "Nasa akin ang mga orihinal na dokumento, Danica. Ibinigay sa akin iyon ni Mama noong araw na inihatid ko kayo rito. Patutunayan nating forgery ang mga dokumentong hawak nila. We can always have it authenticated. May mga kilala akong tao. Mananatiling iyo ang farm."

"Sa atin, Luis. Sa ating dalawa," pagdiriin nito at pagkatapos ay dinampot ang purse na inilapag sa ibabaw ng mesa at tumayo at lumakad patungo sa pinto papasok.

"I promise I'll keep you safe, Danica," Luis said firmly. "May kilala akong mga taong handang tumulong sa atin. Sumama ka pauwi ng isla."

Sandaling natigilan si Danica. Nakita ni Cheyenne ang pananabik sa mukha nito. Pananabik na natabunan ng alinlangan, at takot. "Ako ang maid of honor sa kasal ng kaibigan ko. Pagkatapos ng kasal ay susunod ako..."

"When is the wedding?"

"One week from now."

"Natitiyak mong susunod ka?"

Tumango ito. "I miss that place, Luis. I just wish..." Her voice trailed off.

"Trust me on this, cuz."

Danica gave him a small smile. "I really want to trust you, Luis. Sana ay kaya mong gawan ng paraan ang pananakot ni Santillanes sa atin." Nagbuntong-hininga ito. "I'll be there after the wedding." Nagtuluy-tuloy na itong pumasok sa kabahayan.

Nang makita ni Cheyenne na pumapanhik ito sa hagdan ay tiningala nito si Luis sa naniningkit na mga mata.

"Ayokong bumalik sa isla! At lalong ayokong

idamay ang mga bata sa panganib doon!"

Itinukod ni Luis ang dalawang kamay sa magkabilang armrest at niyuko siya. Napasandal si Cheyenne. He was too close for comfort. Nalalanghap niya ang amoy ng sabong pampaligo mula rito.. ang init na nagmumula sa katawan nito. Sa wari ay nais magtayuan ng mumunting balahibo niya sa katawan.

"The kids will remain here. May magbabantay sa kanila rito. Besides, mahirap pasukin ang bahay na ito, Chey. Tiniyak ng father ko na state-of-the-art ang lahat ng security sa bahay na ito. Pati na ang alarm."

"B-bakit kailangang bumalik ako sa isla?" Halos nakadikit na ang mukha ni Luis sa mukha niya at wala na siyang ilalayo pa.

"Alam kong natatakot ka. Subalit kailangang tapusin natin ang lahat kung saan ito nagsimula, Chey," anito. That seething look on his face made her step backward.

"Manganganib pare-pareho ang buhay natin sa isla, Luis," she whispered. "Natatakot ako..."

He dipped his head closed to hers, so closed that her lips almost touched his. His masculine aura of power engulfed her. "I know, baby... I know. I'll kill any body who's going to hurt you. I promise you that..."

She was torn between her agony, her fear, and the nearness of him. And her heart was pounding madly. "Tatlong tao na ang namamatay dahil sa akin. Ang lola ko, at natitiyak kong ang kapatid ko man ay namatay sa kamay nila. At si Erwin." She shook her head. "Oh, god. Ayokong pati ikaw ay madamay."

"Nothing will happen to me, Chey," anito, ang hininga ay humahaplos sa mukha niya. His dark eyes searched into hers. "I promise you that."

"How could you say that when—" Napahinto siya sa gitna ng mga salita dahil unti-unti nang bumababa ang mukha nito sa kanya. Hinihinga na niya ang hininga nito. Ang isang kamay ni Luis ay bumaba sa baywang niya at hinapit siya.

Kapagkuwa'y inangat nito ang isang kamay at dinama ng thumb finger ang mga labi niya bago nito tuluyang inangkin ang mga iyon.

She was stunned. Inilipad ng hangin ang ano mang nais niyang sabihin. She couldn't even move as his warm lips parted hers. His tongue seeking hers. Both her hands went up to his chest with every intention of pushing him. Subalit nanatiling nasa dibdib nito ang mga palad niya at sa wari ay wala siyang lakas para itulak ito. Her knees buckled. Kung wala ang bisig nito sa katawan niya ay baka naupos na siya.

HIS KISS was hot. She melted into his arms as pleasure shot through her and sending heat between her legs. Mula sa dibdib nito ay tumaas ang mga kamay ni Cheyenne patungo sa leeg nito. Kasabay niyon ay ang pagtugon niya sa halik nito.

Iglap na nagbago ang paraan ng paghalik nito. The kiss was a little rough now, hungry, wanting to devour her.

Oh, god. Paano bang ang isang halik ay magdulot ng kakaibang damdamin sa kanya; na para bang gusto na niyang ipagkaloob ang sarili dito; ngayon mismo. Nararamdaman niya ang pagdaloy ng init patungo sa ibabang bahagi ng katawan niya.

She moaned deliciously. She had never been kissed like this. But then there had been only one comparison—Jericho. And Jeric could learn a lot from this man.

Nalulunod na siya sa ginagawa nito at kung hindi niya papangibabawin ang katinuan ng isip ay malamang na bumigay siya nang husto. Lalo na nang maramdaman niya ang kamay nito sa dibdib niya. Napasinghap siya sa masarap na kilabot.

Nalulunod na siya sa sensasyon nang mula sa may pinto ay may tumikhim. Marahas na itinulak ni Cheyenne si Luis.

"Guys, pupunta muna ako sa grocery. Wala tayong kakainin mamayang gabi," bale-walang pahayag ni Danica na para bang normal lang na malabasan sila sa ganoong ayos. At sinabi pa man din niya rito na hindi sila magkaibigan ni Luis. May pakiramdam siyang nag-aapoy ang mukha niya sa pagkapahiya.

Bahagya lang silang sinulyapan ni Danica at dire-diretso ito sa gate.

"Ipagda-drive na kita," alok ni Luis na nakabawi sa huwisyo.

"Don't bother. Nagpatawag na ako ng taxi."

Si Cheyenne ay tumalikod at tuluy-tuloy na pumasok sa kabahayan.

Si Luis ay ibinagsak ang sarili paupo sa binakanteng upuan nito. He was so hard he'd burst anytime. And yes, kung hindi sa paglabas ni Danica ay baka binigyan niya ng kahihiyan ang sarili.

Lust.

Pure and unadulterated lust was consuming him. And he never felt this kind with any other woman. The kind that one lost control of himself. Iyong uring gusto niya itong habulin at hilahin patungo sa isa sa mga silid sa ibaba at angkinin. Angkinin nang paulit-ulit hanggang sa hindi niya na kayang tumayo pa.

Isang malalim na hininga ang pinakawalan niya at isinandig ang ulo sa sandalan at tumitig sa kalangitan.

KATATAPOS lang maghapunan sina Luis, Cheyenne, at Danica nang may bumusina sa labas ng gate. Halos sabay-sabay na nagsitayuan ang tatlo at lumabas. Sinilip muna ni Luis ang nasa labas bago nito binuksan ang gate. Isang itim na SUV ang pumasok at pumarada di kalayuan sa veranda.

Mamaya pa ay lumabas si Daniel na siyang nagmamaneho sa SUV. Kasunod nitong lumabas sa passenger side nito ay isang babae. Sandaling natigilan si Cheyenne. Napatutok sa babae ang mga mata.

The woman was stunningly beautiful. Statuesque. Brown-red ang makapal at tuwid na tuwid na buhok na hindi niya matiyak kung tunay o galing sa bote. Bahagya siyang nakadama ng inggit at wala sa loob na dinama ang sariling kulot na buhok.

Must be around five foot-six or seven; marahil ay kasing-edad niya. Give or take a year. Black spandex tank top na napapailaliman ng itim na leather jacket, black leather jeans na sobrang hapit at sa wari ay mawawarat ano mang sandali. Hinuhubog niyon ang kaliit-liitang detalye ng perpektong katawan. Itim na leather boots na tatlong pulgada ang takong.

And if Cheyenne was morena, this one was darker. Natitiyak niyang hindi ito purong Pilipina. At napakadisimulado ng pagkaka-apply ng make-up. Napahugot ng hininga si Cheyenne. Tila ito lumabas mula sa pahina ng imported na magazine para sa mga modelo.

And yet there was something about the woman that chilled her. There was that glint in the woman's eyes that was lethal.

Binuksan nito ang pinto sa likuran at ilang sandali pa'y lumabas ang dalawang bata na nang makita si Cheyenne ay agad na nagtakbuhan patungo sa kanya.

"Kids, mag-iingat at baka madapa," the woman warned in a voice that one would think of bed and satin sheets.

At napansin ni Cheyenne ang biglang pagbabago sa mga mata nito pagdating sa mga bata.

Soft and tender.

"Auntie Chey!" magkapanabay na sigaw ng kambal.

Cheyenne blinked. The contradiction puzzled her. Mabilis na inalis niya ang mga mata sa babae at sinalubong ang kambal na parehong yumakap sa kanya.

"I miss you, guys!"

"Na-miss din kita, Auntie Chey," pahikbing sabi ni Summer. "Paggising ko wala ka na po. Umiyak ako."

"Kasi iyakin ka," ani Skye sa kapatid at pagkatapos ay excited na humarap sa kanya. "Auntie Chey, sumakay kami ng... ng... 'copter! Ang galing! Gusto ko magmaneho ng ganoon paglaki ko!"

Sinulyapan ni Cheyenne si Luis at umusal ng pasasalamat. Ang babae ay lumapit sa kanya at inilahad ang kamay. "D'Angela, the nanny."

"Oh." Pinakawalan niya ang mga bata, tumayo at tinanggap ang pakikipagkamay nito. "I'm Cheyenne. Salamat sa pagsama mo sa mga bata."

"De nada..."

And even her smile was so... Cheyenne shook her head. Parang hindi niya gustong makatabi ang babaeng ito sa publiko. Natitiyak niyang kukunin nito ang atensiyon ng lahat at maiiwan siyang tila alalay.

Nilapitan sila ni Luis at kinamayan ang bagong dating. "How are you, D'Ann?"

Ngumisi ang babae at isang banayad na suntok sa sikmura ang pinakawalan nito. "It's been a long time, JLo."

Luis pretended to double over and moaned in pain. Narinig niya ang marahang pagsinghap ni Cheyenne.

Luis grinned. "Hanggang ngayon ba naman ay iyan pa rin ang tawag mo sa akin?"

Kumislap ang mga mata ni D'Angela. Nakatago ang ngiti roon. "You will always be JLo to me, gorgeous."

"Why JLo?" Hindi mapigil ni Cheyenne ang sarili.

Napakamot ng ulo si Luis. Si Daniel na inaayos ang side mirror ay nahinto sa ginagawa at malakas na tumawa.

Biglang nailang si Cheyenne. Tila nakapagitan siya sa isang common joke. Gusto niyang mainis. Nang titigan niya si Luis ay hindi nito malaman ang gagawin. Instead, Luis smiled sheepishly at tiningnan si D'Angela.

"Oh, it was a long time ago. During training. Iisa ang paliguan ng lahat." She grinned again at the memory. "Nag-iisa siyang napasukan kong naliligo. I thought then he had the sexiest butt. I still think so. And his name is Jose Luis. So... the nickname stuck." She laughed.

"Oh," Cheyenne muttered, feeling like a fool.

"And so, ikaw ang napili ni Kurt na yaya ng mga bata," pagbabalik ni Luis sa usapan ng mga bata.

Lumabi ito kasabay ng kibit ng mga balikat. "Kilala mo naman ako, jack of all trades. Mahilig ako sa bata kaya puwedeng-puwedeng yaya." Napasulyap ito sa mga bata na tinungo ang tagiliran ng bahay. "Teka, at mukhang tutunguhin ang swimming pool." Tinakbo nito ang mga bata at hindi man lang natigatig na naka-three-inch heels ito.

Binalingan ni Luis si Daniel. "Ikaw ba ang kumuha sa mga bata mula sa Tingloy?

"Walang ibang piloto at tamang-tama namang tapos na ang trabaho ko." Kapagkuwa'y bahagyang kumunot ang noo nito at inginuso ang nakatayong si Danica sa may pinto at nakamasid lang. "Hey, buddy, sino `yang nasa pinto?"

"Pinsan ko, Dan. Hindi talo iyan."

Daniel's mouth twitched in a lopsided smile. Hindi nito pinansin ang sinabi niya at humakbang patungo sa kinatatayuan ni Danica. "I'm Daniel." Inilahad nito ang kamay, sabay kindat.

Danica gasped. Kapagkuwa'y umirap at tumalikod. Naiwan sa ere ang kamay ni Daniel. He pouted and stared at his hand. Nagkibit ito ng mga balikat at nilingon si Luis na tumawa.

"Hindi lahat ng babae ay naakit sa gandang lalaki mo, buddy." Nilapitan niya si Cheyenne. "This is Cheyenne, Dan," pagpapakilala nito. "Chey, si Daniel, kasamahan ko sa trabaho."

Muling inilahad ni Daniel ang kamay at sa pagkakataong iyon ay may tumanggap dito. "Pleased to meet you, Cheyenne. Unusual name."

Cheyenne smiled.

"Makakasama natin siya sa isla..."

"Dalawa lang kayo?" nagdududang usal ni Cheyenne.

"What does she mean, buddy? Are we going to war?"

Luis laughed.

"W-what about the twin?" Hinayon niya ang mga bata na kasama na ni D'Angela sa may gilid ng pool. Pinigil niya ang sariling takbuhin ang pool dahil baka mahulog ang dalawa.

"Hindi sila pababayaan ni D'Angela," paniniyak ni Luis nang makita ang pag-aalala sa mukha niya. "Maiiwan sila rito kasama si D'Angela."

My god, the woman was too sexy to be a nanny! "Kaya ba niyang protektahan ang mga bata? Paano kung..." Her voice trailed off.

Hinawakan siya ni Luis sa baba at iniharap. "Ipanatag mo ang loob mo, Chey. D'Angela can easily tackle four men. Mano-mano. She's a black belter. And a crack shot. They'll be all right. Huwag kang padadaya sa malamodelong tindig."

Bahagya niyang nilingong muli ang bahagi ng swimming pool. Namamangha sa sinabi ni Luis. "And... what about Daniel?" tanong niya sa mahinang tinig, sinulyapan si Daniel na naupo sa rattan chair, ang paa ay nakataas sa coffee table at ang ulo ay inihilig sa sandalan at nakaunan sa dalawang kamay.

Both men were big and tall, not an ounce of soft flesh in their body, though Luis was probably an inch taller. Daniel must be in his early thirties. He was incredibly handsome one would think he was a movie star.

"Don't be deceived by his good looks," Luis snapped. "He's an ex-marine. And lethal. And a veritable playboy."

Cheyenne frowned at his tone. Nagseselos ba ito sa kaibigan?

Tumalikod ito patungo sa pinto. "I'll ask Danica to prepare something for them."

Hinawakan niya ito sa braso. "Ako na. Pakakainin ko rin ang mga bata." Lumakad na siya patungo sa kabahayan.

Si Luis ay sinamahan si Daniel sa veranda. Naupo siya sa katapat na silya. "Thanks, buddy..."

"De nada," sagot nito pero hindi nagmulat ng mga mata. "What's with you and the woman?"

"Her name is Cheyenne..."

"So what's between you and Cheyenne?" ulit nito, slightly sarcastic, nakapikit pa rin. "May pahapyaw na detalyeng ibinigay sa akin si Boss. Natapos ang assignment mo nang matagpuan mo siya...,"

Isang buntong-hininga ang pinakawalan ni Luis, ipinagkrus ang mga braso sa dibdib at sumandal. "I met her six years ago..." At sa pahapyaw na salita ay ipinaliwanag nito ang mga ipinagtapat ni Cheyenne sa kanya. "And she won't tell me who these people are. Kung nahuli lang ako nang ilang segundo sa pagpunta sa cottage niya malamang na pinaglalamayan na siya ngayon..."

"At gusto mong malaman kung sino ang mga taong nagtatangka sa kanya." It was more of a statement than a question.

"Kapag bumalik siya sa dating trabaho niya ay sino ang makapagsasabi kung hindi magtatagumpay ang mga iyon na patayin siya? Ang pagkamatay ng kaibigan niya ang nagtulak sa kanyang tumakas at palabasing nag-suicide siya."

"And what do you care? You've done your job."

Luis sighed. "She asked me the same question. I asked myself the same question. I don't know. Hindi ko siya maaaring pabayaan. Nagtatapang-tapangan lang ang babaeng iyon. But she's scared as hell. Idagdag pa iyong dalawang batang kinargo niya..."

He opened his eyes. "And you want to protect her?"

"Isn't it obvious? I asked for your help, didn't I?"

Tumango ito. "Napakadali ng trabaho, buddy. But we can't just kill people. We need evidence to nail these persons."

"I know. Kinausap ko na si Kurt sa bagay na iyan at humingi ako ng tulong. I'm waiting for instructions. Pagkatapos ay lilipad tayo patungong Guimaras." Nilingon niya ang loob ng kabahayan. Dahil gabi na at maliwanag sa loob ay natatanaw niya ang dalawang babae.

Si Daniel man ay nakasunod ang tingin sa hinahayon ng mga mata niya. "Hindi ko nalaman na may pinsan ka."

Hindi agad sumagot si Daniel. Hindi niya matiyak sa sarili kung kailangan ba niyang sabihin sa mga kaibigan ang kuwento ng buhay niya. At nang maisip na ang pagkatao ni Daniel ay hindi naman lihim sa kanya ay sinimulan niyang ikuwento rito ang mga ipinagtapat sa kanya ni Haydee at ang tungkol sa mga kapatid niyang lalaki.

"Fuck up lives..." usal ni Daniel.

"Yeah."

Mahabang katahimikan ang namagitan bago binasag iyon ni Daniel. "Parang narinig ko na ang pangalan ng isang binanggit mo... Jace something..." He racked his brain trying to think where he'd heard the name. "Of course!"

Luis gave his friend a sideway glance. Barely curious.

Chapter Twenty-One

"PARANG nadaanan ko ng tingin ang pangalang iyan noong isang araw. Sa society column. Your brother's wife's family was multimillionare. This Jace is a pilot by profession; a businessman himself. He married an heiress na ang mga magulang ay hotel magnate, a certain Nick and Alaina Navarro. At kaya ko natatandaan ang pangalan ay dahil binasa ko ang article tungkol sa pinasinayaang bagong hotel."

Daniel had always been interested in the business circle. And Luis knew why. Umaasa itong makakabasa ng mga balita tungkol sa sariling pamilya. Sa sinasabi ni Daniel ay nakadama siya ng panlulumo. Lalo lang nadagdagan ang insekyuridad niya sa nakatakdang paghaharap nila ng mga kapatid.

"May sari-sarili na kaming buhay. Hindi na siguro marapat na magtagpo pa kami."

Daniel frowned at him. "C'mon, buddy. For all you know, hinahanap ka rin ng mga kapatid mo.

Makipagkita ka. Kung pagkatapos ay bale-wala sa kanila ang pagtatagpo ninyo..." He shrugged. "So be it. Sabi mo nga, may kanya-kanya na kayong buhay. Pero huwag mong pangunahan ang magiging desisyon ng mga kapatid mo."

"And when had you become a wise man? Besides, look who's talking?"

Isang malakas na tawa ang pinakawalan ni Daniel. Pagkatapos ay pomormal. "Pag-usapan natin ang problema kung bakit ako nandito," anito sa pagnanais na ilayo ang topic tungkol sa sarili.

Nagbuntong-hininga si Luis. "Cheyenne hadn't witnessed a thing. Narinig lang niya ang ginawang pagpatay sa intercom. Isa pa, kailangan kong umuwi sa isla. May problema kaming magpinsan sa propiedad namin doon..." At muli, sa pahapyaw na mga salita ay sinabi niya ang mga pangyayari sa kanya sa nakalipas na isang buwang mahigit.

May ilang sandaling nanatiling tahimik si Daniel, bago, "Hindi kaya iisang tao ang problema ninyo ni Cheyenne?" he said thoughtfully.

Luis frowned. "Paano mo nasabi iyan?"

"Bro, Guimaras is a small island. Ilang tao ba ang makapangyarihan doon?" Broad shoulders lifted. "Well, just a hunch."

A little bit perplexed, nagdikit ang mga kilay niya. "Why didn't I think of that?"

"Because you're thinking with your..." Inginuso ni Daniel ang bagay na nasa pagitan ng mga binti niya at saka tumawa nang malakas. "Bro, kung makikita mo lang ang sarili mo sa salamin. Just arrived a few minutes ago pero napansin na kita. Hindi mo siya gustong hiwalayan ng tingin. Haven't taken her to bed yet?" Muli itong tumawa, iyong tipong nang-aasar. "You are losing your touch, my boy."

"You are so annoying..."

Ngumisi ito, "Take her to one of the rooms and do her already."

Napatayo nang wala sa oras si Luis. "You're sick!"

Isang malakas na tawa ang pinakawalan ni Daniel.

KINABUKASAN pagkaalmusal ay kinausap ni Cheyenne si Luis tungkol sa mga bata na nais niyang dalhin sa mall.

"Please, please. Buong buhay nila ay nakakulong sila sa Tingloy. Natitiyak kong hindi man lang sila naisasama ni Tandang Loleng sa Anilao noong nabubuhay pa ito."

Inihalamos ni Luis ang kamay sa mukha. "Nanganganib ang buhay mo. May naghahanap at nagtatangkang pumatay sa iyo. Paano mo naisip na mamasyal?"

"I want to bring the children to the mall. Oh, please. Siguro naman hindi mag-iisip ang mga umahabol sa akin na mamamasyal ako. Please, Luis."

Luis clenched his jaw. Mamaya pa ay tumayo na ito at kinausap si D'Angela na nakita ni Cheyenne na nagkibit ng mga balikat. Tumalikod ito upang bihisan ang mga bata. Nilapitan niya si Luis.

"Thank you," she said softly.

Hindi ito sumagot at huminga at tinitigan lang siya na parang bang sinasabing "huwag mo akong sisihin kapag may aberyang nangyari sa atin." Huminga ito ng malalim at tumalikod para magbihis na rin.

Si Daniel ang nag-drive ng SUV at sa isang kilalang mall malapit din lang doon ang pinuntahan nila. Tuwang-tuwa ang mga bata nang dalhin ang mga ito sa Toy Kingdom. Si Luis ang nag-alok na magbayad sa mga laruang gustong bilhin ng mga bata at hindi mabali ni Cheyenne ang desisyon nito.

Hindi na niya ginawang issue ang bagay na iyon. Nagpapasalamat siyang napapayag niya si Luis. Pagkatapos ay pinamili ni Luis ng mga damit ang mga bata.

"`Lamat po," ani Skye at tumingala kay Luis. "`Gaganda po ng mga damit na ito."

Luis ruffled the boy's hair and smiled at him. "Piliin mo ang lahat ng gusto mo, Skye."

Namilog ang mga mata ng bata. "Totoo po?"

"Promise."

Tumakbo si Skye patungo sa area ng sapatos. Agad itong sinundan ni D'Angela na ang suo` ay simpleng maong na pantalon at kamiseta

Gayunman ay hindi lang lalaki ang nakukuha nitong atensiyon kundi maging ang mga babaeng nakakasalubong nito.

"*Tenk* you din po," segunda naman ni Summer at nginitian ito.

And for whatever reason, yumuko si Luis at kinarga ang bata at hinagkan. He inhaled the powdery scent of the little girl. At hindi nito maipaliwanag ang kakaibang damdaming humaplos sa dibdib.

"Hindi ka pa gutom?"

"Gutom na po."

"Saan mo gustong kumain?"

Bago makasagot ang batang babae ay nasa tabi na niya si Cheyenne. "They haven't been to Jollibee and McDonald's, Luis. Gusto ko silang dalhin doon dahil wala yatang batang hindi gustong magpunta roon."

"McDonald's, then." Sinundan nito ang tinungo ni D'Angelo at Skye.

Siniko ito ni Cheyenne. "You're spoiling them. Hindi magkandaugaga si Daniel sa pagbitbit ng mga binili mo sa kanila."

Huminto ito at nilingon si Daniel. Ngumisi rito. "Bale-wala ang bigat ng mga gamit ng mga bata sa binibitbit niyan."

Lumapit si Daniel at may ibinulong. "Bagay na bagay sa iyong nagkakarga ng bata. Mukha kang tatay."

Siniko niya ito. Humalakhak lang si Daniel.

MAGKASAMA sa iisang mesa sina Luis, Cheyenne, at dalawang bata. Samantalang nasa di-kalayuan sina Daniel at D'Angela. Alerto ang mga mata habang kumakain ng burger at fries.

"Hindi mo ba napapansin?" komento ni D'Angela. "Ngayon ko lang nakita si Luis na ganyan. Tila padre de pamilya." Nginuso niya ang mga ito sa mesa. Makukulit ang mga bata subalit nakatawa lang si Luis.

"Init na init iyan kay Cheyenne."

"That, too." Kumagat ito sa burger niya. "At wala akong nalamang nagkainteres si Luis sa isang babae. Oh, well, malibang panandalian lamang. In fact, wala akong alam na babaeng sineryoso ni Luis. But he was protecting this three tulad ng isang inahin sa mga sisiw niya."

"Dahil sa trabaho natin," sagot ni Daniel. "He loves this job. Pero hindi niya gustong maranasan ng babae ang naranasan ng mother niya. Iyong lagi bang nag-aalala kung uuwi pa si Mr. Morrison."

"Ang akala ko ba'y tinanggap na ni Mrs. Morrison ang uri ng trabaho ng papa ni Luis?"

"Totoo naman. Pero hindi pa rin niyon inaali ang mga pag-aala at takot. Luis didn't resent hi father's job. Subalit lumaki siyang nakikita an paghihintay, pag-aalala, at takot ng mama niya Kahit na pilit pang itinatago iyon ni Mrs. Morrison

Subalit wala na rito ang atensiyon ni D'Angela. Titig na titig ito kay Summer na tinutukso ni Luis at humahagikgik.

"Are you okay?" Daniel asked. "I mean, hindi ko maintindihan si Kurt kung bakit ikaw ang kinuha niyang nanny ng mga bata."

"I volunteered. The kids are adorable. And I like being a nanny."

Walang-kibong pinisil ni Daniel ang kamay ni D'Angela.

Gabi na nang makauwi ang lahat dahil may mga mini rides pa sa loob ng mall at doon nagtagal ang mga bata.

NASA landing na sa itaas si Luis nang makarinig siya ng mahinang sigaw. Suddenly he was alert. Ang mahinang sigaw ay nanggaling sa silid ni Cheyenne. Tinakbo niya iyon at pinihit ang doorknob. Of course, alam niyang lagi itong nagkakandado ng pinto.

Idinikit niya ang tainga sa pinto at mahinang ungol ang nauulinigan niya. Mabilis niyang tinungo ang sariling silid at mula roon ay kinuha ang master key. Iyon ang ginamit niya sa pagbukas sa silid ni Cheyenne.

Nakita niyang pabiling-biling ito sa higaan. She was having a nightmare, natitiyak ni Luis iyon. His heart went out to her. Kahit sa pagtulog ay inabagabag si Cheyenne ng mga nangyayari sa buhay nito. Tumiim ang mga bagang niya. Umaasa siyang sa pag-uwi nila sa isla ay matatapos niya ang suliraning ito.

He'd kill for her. Hindi niya pahihintulutang patuloy itong binabantaan at tinatakot ng kung sino mang mga taong iyon.

Nilapitan niya ito at marahang niyugyog sa balikat. "Chey," he muttered her name. "Nananaginip ka, Chey."

Nagulat pa siya nang hawakan nito ang kamay niya at dinala sa mukha nito. She nuzzled her face in his hand. Idinikit nito ang mga labi sa palad niya. He was jolted as if electrified. Dahan-dahan niyang hinihila paalis ang kamay niya subalit mas lalong nagsiksik ang mukha ni Cheyenne doon. Umuungol.

"Luis..." She moaned softly. "Huwag mo akong iwan..."

Niyuko niya ito. Isang malaking pagkakamaling pumasok siya sa silid nito. Kung hindi siya lalabas ay baka kung ano ang magawa niya. They were waiting for Kurt's instruction for two days now. At sa nakalipas na tatlong araw ay wala nang laman ang isip niya kundi ito. He was trying to control the raging desire inside him.

Ano ang mayroon ang babaeng ito at ginugulo nito ang isip at damdamin niya sa paraang walang ibang nakagagawa niyon?

"Chey, you're dreaming."

He'd kiss her. Iyon lang at lalabas na siya.
Just one kiss.

SA INAANTOK niyang diwa ay nauulinigan ni
Cheyenne na may umuusal sa pangalan niya.
Nararamdaman niya ang banayad na paghaplos ng
daliri sa kanyang pisngi. Isiniksik niya ang mukha
sa kamay na sa wari ay panaginip.

She moaned softly. Hindi niya gustong magising
sa masarap na pakiramdam na iyon. Gusto niyang
dalhin ang kamay na iyon sa bawat bahagi ng
katawan niya. Gawin nito ang mga bagay na sa
imahinasyon lang niya nangyayari.

Ang mga daliri ay nagtuloy sa paghaplos sa leeg
niya... pumaloob ang mga daliri sa buhok niya. May
naramdaman siyang mainit na labi na dumampi
sa mga labi niya. Mga kislap ng pagnanasa ang
sa wari ay naglandas sa buong katawan niya. She
moaned, met his tongue.

Was it a growl she heard?

At bago pa man lumalim nang husto ang halik
ay huminto iyon. She opened her lips, gustong
habulin ang mga labing nawala. She groaned in
protest.

Isang mahinang tawa ang narinig niya.

Kinuha niya ang kamay na tumatapik sa pisngi
niya, she nuzzled into it again. Hindi niya gustong
magising mula sa isang masarap na panaginip.
Kanina ay hindi niya gusto ang panaginip niya.

Hinahabol siya ng mga lalaki sa dagat at patuloy siya sa paglangoy at napapagod na siya. At inabutan siya at inilubog ang ulo niya sa tubig.

Kapagkuwa'y nagbago ang panaginip niya. Iniahon siya ni Luis at iniligtas sa pagkalunod. This was her second dream and she didn't want to wake up. And she knew it was Luis. Hindi niya maipagkakamali ang tinig nito kahit sa panaginip niya. And she wanted him to kiss her... to touch her.

And in her dreams, he actually kissed her... and touched her. She wanted more. Hindi niya gustong bumangon mula sa kanyang pagkakahimbing. She wanted this dream. She wanted his hands on her body. She was so hot as if her body was on fire.

"Chey, sweetheart. Ayokong nakikipagtalik sa natutulog..." came the whisper.

Nakikipagtalik? Oh, well. She kind of like that in her dreams. And the feeling was so delicious.

Muli ay naramdaman niya ang pagdampi ng kamay sa pisngi niya. "Chey..." Ang kamay ay nararamdaman niyang bumababa sa straps ng silk nightie niya, lumaylay ang mga iyon pababa sa mga balikat niya.

Then she felt something hot on her breast. His mouth. Napaungol siya nang malakas at iniliyad ang dibdib. Ang isang kamay nito ay nasa kabilang dibdib niya at dumadama roon. She was burning.

Ang init ay naglandas pababa sa pagitan ng mga binti niya. Then his hand moved down to her panties. Pumaloob doon. Gusto niyang magprotesta. She gasped as she felt his fingers caress her there.

"Oh, baby, you're so wet..."

Wet? Yes, she thinks so. And she likes the feeling. She even wanted more..

"Touch me more..."

She felt the gentle penetration of his finger. Slowly... deliciously. Until she felt that mixture of discomfort and pleasure. Sa natutulog niyang diwa, she ignored the slight discomfort and concentrated on the pleasure.

Please... please...

The caress continued. She writhed under his touch. The ache to reach that something was so intense she was certain it would kill her. Kasabay ng tila pagkislap ng kung anu-anong liwanag sa paligid niya ay ang pagmulat niya ng mga mata.

May ilang sandaling tinitigan niya ang aninong nakatunghay sa kanya at sa patuloy sa masarap nitong pananalakay sa pagkababae niya. Naghahabol siya ng hininga at nararamdaman pa niya ang masarap na kilabot sa naranasan.

"Luis!" bulalas niya, tuluyang nawala ang hibla ng antok. "A-ano'ng ginagawa mo rito? B-bakit... paanong..." Wala siyang malamang sabihin. She was still shivering from her orgasm.

Niyuko niya ang sarili, napasinghap nang makita kung ano ang ginagawa nito. Horrified, tinabig niya ang kamay nito. Kung araw lang ay malamang na mapapansin ang pamumula ng mukha niya sa kahihiyan.

Luis was breathing heavily himself and there was something in his eyes... something like promises.

Promises? Of what?

"Ano'ng ginagawa mo rito sa kuwarto ko? Paano ka nakapasok? I locked all doors!" she screamed indignantly. Hindi niya malaman kung ano ang mararamdaman. Kung mapapahiya, magagalit, o hilingin ditong ituloy ang ginawa nito.

"Sshh. You'll wake the dead..."

Chapter Twenty-Two

ITINAAS ni Cheyenne ang straps ng nighties niya. Magkakasamang emosyon ang nararamdaman. What happened wasn't a dream! She could still feel the remants of her climax. At sa wari ay may kulang pa at sa sulok na bahagi ng isip niya ay nais niyang dugtungan iyon.

Tinutop niya ang bibig niya at napahugot ng hininga. Hindi pa niya naranasan ang ganoong uri ng damdamin sa buong buhay niya. And now she was torn between embarrassment and pleasure.

"Y-you took advantage of me..." she accused horrifyingly.

"Nasa labas ako sa pasilyo nang marinig kitang mungol nang malakas. Sumigaw. I had to take the master key and opened your door. Nang akma kitang gigisingin ay kalmante ka na. Natutulog na i. But you uttered my name in your sleep..." He smiled. His eyes caressed her body. Ang titig nito sa kanya ay pumapaso.

"You wanted me to kiss you... to touch you..."

"You're making that up!"

"Bakit ko naman gagawin iyon?" he said innocently. "You didn't want to let go of my hand. You didn't want to stop me from kissing you. Ako ang panaginip mo, Chey..." he said softly. Kissing and touching her was incredible. He had never had a woman that made him feel like this. It was as if she had given him already the main event.

"Nightmare, you mean!"

His grin was devilish. Niyuko nito ang nakalilis niyang panties. Her eyes widened. She was speechless. Kasabay ng pagkapahiya ay nasa katawan pa niya ang baga ng pagnanasa na tila sawa at nililingkis siya.

"You climaxed."

Bakit kailangang ipagdiin-diinan nito ang pagkapahiya niya?

Napasinghap siya nang hawakan siya ni Luis sa magkabilang balikat at pagkatapos ay yumuko upang hagkan siya. Subalit iniwas niya ang mukha at dumampi sa sulok ng mga labi niya ang bibig nito. Still, it made her shiver with need.

"I want you, babe," he murmured against the corner of her lips. "I know you want me, too. And you deny me now, I think I'll die." Kinuha nito ang kamay niya at dinala iyon sa ibabaw ng boxer short nito, ipinadadama sa kanya ang katotohanan ng sinasabi nito.

Muling napasinghap si Cheyenne. Bale-wala ang malambot na kayo ng cotton. Hindi niyo itinago ang sumisingasing na pagnanasa nito. At kung magiging totoo siya sa sarili niya ay iyon din ang gusto niya.

At bago pa siya makapag-isip nang matino ay mariing inangkin ni Luis ang mga labi niya. Kasabay ng pagbababa nitong muli sa strap ng pantulog niya. Ang mga labi nito ay bumaba sa leeg niya habang ang kamay ay dinama ang dibdib niya.

"Please..." Kung protesta iyon o encouragement ay hindi matiyak ni Cheyenne.

"You're mine, Chey..." he whispered. He caught her lips this time and kissed her thoroughly. Ang kamay nito ay banayad na humahaplos sa hubad niyang likod. "Tell me what you want..."

I want you. Ibinulong ng isip niya iyon.

"Tell me, Chey. Gusto kong marinig. What do you want?" he murmured in between kisses.

"You." Cheyenne moaned. Her body slumping against him in total surrender. Desire uncurled inside her and began to throb in the most secret places. Tila hinihipang muli ang baga ng pagnanasa at muling sumiklab ang apoy.

Sandaling bumitaw si Luis at muli na naman sana niyang bibigyan ng kahihiyan ang sarili dahil akma niya itong aabutin. Bumaba ito ng kama. Hinubad nito ang suot na kamiseta at inihagis sa sahig. Isinunod nito ang boxer shorts na sumama sa kamisetang nasa sahig.

Napahawak sa dibdib niya si Cheyenne. Gusto niyang iiwas ang tingin mula sa hubad nitong katawan subalit hindi niya magawa. She was overwhelmed by the man's masculine power and overt sexuality.

Lahat ng iyon ay nababasa niya lang sa mga romantic pocketbooks. O bunga ng kanyang mayamang imahinasyon at isinusulat. Subalit ni hindi makakapangalahati man lang ang imahinasyon niya sa katotohanang nasa harapan niya ngayon.

If she didn't control the raging need inside her, she could easily devour him.

Then he joined her again. He wrapped his arm around her waist and his mouth closed on hers again in a fierce, hot kiss. Gumanti ng halik si Cheyenne. Ang mga kamay niya ay namasyal nang kusa sa katawan nito. The man could be made of steel. Wala kahit na anong malambot na laman siyang nahahaplos.

His mouth grew more insistent. His hand caressed her, revelling the softness of her skin. Then his mouth left her lips, bent and put his lips over her nipple. sucking it softly.

Napahugot ng malakas na hininga si Cheyenne, sadyang inililiyad ang katawan patungo rito upang bigyan pa ito ng daan sa ginagawa. Hindi niya ito gustong huminto.

Sa kabila ng lahat, may bahagi ng isip niya ang gustong mailang sa ginagawa ng mga kamay at mga labi nito sa kanya. But she wouldn't dare stop him if it meant saving her life. The pleasure was like a drug. She wanted more... and... more.

His exquisite hardness dragged sensously against her thighs. At bago pa matanto ni Cheyenne ang ginagawa, she parted her legs to let him in.

A loud groan escaped from Luis's throat.

Then she remembered something. She tensed. Itinukod ang mga kamay sa dibdib nito.

"L-Luis..."

"Don't tell me to stop, baby. You're going to kill me!" He nudged her legs farther apart and poked his maleness against her femininity.

"This is... this is my first..." she murmured in his lips.

"Of course... our first time..." he muttered as his hand cupped her buttocks and raise it.

In his sex-hazed mind, rumehistro sa isip nito ang sinabi niya. Natilihan ito. Pinakawalan ang mga labi niya at napatitig sa kanya. Inaaninag nito ang mukha niya mula sa liwanag na nanggagaling sa night lamp sa may side table.

Tinitiyak wari kung seryoso ito sa sinasabi. In her profile, she was twenty-six. And in his experience, twenty-six-year-old women were never virgins.

"I... I never had an intimate relationship with a man in my life."

Tumatagaktak ang pawis ni Luis sa noo sa pag-iigting ng kalamnan. "And you're telling me this because?" His voice was hoarse. Nakikita niya ang pag-iigting nito sa pagpipigil sa sarili.

"Just so you know."

"Are you telling me to stop?"

"No!"

He almost laughed aloud. Instead, a smile of relief slowly broke his face. Yumuko at dinampian siya ng halik sa noo. "Tinakot mo ako." He kissed the tip of her nose. "I'll be very gentle, baby."

Muli ay sinimulan nitong pag-apuyin si Cheyenne. Hinahagkan at dinadama siya sa mga bahagi ng katawan niyang tanging ito pa lang ang nakakagawa. One fingertip travelled and circled her nipple. At muling nagsiklab ang apoy ng pagnanasa.

Ang mga kamay ni Cheyenne ay gumawa ng sariling paglalakbay sa katawan nito. He was hard. Kahit saang bahagi ng katawan nito. She touched his dark nipple and he groaned aloud. She dipped her head and her warm and wet tongue darted out to caress it.

Luis's breath was caught in his throat. They were trading kisses. They touched each other everywhere. Tila ba matagal na nilang ginagawa iyon.

Her nails bit into his back as she felt him teasing, prodding, penetrating so gently. The feel of him stretching her was both agony and ecstasy. His expert hands were everywhere. Cheyenne was on fire. The pleasure was building up and taking her. His fingers were doing something deliciously unimaginable. At muli ay may nais siyang maabot sa dako pa roon.

Muntik na siyang sumigaw nang sa wari ay dalhin siya nito sa ituktok ng pinakamataas na dako at may liwanag na biglang kumislap. That was when he drove into her that the intense discomfort was overridden by her climax.

His hand kneaded her breast softly as he gave her time adjusting the invasion. Caressing her. Sinisikap alisin sa isip niya ang sakit na nararamdaman. He dipped his head and caught one nipple. Cheyenne gasped as Luis succeeded in doing so, dahil iniliyad niya ang balakang niya upang hikayatin itong ipagpatuloy ang paggalaw.

Luis groaned. The skin-to-skin friction was deliciously unbearable.

She was a virgin.

Well, not anymore. At hindi maiwasan ni Luis ang pagmamalaking nararamdaman. Walang ibang lalaking nakaangkin kay Cheyenne. Alam niyang kahit na ano ang gawin niya masasaktan niya ito. But giving her her climax first compensated enough.

Hindi na niya matandaan kung kailan ang huling pagkakataong may nakatalik siyang babae. At ngayon ay pagbabayaran niya ang pagtikis niya sa sarili sa mahabang panahon. Umaasa siyang mapapatagal pa niya ang walang-katulad na nararamdaman habang inaangkin niya si Cheyenne.

Her softness enveloping him. Her sweet scent was killing him. At kapag nagmabagal siya ay bibigyan niya ng kahihiyan ang sarili.

He lifted his body up and thrust. Again. And again. Each thrust deeper and harder. He cried her name as his body convulsed over and over again.

LUIS collapsed heavily on her damp body. Naghahabol ng hininga. Cheyenne stared at him in fascination.

"I'll make it up for you," he whispered, his fingers tracing her back.

"You already did."

"That was different. Masasaktan ka kung pinatagal ko pa maliban pa sa bibigyan ko ng kahihiyan ang sarili ko."

Except for the niggling pain Cheyenne was satiated. But if there was more to come then she'd look forward to it.

Nasa ganoon silang ayos nang isang malakas na sigaw ang narinig nila. Napabalikwas ng bangon si Cheyenne, ganoon din si Luis na biglang naging alerto. "Si Summer!"

Hinagilap ng mga mata niya ang panties. Mula sa sahig ay dinampot iyon ni Luis at iniabot sa kanya. Sa ibang pagkakataon ay mahihiya siya subalit patuloy niyang naririnig ang malakas na iyak ni Summer. Nang matiyak na disente na ang anyo niya ay nagmamadali siyang lumabas ng silid at tinungo ang katabing silid na siyang kinaroroonan ng kambal. Naroon na si D'Angela at inaalo ang batang babae.

There was something in D'Angela's beautiful face that stopped Cheyenne on her tracks. It was as if the woman wanted to cry also.

Saka pa lang siya dahan-dahang lumapit. Si Skye ay tahimik at nanatiling nakamasid lang sa kapatid at sa wari ay iiyak ano mang sandali. Nang malingunan nito si Cheyenne ay tumayo at bumaba ng kama at sinalubong siya ng yakap.

"Ano ang nangyari?"

"Marahil ay nanaginip," sagot ni D'Angela sa tinig na sa wari ay nagpipigil ng iyak, atubiling binitiwan ang bata.

Humihikbing yumakap ang bata kay Cheyenne. "Napanaginipan kita, Auntie Chey. Paggising ko ay wala ka na..."

She kissed the top of her head and whispered comforting words.

Si D'Angela ay lumakad patungo sa pinto. Naroon na si Luis at nakasandal sa hamba. Pinisil nito ang balikat ni D'Angela na nagyuko ng ulo at tuluyan nang lumabas upang bumalik sa sariling silid.

Mula sa pinto ay tahimik na pinagmasdan ni Luis ang mga bata at si Cheyenne. Gustong matunaw ang puso niya para dito. She hadn't been a mother. Pero kung kalingain nito ang mga bata ay tila sariling mga anak ni Cheyenne ang kambal.

He didn't know how to deal with kids. Buong buhay niya ay wala naman siyang nakasamang mga bata. Hindi maganda ang mga karanasan niya sa mga bata sa buong panahong nasa misyon sila. Ginagamit ng mga terorista ang mga bata sa kabuhungan ng mga ito. Minsan ay inosenteng bata ang lumalapit sa grupo ng mga sundalo at nag-aabot ng kung anu-ano. Upang sa isang saglit ay sumabog ang bata kasama na ang mga sundalong nakapaligid. Naka-strap ang explosive sa katawan ng inosenteng bata.

Iyon ang uri ng mga sindak na lagi nang nagpapabaliktad sa sikmura niya tuwing sumasagi sa isip niya. If only he could easily forget those horrors.

Looking at these kids right now, something tugged at his heart. Siguro dahil wala ng ama ang mga ito ay wala pa ring ina. Again, his protective instinct kicked. Lumapit siya sa tatlo at naupo sa tabi ni Cheyenne.

Ginulo niya ang buhok ni Skye. "Hindi ka ba nanaginip ng masama, little soldier?"

Ngumiti sa kanya si Skye sa ginamit niyang term. And Luis was surprised that the small smile warmed his heart. It was another first.

"Si Summer lang po mahilig managinip."

Ang atensiyon niya ay nakuha ng tinig ni Daniel mula sa pinto. "Hey, buddy. What's happening?"

Pinisil ni Luis ang balikat ni Cheyenne at tumayo at humakbang patungo sa pinto. "Nanaginip si Summer at sumigaw."

Tumango si Daniel. "I'll go back to sleep." Naghikab si Daniel at muling tumalikod. Natuunan nito ng pansin si Danica sa may pinto ng silid nito. He grinned at her. "Hello, sexy."

Danica rolled her eyes. Muling isinara ang pinto. Daniel chuckled as he walked back to his room.

TWO DAYS later ay nasa eroplano na sila patungong Iloilo.

"Scared?" tanong ni Luis nang mapansin nitong mariin niyang ipinikit ang mga mata at isinandal ang ulo sa headrest nang magsimulang mag-take off ang maliit na eroplano.

Hindi hindi siya sumagot. She was too scared to even utter a word. Sa halip ay sunud-sunod na hugot ng hininga ang ginawa niya. Ito ang ikalawang pagkakataong sumakay siya ng eroplano. And, oh, yes, she didn't like it a bit. If she had a choice, mas nanaisin niyang sumakay ng barko.

But again, the thought of boarding another yacht, ship, or whatever brought a bad taste in her mouth.

He entwined his hand with hers. Itinaas nito iyon at dinala sa bibig at hinagkan. For a moment, naalis ang isip niya sandali sa nararamdamang takot. Gusto niyang hilahin ang kamay at panatilihin iyong nakahawak nang mahigpit sa armrest subalit hindi iyon pinakakawalan ni Luis. Nanatili ang mga labi nito sa kamay niya.

"Marami ka nang panganib na sinuong," anito, idinikit ang bibig sa tainga niya. Sinadyang dumikit ang mga labi sa tainga niya. Napahugot siya ng hininga. Hindi dahil sa takot sa pag-angat ng eroplano kundi sa sensasyon na unti-unting lumulukob sa pagkatao niya. Overriding her fear. "Paanong ang takeoff lang ng eroplano ay kinatatakutan mo?"

"Oh, I hate flying!" aniya and closed her eyes and suppressed a moan when he bit her lobe. Alam niyang sinisikap nitong ituon ang isip niya sa ginagawa nito kaysa sa makadama siya ng takot.

"Why so? Statistics wise, flying is the safest form of transportation."

"I don't care about statistics!" she hissed. "Hindi ko kayang paniwalaan kung paanong ang pinagtagpi-tagping bakal at lata ay nakakaangat mula sa lupa ng libo-libong talampakan. And stop it!"

He chuckled. "You don't really want me to stop. It's taking your mind off your fear."

Truth be told, bawat dampi ng balat nito sa balat niya ay nagdudulot ng kakaibang damdamin. Ang nangyari sa kanila noong isang gabi ay nananatili sa buong pagkatao niya. Hindi pa rin niya kayang ipagpag ang masarap na kilabot na nararamdaman niya.

Tila iyon ahas na lumilingkis sa kanyang buong katawan sa tuwing mapapatingin o magdidikit ang katawan nila ni Luis. And she was so disappointed na nang sumunod na gabi ay hindi magawang pumasok ni Luis sa silid niya kahit na nagpapahiwatig ito. Humiling ang mga bata na sa tabi niya matutulog ang mga ito.

Muling idinikit ni Luis ang bibig sa tainga niya. "Sana'y may mahaba tayong panahon para sa isa't isa..."

Tinapik si Luis ni Daniel na nasa likuran nila at saka bumulong. "You're pathetic. That's PDA. Pang-teen-ager lang."

Inis na nilingon ito ni Luis. "What's wrong with you?"

Daniel snorted and grinned that devil grin of his.

Chapter Twenty-Three

"MAY TUMAWAG sa akin ngayon lang, Mama. Isang tao natin ang nakakita kay Cheyenne sa port. At hulaan mo kung sino ang kasama?"

"Don't be an ass, Jericho. Quit the guessing game. Sino ang kasama?"

"Si Morrison."

Bahagyang kumunot ang noo ni Mayora Santillanes. Hindi agad makarehistro sa isip ang pangalang binanggit ng anak. Kapagkuwa'y napatuwid sa pagkakaupo. "Ang anak ni Haydee!"

"Mismo. At magkasama sila ni Cheyenne na bumaba mula sa pump boat."

"Paano mo natiyak na magkasama ang dalawang iyon?"

"I asked the same question, Mama. Nakaalalay si Morrison kay Cheyenne, nakaakbay, at magkasama silang sumakay sa tricycle."

Tumiim ang mga bagang ni Jericho. May bahagyang paninibughong naramdaman. Anim na taon na ang nakalipas, gayunman ay hindi nito basta-basta nakalimutan si Cheyenne. Ito ang nag-iisang babaeng nakaligtas sa mga kamay niya.

Dapat ay naangkin niya ito nang gabing iyon. At pagkatapos ay hihilingin sa ina na hayaan munang pagsawaan niya bago gawin ang ano mang nais gawin ng ina rito.

But she had escaped that night. Napaglalangan siya ni Cheyenne. Doon. Dalawang oras pa bago nila natuklasan ang pagtakas nito. Ang hindi niya kayang tanggapin ay ang hantarang pang-iinsulto ng ina sa kanya sa harap ng mga tauhan.

Napakabata pa ni Cheyenne nang panahong iyon para mapaglalangan siya. He would have thought she'd be scared. At dahil wala naman itong mapupuntahan ay aasa sa kanya. Maniniwalang kaya niyang ipagtanggol ito mula sa ina.

Ilang taon na ang nakalilipas ay inakala ng mga tauhan niyang si Cheyenne ang nagbalik sa isla. Ni hindi ito nakarating sa patutunguhan. Agad itong dinala ng mga tauhan niya sa kanya. But she wasn't Cheyenne. Kamukha lamang ito ni Cheyenne.

What was her name? Charina... Charmaine. Yes. Tulad ni Cheyenne ay maganda si Charmaine. Kahit hindi nito aminin ang relasyon nito kay Cheyenne ay natitiyak niyang magkapatid ang dalawa. Kahit nang halos mamamatay na ito ay hindi nito sinabing kilala nito si Cheyenne. Natitiyak niyang mas pipiliin nito ang mamatay kaysa sa ituro ang kapatid.

Pagkatapos niya itong pagsamantalahan ay ibinigay niya ang babae sa mga tauhan. He realized she was too thin for his liking. Add the fact that she never stopped coughing. She disgusted him.

At bukod roon ay nag-iwan ng marka si Charmaine sa mukha niya nang manlaban ito. Bumaon nang husto sa pisngi niya ang isa sa mga kuko nito. Wala sa loob na dinama niya ang gilid ng pisngi. Naroon pa ang pilat sanhi ng ginawa ng babaeng iyon. Halos hindi na ito humihinga nang mapasukan siya ni Rufo. Hiningi sa kanya ang babae bilang balato.

He could have killed her right there and then. Pero ikaaaliw niya ang sasapitin nito sa mga tauhan niya.

Naputol ang daloy ng isip niya nang magsalita ang ina. "Paabangan mo sila sa sabana patungo sa farm ng mga Pontevedra. Mag-utos ka ng apat na tauhan."

Isang ngisi ang isinagot ni Jeric. Muling dinukot ang cell phone sa bulsa at may tinawagan. Mapapasakanya pa rin si Cheyenne pagkalipas ng anim na taon. At kapag ipinasya niyang panatilihin itong buhay nang ilang panahon ay gagawin niya hanggang sa magsawa siya at pagkatapos, tulad ng kapatid nito ay ipapasa niya sa mga tauhan.

"BAKIT hindi ka na lang nagpasundo?" tanong ni Daniel mula sa backseat ng tricycle driver.

"Hindi ko natatandaang gumagamit ng cell

phone ang katiwala sa farm," Luis said. Nilinga nito si Cheyenne na kanina pa tahimik. "Are you all right?"

"No, I am not. I'm scared. For us. Kanina... kaninang kinakausap mo ang tricycle driver ay may napuna akong nakatitig sa akin. Nang tingnan ko ay nagbawi ng tingin. Napuna ko siyang agad na tumawag sa cell phone niya."

Hindi agad nagsalita si Luis at sa halip ay kinapa ang baril na nakasuksok sa likod ng pantalon. Sa airport sa Manila ay may tinawagan si Kurt upang mailusot nila ni Daniel ang dala nilang baril at bala. Hindi sila nagdaan sa regular na daanan ng mga pasahero. Kailangan nilang maghintay sa isang pribadong lounge.

Sinilip nito si Daniel sa likod ng driver. "There could be trouble. Be ready." Pagkatapos ay kinausap nito ang driver. "Maliban sa sabana, may iba pa bang daan patungo sa Pontevedra Farm?"

Malakas ang ingay ng motor ng tricycle kaya hindi narinig ni Luis ang malakas na pagsinghap ni Cheyenne.

"Meron po. Malayu-layo lang nang kaunti at pangit po ang daan. Bago po dumating sa sabana ay may makitid na daan. Hindi na gaanong dinadaanan iyon. Shortcut po kasi ang sabana ng kalahating oras."

"Doon mo idaan."

"Pangit po ang daan doon. Baka mahirapan ng motor ko."

"Dodoblehin ko ang bayad."

Hindi na kumibo ang driver at nasisiyahang tumango.

Si Cheyenne ay halos sumabog ang dibdib sa matinding kaba. Pontevedra Farm ang narinig niyang sinabi ni Luis. Oh, god. Ano ang kaugnayan ni Luis sa mag-asawang pinatay sa dagat? Kailangan pa ba niyang itago rito ang tungkol kina Jericho at sa mama nito?

Panatag na isinandig ni Luis ang sarili sa sandalan at kinabig siya at inihilig ang ulo niya sa balikat nito. "You're so tensed. Relax, Chey. I won't let anyone hurt you."

"I believe you. Pero paano kung ikaw ang masaktan? Si Daniel?" nag-aalalang sabi niya. "Tama na ang tatlong taong namatay nang dahil sa akin."

"Walang katiyakan ang buhay, Chey. Iyong natutulog lang ay hindi na nagigising. At kung ikapapanatag ng loob mo, gusto kong sabihin sa iyong hindi birong panganib na ang sinuong ko... namin ni Daniel at ng iba ko pang mga kasamahan..." He stopped in midsentence.

"Sa digmaan?"

He smiled mirthlessly. "You wouldn't want to know."

"Gusto kong malaman, Luis. Gusto kong malaman kung saan galing ang mga pilat na nakita ko sa katawan mo?"

"I used to work for the government. Special ops

Kami nina Daniel at ng iba pa. Iyan lang muna ang masasabi ko sa iyo."

"Is that enough to make me feel secure?" naiiritang sabi niya. She wanted to know more about him. Pero lagi itong umiiwas. "Halang ang kaluluwa ng mga taong ito, Luis."

"Ipanatag mo ang loob mo dahil ang mga nagtatangka sa iyo ay nauutusan lamang. Sisiw kung ikokompara sa mga taong nakasagupa na namin na sinanay rin sa pakikidigma. These goons are actually cowards. Nakatago sa likod ng makapangyarihang tao na sinasabi mo."

"Walang matapang sa bala ng baril, Luis..."

Sa pagkakataong iyon ay umabot sa mga mata nito ang ngiti. "I'm a crack shot—"

"And a better swimmer. Impress me more," she said sarcastically. "What else are you good at..."

"I'm best at this..." At bago pa siya nakahuma ay inilapit ni Luis ang mga labi nito sa mga labi niya at siniil siya ng halik. He took her tongue and her sanity.

Nais na niyang magpakalunod sa halik nito nang gulantangin sila pareho ng pagbalya ni Daniel sa dingding sa gilid ng tricycle.

"What the fuck are you doing?"

Niyuko ni Daniel si Luis upang marinig ng huli ang sinasabi nito. "Tumingin ka sa unahan!"

He did. "Oh, shit!"

Sa may pagliko ay natanaw na nila ang isang owner-type jeep na walang bubong. There were four men, panlima ang driver. Nakaharang ito sa dadaanan ng tricycle.

Bigla ang ginawang paghinto ng driver ng tricycle. Kung wala ang kamay ni Luis na nakahawak sa balikat niya ay baka sumubsob si Cheyenne sa unahan. Bumalatay ang takot sa mukha ng driver.

"Mga tinawo ni Mayora Santillanes! Ngaa ara sila sa tunga sang dalan?" Nilingon nito si Daniel at pagkatapos ay niyuko sina Luis at Cheyenne. *"Sin-o kamu? Indi ko gusto madalahig. May pamilya ko ya. Panaog kamu!"*

"Huwag kang mag-alala," ani Daniel na tinapik ang driver at bumaba. Kinapa nito ang baril na nakasiksik sa likod ng pantalong maong at tulad ni Luis ay itinatago ng jacket. "Hindi ka madadamay."

"Stay here," utos ni Luis kay Cheyenne. Hinawakan nito sa braso ang driver. "Kapag itinakbo mo ang tricycle na sakay ang kasama namin at may nangyari sa kanya, mas matakot ka sa akin!" babala nito.

Ang ginawa ng tricycle driver ay bumaba ng bike at mabilis na tumakbo pabalik sa pinanggalingang daan.

Mula sa medyas nito ay kinuha ni Luis ang isa pang baril at ibinigay kay Cheyenne. "Don't hesitate to use that. Shoot anyone who comes near you." Itinuro nito ang pagkasa sa baril. "Maliit lang iyan at kakayanin mo."

Sa nanginginig na mga kamay ay inabot ni

Cheyenne ang baril. "Oh, god... oh, god! Please be careful."

Lumakad ang dalawa ilang hakbang palayo sa tricycle at pagkatapos ay tumayo roon at hinintay ang paglapit ng owner-type jeep. Huminto ang sasakyan dalawang dipa mula sa kanila. Agad na tumalon ang tatlo mula sa owner-type jeep.

"Ang babae lang ang kailangan namin," wika ng unang lalaki, hindi mataas subalit malaki ang katawan, sinulyapan nito ang tricycle.

"Hindi kayo masasaktan kung ibibigay ninyo sa amin ang babae," segunda ng ikalawang lalaki. Ang ikatlo ay hindi nagsasalita subalit hinihimas-himas nito ang baril na nasa baywang ng pantalon at naiipit ng taba nito. Sadyang ipinakikita sa kanila.

Luis recognized the one with the gun. Ito iyong isa sa mga pulis na humuli sa kanya. He had been right. Hindi mga pulis ang mga ito. Nagsusuot lang ng uniporme ng pulis.

"Walang problema. Malaya kayong kuhanin ang babae," kalmanteng utos ni Luis. Ni hindi napuna ng mga ito ang panganib mula sa mga mata nito. Daniel was silent. As always, he had that lethal smile on his face. Maipagkakamaling gandang lalaki lang ang ipinagmamayabang nito.

"Madali naman palang kausap ang mga ito. Akala ko ba'y pinatay ng Morrison na ito sina Rufu?" Isang halakhak ang pinakawalan ng unang lalaki at sinenyasan ang dalawang kasama patungo sa tricycle.

"Haka-haka lang iyon. Hindi naman talaga napatunayan," sagot ng nasa manibela. "Magaganda lang ang katawan niyan, pang-akit sa mga babae, pero ampaw ang mga iyan. Bilisan ninyo at nang madala na iyang si Cheyenne kay Boss."

"Sana ibalato sa atin ni Boss ang isang iyan pagkatapos niya," wika ng ikalawang lalaki at nagsimulang lumakad patungo sa tricycle, kasunod ang isa. "Tulad noong pagbalato niya sa atin noong isang babae na kamukha ni Cheyenne."

Malakas na napasinghap si Cheyenne sa narinig. Nalimutan ang takot at lumabas ng tricycle. Itinutok ang baril sa lalaking palapit at pinaputok. Subalit dahil nanginginig ang kamay niya sa galit ay nahagingan lang niya ito.

Pandemonium followed. Hinugot ng isa ang baril nito subalit bago nito iyon tuluyang nahugot ay isang flying kick ang tumama rito at bumagsak ito sa lupa.

Cheyenne blinked. Kung paano umigkas ang paa ni Daniel patungo unang lalaking dumaan sa tabi nito ay hindi malaman ni Cheyenne. Hindi pa man bumabagsak sa lupa ang lalaki ay dumapo uli ang paa ni Daniel sa ikalawa. Halos kasabay iyon ng flying kick ni Luis sa pangatlong lalaki.

Cheyenne was holding her breath. It was like watching a Jason Statham movie. Except that this was real and dangerous. Totoong baril ang mga nasa katawan nina Luis at Daniel, at totoong nagkakasakitan. Halos hindi siya humihinga habang nakamasid sa mga ito. Ang driver ng owner-type jeep ay mabilis na bumaba, hawak ang isang baril at itinutok sa dalawa.

Bago pa niya maisigaw ang babala para kina Luis at Daniel ay isang patalim ang lumipad patungo sa kamay ng lalaki. Sumigaw ito. Galing kay Luis ang patalim at hindi niya matiyak kung saan nito hinugot iyon. Lalong hindi niya naisip na mapupuna pa nito ang lalaki gayong abala ito sa isang lalaki.

Habang sinusundan niya ng tingin sina Luis at Daniel ay natitiyak niyang kahit isa lang sa dalawa ay kayang patumbahin ang lima. Nang maalala niya ang sinabi ni Luis tungkol kay D'Angela... *"D'Angela can easily tackle four men. Mano-mano..."*

Para sa isang malamodelong babae, mahirap paniwalaan ang sinabi ni Luis. Gayunman, natitiyak niyang hindi nito ipagkakatiwala ang mga bata rito kung hindi ito nagtitiwala kay D'Angela.

Bumalik ang atensiyon niya sa mga naghahamok. Nagpipilit na lang lumaban ang mga lalaki kahit hindi na kaya ng katawan. She heard smacks and whacks everywhere. And then the snapping of bones that made her wince. May isang walang malay nang nakabulagta sa lupa at ang dibdib ay tinutuntungan ng paa ni Luis habang isang malakas na suntok ang dumapo sa isang hindi na halos magkagulapay.

ILANG sandali pa'y itinatali na nina Luis at Daniel ang tatlong lalaking may malay pa mula sa mga suot nitong kamiseta na pinunit at pagkatapos ay pinasakay sa likuran. Lupaypay ang mga ito na nagpaubaya na lang sa ginagawa ng dalawa.

Parehong binuhat nina Luis at Daniel ang dalawang walang malay at inihagis sa loob ng owner-type jeep. Sindak na tinuon ng tatlong lalaki ang mga mata sa dalawang kasamahang hindi man lang gumalaw.

"P-patay na sina Nestor!" Bulong na lang na lumabas sa bibig ng isa ang mga salita.

Pumuwesto si Luis sa driver's seat at pinalipat doon si Cheyenne na nanginginig pa rin sa takot. Luis took the gun from her trembling fingers. Si Daniel ay nakatayo sa likuran ng jeep at nakatingin sa apat. Nakangisi.

"Ni hindi ako pinagpawisan sa inyo, ah." He shook his head in amusement. Yet there was that lethal glint in his eyes.

"Hindi mo kilala ang kinakalaban ninyo," wika ng isa na hindi na maimulat ang isang mata at may minipis na dugong umaagos doon.

"Sino ang boss ninyo? Ano ang kailangan niya kay Cheyenne?" tanong ni Luis mula sa driver's seat, nakatingin sa rearview mirror. Sukat doon ay natahimik ang tatlo at hindi na nagsalita.

Ilang sandali pa ay nasa presinto na sila at hinarap ni Luis ang hepe. "Noong una ay pinalusot

kita, hepe. Hindi sa pagkakataong ito. Ikulong mo
iyang tatlo."

"Huwag mo akong utusan, Morrison! Wala kang
katibayang hinarang ka ng mga iyan. At kakasuhan
kita sa ginawa mo at ng kasama mo."

"Tulad ng wala rin akong katibayang
pinagtangkaan akong patayin ng mga tauhan ni
Santillanes noong gabing iyon?"

Umilap ang mga mata ng hepe. "Walang
kinalaman si Mayora sa sinasabi mo. Huwag kang
magkaila, alam kong pinatay mo ang dalawang
lalaking iyon!"

"Kung ganoon, magpasalamat ka't buhay ang
limang iyan, hepe. Bagaman duda ako sa dalawa.
Baka mas makabubuting sa ospital mo dalhin ang
mga iyan." Luis clenched his teeth. "Ikulong mo
ang mga iyan dahil kung hindi ay maririnig lahat ni
Gobernador ito. Natitiyak kong hindi mo gustong
mawalan ng trabaho..."

Ang akmang isasagot ng hepe ay napigil nang
mapansin ang pagpasok ni Cheyenne. Nagliliyab sa
galit ang mga mata nito. At bago pa makakilos ang
lahat ay isang malakas na sampal ang ipinadapo
niya sa mukha ng hepe.

"Ipakukulong kita!" sigaw ng hepe na hawak
ang pisngi. Tinawag nito ang dalawang tauhan
doon subalit hindi makuhang tumayo ng mga ito
dahil nakatutok ang baril ni Daniel.

"Chey?" Hindi makapaniwalang usal ni Luis.

"Naroon siya noong gabing sunugin nila ang bahay ni Lola, Luis!" Gumagaralgal ang tinig niya habang nanlilisik ang mga matang nakatitig sa hepe. "Nakaupo siya sa sasakyan habang sinasaktan ng mga tao niya si Lola at sinunog ang bahay!"

"Ako ang hepe sa bayang ito, babae. Hindi mo mapapatunayan ang sinasabi mo..." The man's voice faltered.

Luis's arm snaked around Cheyenne's waist. Inilayo ito. "Babalikan kita, Hepe. Tinitiyak ko sa iyong makukulong ka sa sandaling mapatunayan ang ginawa mo."

Pagkasabi niyon ay tinalikuran nito ang hepe. Si Daniel ay tinanggalan ng armas ang dalawang pulis at inalisan ng bala ang mga iyon at kasama ng baril ay inihagis sa malayo.

Iniwan nila ang owner-type jeep. Isang tricycle ang nakita ni Luis at pinara. Agad na sumakay sina Daniel at Cheyenne.

Pagkaalis ng tatlo ay agad na tinawagan ng hepe ang opisina ni Mayora Santillanes.

Chapter Twenty-Four

"MASAMA ang nangyayaring ito, Jericho," nagpupuyos na wika ni Mayora sa anak. "Nasa jail lahat ang inutusan mo at bugbog-sarado! Ang dalawa ay ipinadala ni Hepe sa ospital. Malubha."

Nahinto sa ere ang kopitang hawak ni Jericho. "Paanong nangyari iyon? Mahuhusay lahat ang ipinadala ko."

"Sa nangyari ay mas mahusay si Morrison at ang kasama nito!"

"Kasama? Akala ko ba'y si Cheyenne lang ang kasama niya?"

"Hindi marahil napansin ng tao mo." Kinuha nito ang sigarilyo mula sa drawer at nagsindi. Nagpupuyos na naghitit-buga ito. "Hindi tama ito. Kasama ni Cheyenne si Morrison. At sa narinig ko ay malakas kay Gobernador ang Morrison na ito. Ano ang gagawin natin?"

"Planuhin nating mabuti ito, Mama. Hindi tayo dapat nagpadalus-dalos sa mismong sandaling bumaba ng pump boat si Cheyenne."

"Ayon kay Hepe ay sinabi sa kanya ni Cheyenne na naroon ito nang umagang patayin nila ang matandang babae at sunugin ang bahay nito. Nararamdaman ko ang takot sa tinig ni Hepe." Hinarap nito ang anak. "Kung ako ang tatanungin mo ay ipapalusob ko sila mamayang gabi!"

"Relax, Mama. Huwag tayong padalus-dalos. Pag-isipan nating mabuti ang gagawin."

ALAS-NUEVE ng gabi at nasa veranda ng silid niya si Cheyenne, nakatanaw sa kadiliman sa labas. Kung may natatanaw man siyang mumunting liwanag ay napakalayo ng mga iyon. Marahil ay bahay ng mga tauhan sa manggahan.

Ekta-ektaryang lupain ang pag-aari ng mga Pontevedra. Noon pa man ay nababalitaan na niya iyon. The Pontevedras were one of the biggest exporters of mangoes and cashew nuts.

Iyon ang ikalawang gabi niya sa Villa Pontevedra. She could still feel the jitters, reliving the terror of being a would-be victim. Nang magsalubong ang mga mata nila ng hepe ng pulisya kahapon ay umahon ang galit sa dibdib niya. Natatandaan niya ang sinabi ni Manong Kardo noong gabing iyon bago siya iwan nito sa pantalan.

"Si Hepe ang nakita kong kasama ng mga lalaking sumunog sa bahay ng lola mo, Cheyenne. Naroon lang siya sa sasakyan at tahimik na nakamasid."

Inalis niya ang isip doon. Nangako sina Luis at Daniel na mahuhulog din sa kamay ng batas ang lahat ng may dapat panagutan.

Kahapon pagdating nila mula sa presinto ay agad na sinalubong si Luis ni Manong Macario at sabihin dito ang maraming problema sa manggahan. Naiwan siya at si Daniel sa villa. And she was too tired to do anything but rest. Ang biyahe ay mula sa port patungo sa lupain ng mga Pontevedra ay halos dalawang oras.

Ang sindak at pagod ay sapat upang igupo ang katawan at isip niya.

Hanggang sa makatulog siya ay hindi pa rin bumabalik si Luis. Kinabukasan na ng umaga niya ito nakita. Magkakasabay silang nag-almusal nina Daniel.

Hindi siya nagkaroon ng pagkakataong makausap nang sarilinan si Luis sa buong maghapon dahil abala ito sa pakikipag-usap sa katiwala ng farm. Tulad ngayon, inabot na ito ng gabi sa pakikipag-meeting sa mga tauhan.

She'd missed Guimaras. Sana sa panahong ipananatili nila rito ay makauwi siya sandali sa kanila. Kahit na nga ba wala na siyang bahay na daratnan doon. Kapag natapos ang lahat ng ito ay ipinangangako niya sa sarili niyang patatayuan niya ng bahay ang dating kinatitirikan ng bahay ng lola niya. Kahit maliit lang. May naipon na naman siya.

That would be her legacy to the twins. Dito niya

gustong papag-aralin ang kambal tulad ng gustong mangyari ni Charmaine. Dito sila maninirahan sa isla. At kung sakaling magsusulat siyang muli ay dito sa Guimaras ang magiging home base niya.

Her eyes stung from unshed tears. Nangangarap siya. Pangarap na posibleng hindi mangyari dahil sa panganib na nakabanta sa buhay niya. Kung may kasiyahan man siyang nadarama ay iyong kaalamang kung sakaling may mangyari sa kanya ay nakatitiyak siyang hindi pababayaan ni Luis ang mga bata.

O kahit si D'Angela. Sa nakikita niya dito sa loob ng ilang araw habang inaalagaan nito ang mga bata ay napapansin niya ang pagiging masuyo nito sa kambal. Nang mapatulog at iwan niya ang mga bata noong gabing umiyak si Summer ay nalabasan niya sa pasilyo si Luis at naghihintay.

"What's D'Angela's secret?"

Hindi nagkunwari si Luis na hindi naintindihan ang tanong niya. Malungkot itong ngumiti. "She'd lost a child when she was very young."

Somehow, nakadama siya ng empathy. "How?"

"Don't ask me. Not my story to tell." Inakbayan siya nito papasok sa silid niya. At muli ay pinagsaluhan nila ang buong magdamag.

She thought of Luis. A poignant smile touched her lips. Sa mga sandaling magkasama sila ay para bang walang panganib; para bang hindi siya nanganganib. She felt safety and comfort in his arms. At hindi niya kayang itanggi na umiibig siya rito. Ipinagkaloob niya ang sarili rito sa loob lamang ng apat na raw mula nang magtagpo sila.

But it didn't feel that way. It was as if she'd known him forever. At napagtagumpayang matamo ni Luis ang mga bagay na hindi niya ipinagkaloob sa iba. Sa wari ba'y ito lamang ang hinihintay niya sa nakalipas na anim na taon.

Subalit hindi niya maialis ang malungkot. Good things never last. Kapag naigawad na ang hustisya sa mga taong pumatay sa lola niya, sa mga Pontevedra, kay Erwin, at kay Charmaine, ay magkakalayo na sila ni Luis. At hindi niya ito masisisi kung magkakagayon.

Inililipad ng hangin ang buhok niya, ganoon din ang maluwag na pajama bottom. Inihahapit ng hangin ang manipis na tela sa katawan niya. Sa ganoong ayos siya nalabasan ni Luis. Walang ingay na nakalapit ito sa kanya.

"You take my breath away." He slipped his arm around her waist and pulled her towards him. He ground his erection against her stomach. Cheyenne's eyes widened.

Ang pagkalat ng init sa katawan niya ay hindi iglap. Naroon na iyon kanina pa habang iniisip niya ito. Hinipan lamang nito ang baga upang magliyab.

He tilted his chin and kissed her. Cheyenne moaned the moment his lips touched hers. Then his lips trailed a blazing path to her jaw.

Nais niyang magpatangay kung hindi sa katotohanang nais niya itong makausap nang masinsinan. Reluctantly, pinakawalan niya ang mga labi mula rito. She touched his lips with her fingertips and smiled faintly.

Nalalanghap niya ang amoy ng sabong pampaligo. Mula sa malamlam na liwanag sa dulong poste ay nakikita niyang mamasa-masa pa ang buhok nito.

"Kumain ka na ba?"

He dipped his head, akmang muling aangkinin ang mga labi niya pero umiwas siya. Nahuli ng mga labi nito ang sulok ng bibig niya. "Nagpakain si Manong Macario, kasama na ang mga tauhan."

"You look tired."

Napabuntong-hininga si Luis sa bahaging iyon. Gayunman ay ngumiti. "You sound like a wife."

Her face flamed. Umiwas siya ng tingin subalit hinawakan siya nito sa mukha at iniharap. "Totoong pagod ako, Chey. Maghapon kaming nag-ikot sa manggahan at sa pataniman ng kasoy. Itinuturo sa akin ang mga problema. Mula nang mamatay si Mama ay tuluyan nang napabayaan ang farm. At hindi sumusuweldo ang mga tao."

"Paano sila nabubuhay?"

"May ilang mga tauhan ang nagtungo na sa ibang farm. Iyong mga hindi pa katagalang naeempleyo ang mga nagsilipat sa iba. Ang ilan ay natanggap." Bumaba ang tingin nito sa mukha niya.

Gusto niyang mapaso sa apoy na nasa mga mata nito. "But not too tired to make love to you, baby."

Isang payak na ngiti ang pinakawalan niya. Oh, god, but she wanted him, too. Isinisigaw ng kalamnan niya ang bagay na iyon. Pero may mahalagang bagay siyang ipakikipag-usap.

"I'm sorry if I have neglected you. Kung hindi lang narito si Daniel at napapanatag akong maiwan ka ay malamang na isinasama kita sa pag-iikot sa farm. I just can't say 'no' to these people. Walang nangangasiwa sa kanila."

"Huwag mo akong alalahanin. Naiintindihan ko—"

"Hindi ka dapat na narito sa labas, sweetheart. Mapanganib."

Umangat ang mga kilay niya. "Akala ko ba'y ligtas ako rito sa villa?"

"I'll protect you with my life. But you don't have to tempt danger, Chey. Ilang segundo lang ang kailangan upang may sumunggab sa iyo rito at patayin ka."

His words chilled her. "Sa kalidad mo... ninyo ni Daniel ay ganoon lang kadali," aniya. "Pero hindi ng mga taong iyon." Idinikit niya ang ulo sa dibdib nito at nilanghap ang amoy nito. "What will happen next, Luis? Narito akong muli sa isla. At kung natatakot ako sa bawat kilos at galaw ko sa Tingloy ay lalong higit dito. Unang araw pa lang ay panganib na ang naghihintay sa akin..."

"Trust me on this, sweetheart." He kissed the top of her head.

Ilang sandali ang pinalipas niya bago nag-angat ng mukha rito. "May... may sasabihin ako sa iyo."

Iniangat ni Luis ang sarili sa ibabaw ng barandilya at naupo roon. Pagkatapos ay hinila siya sa pagitan ng mga binti nito at ikinulong sa mga bisig mula sa likod. Then his hands rested on her breasts. Her nipples hardened instantaneously.

Inihilig niya ang likod ng ulo sa dibdib nito at tahimik na umungol. For a few moments she revelled at his touch. Kapagkuwa'y hinarap niya ito. "I really need to talk to you."

"I'm listening, Chey. I just want you closer."

"If you keep on touching me, I'm bound to forget what I need to tell you."

He grinned devilishly. Itinaas sa ere ang mga kamay. "Okay. Mukhang seryoso ang sasabihin mo."

May ilang beses siyang nagbuntong-hininga. Ang mga mata niya ay nakapantay sa dibdib nito. Nakasuot ito ng puting kamiseta, gayunma'y nakabakat pa rin ang mga muscles nito sa dibdib. She ached to touch him. Subalit pinigil niya ang sarili.

"Nang tumakas ako mula rito noon ay dahil narinig kitang may kausap sa telepono..." she started. "Natakot ako. Naisip kong ang kausap mo'y ang mga taong naghahanap sa akin..." Sinisikap niyang iwaksi ang isip mula sa ginagawa nitong banayad na pagdama sa braso niya.

"I was talking to my mother. Gusto kitang ipagbilin sa kanya. Alamin kung saan ka nakatira at kung maaari ay dalhin sa doktor. Tulad ng nasabi ko na sa iyo, hindi ako maaaring magtagal nang araw na iyon."

She swallowed. "I know that now." Mahabang sandali ang pinalipas niya na hindi nagsasalita. She hadn't had the chance to meet any of the Pontevedras. Nang dumating sila kahapon ng hapon ay agad nakuha ang pansin niya sa life-size wedding picture na nakasabit sa dingding sa ibabaw ng piano. Ang mag-asawang Pontevedras.

Nang mag-angat siya ng paningin ay nakatitig sa kanya si Luis. Naghihintay ng kasunod niyang sasabihin. "Siguro ay nahihinuha mo nang ang mga Santillanes ang mga taong nais na magpapatay sa akin..."

Tumango ito. "Sila rin ang mga taong kinatatakutan ni Danica. I'll tell you all about it some other time. Ituloy mo ang sasabihin mo..."

"Nang... nang gabing iyon sa yate ng mga Santillanes... sadya kong hindi sinabi sa iyo na narinig ko ang pangalan ng mag-asawang pinatay nila at inihulog sa dagat..."

He tensed. "Mag-asawa?"

She met his eyes. "H-hindi ko alam, Luis, na may kaugnayan ka sa kanila noong araw na natagpuan mo ako sa dalampasigan. Hindi ko rin alam na nasa loob ako ng VIlla Pontevedra at na ang tinakasan ko ay ang Pontevedra Farm..." She paused.

"Bagaman sa Guisi ako lumaki at nagkaisip ay hindi ako nagkaroon ng pagkakataong makatagpo sila noong panahong iyon. Alam kong ang Pontevedra farm ang isa sa malaking exporters ng mangga at iba pang produkto dito sa isla, subalit—" Napigil ang sasabihin niya nang hawakan siya sa magkabilang balikat ni Luis.

"What are you trying to say?"

She met his eyes. "Ang mag-asawang Pontevedra ang pinatay nina Mayora Santillanes at Jericho nang gabing iyon..." She sobbed. "They were poisoned. Pagkatapos ay inihagis sa dagat. Pinabigatan upang hindi lumutang."

He was stunned. Hanggang sa mga sandaling iyon ay hindi niya sinasang-ayunan ang sinasabi ni Danica na pinatay ang mga magulang nito ng kalaban sa pulitika. Ang akusasyon ni Danica ay nagmula lamang sa mga naririnig nito sa mga kaibigan ng mga magulang at sa murang isip ay madaling nahikayat.

Tulad ng sinabi sa kanya ni Danica, there was also another party held in one of the islands during those time. Mga kaibigan din ng mga Pontevedra ang nagpa-party at imbitado rin ang mag-asawa.

Subalit ayon sa mga ito ay hindi nakarating

nang gabing iyon ang mga Pontevedras. Sa bahagi ring iyon ng isla natagpuan na palutang-lutang ang speedboat ng mag-asawang Simeon at Solly.

Tulad ng sinabi sa kanya ni Danica ay hindi rin nakarating sa party ni Mayora Santillanes ang mag-asawang Pontevedra. Hanggang sa mga sandaling iyon ay pinaniwalaan niyang nalunod ang mag-asawa o naaksidente sa dagat. He dismissed the thought that they could have been murdered.

Hindi alam ni Luis kung ano ang mararamdaman at iisipin. By blood, hindi niya kaanu-ano ang mga Pontevedra. At kung damdamin ang pag-uusapan, ang araw lang na iyon mismo ang unang pagkakataong nakatagpo niya ang mag-asawa.

But Simeon Pontevedra was his mother's brother. His adoptive mother's brother, if one wanted to split hairs. At mga magulang ni Danica. Pinatay sila ng mga taong nagnanais ding patayin si Cheyenne.

At habang unti-unting rumerehistro sa isip niya ang katotohanang iyon ay unti-unti ring nilulukuban ng galit ang dibdib niya. Napababa siya mula sa pagkakaupo sa barandilya.

"Pinatay nila ang mag-asawa at ngayon ay kinakamkam nila ang buong lupain ng mga Pontevedra! And I thought it was just a simple land grabbing..."

"Alam ni Mayor Santillanes na mananalo sa eleksiyon na iyon si Simeon Potevedra kaya inalis niya ang mga ito sa landas niya. They killed my grandmother, too. And Erwin, and... and my sister. Oh, god! Sino pa ba ang madadamay nang dahil sa akin..." Ikinulong niya ang mukha sa mga palad at humikbi.

Natuon ang mga mata ni Luis sa kanya. His expression was understandably grim. "This has to end." Hinawakan siya nito sa mga balikat. "At huwag mong sisihin ang sarili mo sa mga nangyari. It isn't your fault that those bastards are murderers."

Humugot ito ng malalim na hininga upang kalmahin ang sarili. "Time to hit your pillow, sweetheart. Gabi na. Mag-uusap lang kami ni Daniel." Hinagkan siya nito sa pisngi at binitiwan at pagkatapos ay tumalikod na.

Chapter Twenty-Five

NAG-AALALANG sinundan niya ito ng tingin. Pagkatapos ay atubiling pumasok na sa silid niya. Nahiga siya at sinikap na makatulog subalit hindi siya dalawin ng antok. Minabuti niyang tumayo at tinungo ang di-kalakihang bagahe na kinalalagyan ng mga gamit niya. Ang mga damit niya ay nakasabit na sa closet.

Subalit may ilang bagay siyang iniwan sa traveling bag. Binuksan niya iyon at kinuha ang isang kahon ng sapatos. Nasa loob pa rin ng bag ang ilang damit ni Charmaine na naiwan nito sa Tingloy.

Ang laman ng kahon ay mga mumunting gamit ni Charmaine. Ayon kay Lola Loleng ay iyon na ang kabuoan ng mga gamit ng kapatid niya. Ang laman ng kahon ay iilang mga litrato ni Charmaine. She smiled poignantly at the photographs. Isa-isa niyang tiningnan ang mga iyon.

May mga kuhang solo ito at may mga kasamang kaibigan. Kung ang backdrop ang pag-uusapan ay kuha ang mga iyon sa ibang bansa. Naroon din ang mga resibo ng kung anu-ano; passport; greeting cards; accessories; kung anu-ano pang novelties.

At naroon ang pocketbook na isinulat niya na binili ni Charmaine noong araw na magkita sila. Tulad ng una niyang makita iyon, namuo ang luha sa mga mata niya nang buksan niya ang pocketbook. Sa unahang pahina ay naroon ang mga pangalan ng kambal at ang nakasulat na *'mahal na mahal kayo ni Nanay... Auntie Chey ninyo ang may-akda nitong libro...'*

Hindi pa man ay naisip na niyang parang ipinakikilala na siya ni Charmaine sa mga anak nito gayong sanggol pa lang ang mga bata noong panahong iyon.

Sinadya niyang dalhin ang mga gamit ng kapatid upang ibaon sa isang bahagi ng lupain nila. Doon sa dating bahay ng lola niya. Charmaine would want that.

Nagtungo ang kapatid niya rito sa isla upang marahil ay tingnan ang magiging buhay ng kambal. Upang tiyaking mapapaayos ang buhay nila rito sa piling ng lola nila. Subalit hindi naman nito nalamang wala na ang lola nila. At may palagay siyang hindi man lang ito nakarating sa kanila.

Nakakalat ang mga tauhan ni Mayora Santillanes. They must have spotted her sister the moment Charmaine had stepped out of the boat and mistook her for Cheyenne. At sapilitang tinangay. Tulad ng binalak gawin ng mga ito sa kanya sa muli niyang pagtapak sa isla.

Tulad noong una niyang nakita ang kahon ng sapatos na siyang pinaglagyan ni Tandang Loleng ng mga gamit ni Charmaine ay muling natuon ang pansin niya sa isang silver necklace na ang palawit ay ang mga salitang semper fidelis.

Mahaba ang kuwintas at may kalakihan ang chain. Nahihinuha niyang panlalaki iyon. Ngayon niya naalalang sa kuwintas niya unang nakita ang tattoo ni Luis.

Marahil ay pag-aari ng boyfriend ni Charmaine ang kuwintas. She decided to keep it along with the pocketbook and the photographs. Kapag nagkaisip ang mga bata ay ipagkakaloob niya kay Skye ang kuwintas na iyon bilang alaala mula sa ina nito. At ang pocketbook ay kay Summer. Hindi niya hahayaang malimutan ng kambal ang nanay nila.

Kasama ng ilang pirasong damit ni Charmaine ay inilagay niya ang kahon sa ibabaw ng writing table at umaasang magkakaroon siya ng pagkakataong dalawin ang lupain nila. Ang kuwintas, pocketbook, at mga larawan ay inilagay niya sa ibabaw ng tokador at itinabi sa kahon ng sapatos.

NARAMDAMAN niya ang paglundo ng kama nang mahiga roon si Luis. Agad siyang nagising.

"Hey..." She turned to him and smiled sleepily. His arm snaked around her body and kissed her. Wave of arousal shot through her.

Ibinaba ni Luis ang pajama bottom niya kasabay ng panties niya at inihagis iyon sa sahig. Then he dipped his head and kissed her thigh. She gasped loudly and pulled him up and raised her body so she could kiss him on the lips.

Hindi pa siya handa sa binabalak nitong gawin. She'd probably die of embarrassment. Maybe in time. Sa ngayon, sapat na sa kanya ang lahat ng ginagawa ni Luis.

"You always come at night like a thief..." She mumured huskily, her hand touching his steely back, softly tracing some scars.

Bagaman tila binibiyak ang puso niya sa tuwing nadadama niya iyon ay hindi niya nais na magtanong. Marahil sa ibang pagkakataon ay ipagtatapat ni Luis kung paano nito nakuha ang mga pilat na iyon.

"My day had been so busy, sweetheart," bulong nito habang halinhinang dinadama ang dibdib siya. His huge arousal poked on the V of her thighs. Cheyenne moaned and raised her hip, wanting him to take her at once.

"Easy..." Luis chuckled. "We have all night."

"Then do the foreplay later..." Itinaas niya ang isang binti sa balakang nito, allowing his sex in between her legs. "Please. I want you now, Luis."

She couldn't believe the wantonness in her. All those years she hadn't allowed herself to feel for any man. Now she knew why. Inilaan niya ang sarili niya para sa lalaking ito.

"Oh, baby!" He entered her savagely and Cheyenne gasped aloud, both in discomfort and pleasure. And as he began to fill her with his manhood, Cheyenne threw her arms around him tightly. She arched her body and met his thrust. They moved in wild, erotic rhythm.

She never felt anything like this before and she knew it was because she loved him. She felt her muscles contract. Muntik na itong mawalan ng control. She cried as she felt her orgasm, overwhelming her with its power.

Luis thrust deeper, in and out. Hanggang sa ito man ay magsimulang maghabol ng hininga. He grasped her buttocks tightly and raised it to him. At pagkatapos ay bumigay sa kasukdulan.

HE KISSED her as he gasped for breath and lay still atop her. May ilang sandaling nagbawi ng hininga.

"Pagkatapos ng suliraning ito ay magpapakasal tayo, Chey..." ani Luis. He wrapped her in his arm. His body sleek with perspiration.

Ang hiningang akma niyang ilalabas ay napigil sa lalamunan ni Cheyenne. Kanina ay inusal ni Luis ang "I love you" habang nagtatalik sila. It delighted her. Pero hindi mahirap isiping kaya naiusal nito iyon ay dahil nasa kasukdulan sila ng pagtatalik.

Sa ibang pagkakataon ay wala na siyang mahihiling pa kung kaligayahan din lang sa piling nito ang pagbabatayan niya. Subalit ang pantasya niya ay hindi umabot sa puntong aalukin siya nito ng kasal. Hindi niya gustong pangaraping magkakaroon ng happy ever after ang nangyayari sa kanila.

Sex was another matter. Subalit hindi siya ang babaeng nanaisin ni Luis na makakasama sa habang-buhay.

"Speechless?" he teased, softly tracing her lips with his thumb finger.

Marahil ay nagbibiro lang ito. She smiled. Isiniksik ang ulo sa balikat nito at ipinikit ang mga mata upang matulog. Nasasanay na siyang matulog na nakayakap ito sa kanya.

Paano kung wala ito? Paano kung pagkatapos ng lahat ng ito ay magbalik na sa normal ang buhay nila? Totoong minimithi niya ang katahimikan ng buhay niya, kalakip na ang kaligtasan. Subalit ikamamatay niya na kasabay din niyon ang paghihiwalay nila ni Luis.

Banayad siyang itinulak palayo ni Luis at niyuko. "Baby, huwag mo akong tulugan. Wala ka bang isasagot?"

"Saan?" She yawned delicately.

"Ang sabi ko ay pakakasal tayo sa sandaling matapos ang lahat ng ito."

Nag-angat siya ng paningin dito. "You're kidding, right?" May kabang unti-unting namuo sa dibdib niya.

"Ginagawa bang biro ang ganoong bagay?"

"B-but why me?"

Nagsalubong ang mga kilay nito. "Ano bang klaseng tanong iyan?"

"Dahil ba ikaw ang unang lalaki sa buhay ko kaya gusto mo akong pakasalan?"

"Sweetheart, I had virgins before. Wala akong inalok ng kasal."

"W-why me, Luis?"

"Because I love you."

Ang tatlong salita ay humaplos sa pagkatao niya. It was bittersweet. Kumawala siya mula sa pagkakayakap nito, hinila ang kumot at itinakip sa katawan niya at tumitig sa kisame. Sinusundan siya ng tingin ni Luis, nalilito.

"H-hindi ako ang babaeng nararapat para sa iyo, Luis..." She croaked.

"Hindi kaya ako ang dapat magpasya niyan?"

"Please."

HINAWAKAN ni Luis ang mukha ni Cheyenne at iniharap sa kanya. "Bigyan mo ako ng magandang dahilan para tanggihan ang iniaalok ko, Chey. Don't you have any feelings for me?" All of a sudden, may insekyuridad sa tinig ni Luis.

Hindi kailanman pumasok sa isip niya na posibleng walang katugon ang damdamin niya; na dahil lang sa pagnanais niyang protektahan si Cheyenne kaya sa tingin niya ay may katugon ang damdamin niya.

He knew that they were good together in bed. She was so passionate. But one didn't marry because of sexual compatibility. Kinakabahang hinihintay niya ang sagot nito.

"I-I love you, Luis..."

He sighed his relief. "Kung ganoon walang dahilan upang hindi tayo magpapakasal," he said. "Let's build a family together, Chey. Lumaki akong nag-iisang anak kaya gusto kong magkaroon ng maraming anak. Apat kaya."

Sukat doon ay napahikbi si Cheyenne.

"Hey." Itinaas niya ang mukha nito. "May nasabi ba akong hindi mo gusto?"

Umiling ito. Kinuha ang kamay niya at dinala sa tiyan nito. Ipinadama ni Cheyenne sa kanya ang pilat nito roon. "Feel that?"

Confused, he nodded. Ilang beses na niyang nadama iyon. Nahagkan. Barely noticed it. He couldn't be bothered by a small scar. Siya man ay maraming pilat sa likod.

"An appendicitis operation?"

Umiling ito. "N-noong gabing pinasok ako sa apartment ko ng taong nagtangkang patayin ako ay nabaril niya ako sa tiyan." She sobbed. "Sinira ng taong iyon ang kapasidad kong magkaanak, Luis..." Tumingala ito sa kanya. "Hindi ko maipagkakaloob sa iyo ang malaking pamilyang gusto mo. Hindi ako ang babaeng nararapat para sa iyo. Hindi ako magkakaanak kailanman."

Matagal na sandaling nakatitig siya rito. "Iyon lang? Iyon lang ang dahilan kung bakit atubili kang tanggapin ang alok kong kasal?"

"You want children—"

Tinakpan niya ng daliri ang bibig nito. "I love you, Chey. I cannot imagine living my life without you. Ang pagkakaroon ng anak ay malaking bonus. Pero kung hindi ka maaaring magkaanak ay mamahalin pa rin kita. Magkakasama tayo sa ating katandaan, loving each other."

Muling bumukal ang mga luha sa mga mata niya. "Oh, Luis."

"Besides, ano ang ginagawa nina Skye at Summer? Aampunin natin ang mga bata at ituring na sariling atin. Aarugain, mamahalin, pag-aaralin..."

Charmaine's dream. Nag-uumapaw ang pag-ibig sa puso niya para sa lalaking ito. Parang mahirap paniwalaang abot-kamay ang kaligayahan; na magkakaroon ng happy ending ang kanyang buhay.

"M-mamahalin mo ang mga pamangkin ko?"

"I think I already love them," paniniyak nito. "Hindi ako sanay sa paligid ng mga bata, Chey. Noong ipasyal natin ang mga bata sa mall ay natanto kong kay dali naman pala. At isinumpa ko sa sarili ko noong araw na iyon na ano man ang mangyari ay magkakaroon ng magandang kinabukasan ang mga bata."

He gazed down at her "Tulungan mo akong buuin ang pamilyang pinapangarap ko, Chey. Marahil ay hindi rito sa villa dahil nais kong ipagkaloob ito kay Danica. Malawak ang lupaing ito at makapamimili ka kung saan mo gustong itayo ang ating palasyo."

"Oh, Luis!" Yumakap ito sa kanya at umiyak.

Luis chuckled and planted a soft kiss on her temple. "I love you, Baby. Today, tomorrow, and forever..."

Puno ng pag-ibig ang mga mata ni Cheyenne nang tumitig sa kanya. "If I'd live to be a hundred years old, hindi ako mapapagod na pakinggan sa iyo ang mga salitang iyan."

"At lagi kong sasabihin sa iyo." Niyakap siya nito. "Umidlip tayo. Bukas, pagdating ng mga divers na ipadadala ni Kurt ay tutunguhin natin ang laot. Ituro mo ang lugar na pinaglubugan nila sa mga magulang ni Danica. Titiyakin ko sa iyong hindi matatapos ang araw bukas at nasa kamay na ng mga alagad ng batas ang mag-inang Santillanes."

Bahagyang nabantuan ng takot ang kaligayahang nadama ni Cheyenne. Gayunman, nagtitiwala siya kay Luis. Isiniksik niya ang mukha sa dibdib nito at nagsimulang umidlip.

NAMAMANAAG pa lang ang araw nang magising si Luis kinabukasan. Maingat itong lumabas upang kumuha ng kape. Inihanda ni Manang Lumen sa dalawang mug ang kapeng hinihingi niya at inilagay sa tray. Pagkatapos ay dinala niya sa silid.

Cheyenne was still sleeping. He gazed at her sleeping figure. It warmed his heart. A soft smile curved his lips. He loved this woman more than his life. Thinking about his future without her pained him. He would retire. Iyon ang una niyang sasabihin kay Kurt. Aasikasuhin na lamang niya ang pamamahala sa manggahan.

Sa tantiya niya, sa pagsama-sama niya kay Manong Macario ay madaling matutuhan ang negosyo ng mangga at kasuy. At kung gusto ni Cheyenne na gusto nitong ipagpatuloy ang pagsusulat ay hindi iyon magiging problema.

Magpapakasal sila ni Cheyenne sa lalong madaling panahon. At itatayo niya ang bahay nila sa alinmang bahagi ng lupain na sasang-ayunan nito. Nakatanaw sa dagat at malapit sa baybayin at malaki ang playground. Pagkatapos ng kasal ay maglilibot sila sa buong mundo, kasama ang mga bata. He would hire a professional nanny.

Inilapag niya ang tray sa study table. Kinuha ang isang mug para sa sarili at akmang lalakad patungo sa kama upang gisingin si Cheyenne nang mapahinto siya sa paghakbang. Ibinalik niya ang saningin sa mesa. May nahagip siya ng tingin doon sa isang pamilyar na bagay.

Lumapit siya sa mesa at tinitigan ang nakita. Sinampot niya iyon at pinagbali-baliktad. Manghang-mulyapan niya si Cheyenne sa kama. Bitbit ang umuusok na mug ay lumakad siya patungo rito. Inilapag niya ang mug sa side table. Lumundo ang bahagi ng kama nang maupo siya roon.

"Chey..." banayad niyang tawag sabay dampi ng halik sa nakahantad nitong balikat. "Baby, wake up..."

"Hmm..." Unti-unti ay nagmulat ito ng mga mata nang maramdaman nitong bumababa ang mga labi niya sa dibdib nito.

Ngumiti ito nang mamulatan siya. His heart took an overdrive. Nag-uumapaw ang damdamin niya para sa babaeng ito. Dinampian niya ito ng halik sa mga labi.

" Morning."

"Lasang kape ka..." Cheyenned murmured against his lips.

He chuckled.

Itinaas nito ang katawan sa headboard at tinangay ang kumot at itinakip sa hubad na katawan. She looked warm and delectable. Pinigi niya ang sariling hilahin ang kumot. Kung hind dahil sa mahalagang itatanong niya ay nais niyang ubusin ang buong umaga sa kandungan nito.

Nang malanghap ni Cheyenne ang aroma n kape ay lumapad ang ngiti nito.

Inabot nito ang mug. "Is this mine?" Nan tumango siya at unti-unti nitong hinigop ang kape "Thank you."

"Chey..."

"Hmm. Sarap ng kape..."

Inilahad niya ang kamay rito at ipinakita ang kuwintas. "Where did you get this?"

Sinulyapan nito ang nasa palad niya habang muling hinigop ang kape. Then she smiled softly. "That's my sister's. Nakita ko iyan kasama ng mga gamit niya." Tumingala ito sa kanya. "Iyan nga pala ang sasabihin ko sa iyo. Kapag safe nang magtungo sa amin sa Guisi ay gusto kong dalhin doon ang ilang gamit ni Charmaine at ibaon doon."

"Chey, this silver necklace is mine."

Chapter Twenty-Six

NAHINTO sa akmang muling paghigop ng kape si Cheyenne, tumitig sa kanya. "Mayroon ka ring ganyan?"

"No, Chey. Ito mismong necklace na ito ay akin"

Ngumiti ito. "That's not possible. That's Charmaine's. It's been in her possession bago pa man kami nagkitang muli, four and a half years ago."

Itinalikod nito ang mga letrang palawit. "Here tingnan mong mabuti. It's so small you can hardly see it."

Dinampot nito ang kuwintas at tinitigan nang husto ang itinuro niya. May nakaukit doong crude na letrang 'Morrison.' Nag-angat ng mukha s Cheyenne. Napuno iyon ng kalituhan. "H-hindi k ito napuna. H-hindi mo sinabi sa akin ang apelyid mo..." Biglang nag-init ang mukha niya nan matukoy ang maaaring kahulugan niyon. She' been to bed with him, pero heto at hindi niya alai ang apelyido ni Luis.

"I-Iniisip kong isa ka ring Pontevedra. And the

one night, sa bahay mo, naulinigan kong sinabi mo kay Daniel na isa kang... Mo... Monte Falco..." She shook her head. "I didn't want to eavesdrop in your conversation. Dumiretso ako sa itaas."

Luis smiled at her tenderly. "Napakaraming bagay ang hindi natin alam sa isa't isa, Chey. We have a lifetime knowing each other."

Hindi pa rin siya maka-recover sa pagkapahiya sa sarili niya. Itinaas ni Luis ang mukha niya at banayad na hinagkan sa mga labi.

"H-hindi kaya magkapangalan lang kayo?"

"No, sweetheart. Pareho kaming mayroon niyan ni Daniel. Nasa Venezuela kami at nag-iikot sa palengke nang ialok sa amin ng tindera ang mga silver necklaces. Wala naman kaming balak bumili subalit mapilit ang tindera na tingin ko ba'y kami pa ang ang unang customer nang umagang iyo.

"Ayon sa tindera ay makakapamili kami ng disenyong gusto namin kung makapaghihintay kami ng isang oras. Pareho naming pinaukit ni Daniel ang 'semper fi.' At Pinalagyan ko ng pangalan ang kuwintas ko..." He paused.

Nagsimula nang kabahan si Cheyenne. "P-paanong napunta sa kapatid ko ang kuwintas mo?

"I can't answer that. But it was stolen in Thailand..."

"Sa papaanong paraan?"

Hindi agad siya sumagot. Humugot ng malalim na hininga.

"Please, Luis. I need to know."

Tumayo si Luis at kinuha ang sariling mug ng kape at hinigop. "I retired from the marines, became special ops... kami nina Daniel at D'Angela. While on assignment in Colombia... I almost died..."

"The scars!"

"Some of it. Ang nasa tagiliran ko ang matindi. My liver was punctured." He shrugged. "We were betrayed. Ang taong inakala naming magtuturo sa amin kung saan naroon ang anak ng ambassador na kinidnap ay siyang nagkanulo sa amin. Nagtiwala kami. He was an American living in Colombia for years..."

Humugot siya ng malalim na hininga. Hangga't maaari ay hindi niya gustong alalahanin ang panahong iyon kung saan hindi na siya umaasang mabubuhay pa.

"I was captured because I let D'Angela escaped." Nilingon niya si Cheyenne na napasinghap.

"K-katulad ninyo siya?" namamangha niyang tanong.

"Yeah. Isa si Jack sa nag-train sa kanya."

"B-bakit hindi na lang kayo ang tumaka pareho?"

Humugot ng pagkalalim-lalim na hininga si Luis bago sumagot. "Kailangan kong iligaw ang mga humahabol sa amin. Hindi mo kayang isipin kung ano ang gagawin sa kanya ng mga terorista kung mahuhuli siya nang buhay.

"Hindi ako gustong iwan ni D'Angela. Sh

wanted us to fight to death. Ang sabi ko bakit kailangang kaming dalawa ang mamamatay kung maaari naman siyang makaligtas, at patayin niya pagkatapos ang informant na nagtraydor sa amin? That she must think of the operatives that were killed.

"That must have changed her mind. Ang pagkakataong patayin ang lalaking nagkanulo sa amin at sa mga kasamahan namin." He laughed mirthlessly. "That woman is as bloodthirsty as the man who trained her.

"A week later, ang contact namin, ang lalaking nagtraydor sa amin ay nahuli nina Jack, Daniel, at Tennessee. Hindi marahil nito inaasahang may nagtatangka pang alamin ang kinaroroonan ko. So, out of fear for his life, this man was forced to help my comrades where to find me and the hostage.

"Si D'Angela ang nagpilit na balikan ako. Masidhi ang paniniwala niyang buhay pa ako. Gusto niyang sumama sa rescue operation subalit hindi pumayag si Jack. That woman was stubborn personified. Jack drugged her the night before."

"Oh."

"Mula noon ay lagi nang nagpapang-abot ang dalawa." Luis smiled at the thought. "Parang mga aso't pusa."

"Who is Jack?"

"Jack is SAS." Sinulyapan niya si Cheyenne, subalit hindi ipinahihiwatig ng anyo nito na hindi ito naintindihan ang acronym. Mataman itong nakikinig sa kanya. "Kung siya ang narito at sa halip na si Daniel, walang mabubuhay sa limang iyon na humarang sa atin."

"Oh, dear!" exclaimed Cheyenne.

"Don't get me wrong, Chey. Jack isn't a bloodthirsty war freak. He's the quietest of my friends and not easily provoked. Kung may maghahamon ng away sa kanya ay mapapagod lang. Dahil kung hindi niya paiiralin ang self-control, naniniwala si Jack na makakasakit siya ng tao nang walang kabagay-bagay. Subalit sa sandaling malagay sa panganib ang buhay ng alinman sa mga kaibigan niya ay saka pa lang makikita ng isa ang totoong warrior sa katauhan niya."

Cheyenne tried to absorb it all. "So what happened to you?"

"I was barely breathing when they found me. Kung nahuli lang sila ng isang araw ay baka hindi na nila ako inabutang buhay. It was touch and go for a week. Jack killed the man who betrayed me and my companions the moment we were out of danger."

"He deserved it!" Cheyenne said angrily.

He almost laughed at the vehemence in her voice. Yeah, he thought so, too, sa kabila ng ibinigay ni Jack ang pangakong pakakawalan it sa sandaling makaligtas siya. Hindi pa sapat ang buhay ng lalaking iyon sa mga nangamatay niyang mga kasamahan.

"Ipinangako niya sa informant na hindi i

sasaktan sa sandaling mailigtas ako at ang anak ng ambassador. Jack told the man he lied and slashed his neck without batting an eyelash."

"Oh, my god!"

"Jack's SAS training was unlike ours. He's the deadliest. Halos wala nang emosyon. He was trained when he was still a young boy. Daniel and Tennessee would have spared the man's life because they gave their words. Tutal naitakas na nila ako at ang anak ng ambassador.

"But Jack wouldn't hear of it. He said what of the operatives that were killed? At ang galit nito na muntik nang mapahamak si D'Angela. Maybe Daniel and Tennessee didn't try harder convincing Jack not to kill an unarmed man. Siguro ay nasa uso at isip din ng dalawa na huwag tuparin ang salita at patayin ito. Limang operatives ang napatay ng mga terrorists."

"Oh." Cheyenne was horrified. Ang mga ganitong pangyayari ay napapanood lang nito sa sine. Hindi mula sa aktuwal na dumanas at nakasaksi.

"Itinuring ni Jack na utang niya habang-buhay sa akin ang pagkakaligtas ni D'Angela. I told him he owes me nothing." He took a deep breath.

"Ano ang nangyari sa anak ng ambassador?"

"Nailigtas siya kasabay ko," aniya. "Bagaman na-torture din ito ay hindi ito agad na pinatay ng mga terrorists dahil umaasa sila na ibibigay sa kanila ang hinihinging ransom money. Nang matiyak ng mga doktor na safe akong ibiyahe ay inilipad ako patungong Thailand, sa safe house doon.

"Iyon ay dahil ayokong umuwi sa Pilipinas sa pag-aalala ko kay Mama. During my capture, ang commander ko ang nakikipag-usap kay Mama upang sabihin ditong walang telepono sa kinaroroonan ko, pretending to be my CEO..."

His comrades didn't give up on him. Hindi nawalan ng pag-asa ang lahat na buhay pa siya at ang mga kasamahan niya. Rescuing him was decided by Daniel, Jack, Tennessee, and D'Angela disobeying orders. Because the powers that be decided they need not risk anymore lives. They believed that the ambassador's son, the other operatives, and Jose Luis were already dead.

Had they not saved the ambassador's son they could have been court-martialed. And pinakamagaang na parusa sa mga kasamahan niya ay suspensiyon.

Kung hindi dahil sa kanyang mga comrade ay patay na siya ngayon. Sa panahon ding iyon nagsimulang mag-isip silang lima ng pagreretiro mula sa mapanganib na trabaho. Si Luis ay sadyang binigyan ng indefinite leave.

"Pagkatapos?"

He blinked. Sandali niyang nalimutang nasa harapan niya si Cheyenne at nakikinig. He got lost in his thoughts.

"I was in a bar... drinking myself to oblivion. was angry. Hindi ko gusto ang indefinite leave n ibinigay sa akin. Isang buwan na ako sa Thailand at nagpaplano nang umuwi. Then there was this woman... nakikipag-away sa isang lalaking customer.

"Instantly, I know she's a prostitute." Nang makita niyang kumunot ang noo ni Cheyenne ay itinaas niya ang dalawang kamay. "Oh, I know one when I see one. As a common joke, you can smell them from mile away. She was young. Twenty-one... twenty-two. Masasamang salita na ang naglalabasan sa pagitan nila ng kliyente. Probably negotiation gone ugly.

"Ayokong makialam subalit ang sunod kong namalayan ay ang sigaw ng babae at bumalandra to sa mismong tabi ng stool na kinauupuan ko. Tumayo ito at pinunasan ng likod ng palad ang dumudugong bibig. That got my full attention. At nakita kong walang gustong makialam.

"If there's one thing I cannot tolerate, men physically hurting women. Nang akmang bigyan ng follow-up ang sampal na ibinigay ng lalaki sa babae ay sinipa ko ito. Tumama sa kanto ng mesa ang ulo at nawalan kaagad ng malay..."

He smiled a little. Nagkibit siya. "Hindi pa marahil lubusang naghihilom ang sugat ko sa tagiliran. But I could still kick ass. Kaya kahit lasing na ako ay napatumba ko ang lalaki. Pasuray-suray kong bumalik sa upuan ko. Nilapitan ako ng babae at hinikayat na lumabas ng bar dahil may mga kasamahan ang lalaki at baka mapatay ako..."

"*Pilipino ka?*" tanong ng babae na kanina ay naririnig niyang nagsasalita sa broken English dahil ang lalaki ay Thai. Tumango siya sabay tungga sa beer.

"*Umalis na tayo rito. May mga kasamahan iyan at kilala rito iyan. Baka patayin ka nila.*" Hinihila siyang pilit nito pababa sa stool niya.

"*Nang titigan ko ang babae upang sana ay sabihin sa kanyang hindi ako pumapatol sa prosti ay natigilan ako.*" Sinulyapan niya si Cheyenne. "She looked like you."

Bagaman may ideya na si Cheyenne kung saan patungo ang kuwento ay nagulat pa rin siya sa huling sinabi nito.

"What?"

"For a while, mula nang makita kita sa dalampasigan, ay paminsan-minsan kang sumusulpot sa alaala ko. Tinatanong ko sa sarili ko kung bakit bigla ka na lang tumakas. Kaya nang matitigan ko ang babae ay naisip ko sandaling siya at ang babaeng natagpuan ko sa isla ay baka iisa. Sinulyapan niya si Cheyenne na sa wari ay maiiyak

"*Dahil marahil doon kaya nagpahinuhod niya akong lumabas ng bar at sumama sa kanya. She took us to a cheap motel...*"

"*Ya know, may kahawig ka... mas maganda lang siya sa iyo...*" Isang malakas na tawa an pinakawalan niya.

Inalalayan siya nitong mahiga. "May... sshan akong apartment..." Sinikap niyang awatin an babae sa paghuhubad sa kanya.

"Gusto kong magpasalamat sa iyo. Ikaw pa lang ang unang lalaking nagtanggol sa akin at hindi humihingi ng kapalit. Dahil sa uri ng hanapbuhay ko ay iniisip nilang magagawa nilang lahat ang gusto sa akin..." may kapaitan nitong sabi.

He remembered the woman had such a lonely voice.

"Gagawin ko iyon sa kahit na sinong babae. Ayoko ng lalaking nananakit ng babae. Okay, matutulog ako... hindi ako pumapatol sa bayarang babae..."

"Malinis ako, kung iyon ang inaalala mo!" Narinig niya ang mariing salita nito na para bang isang insulto rito na pag-iisipan niya itong may sakit. "At hindi ako nagpapabayad!"

"Ows..." Ipinikit niya ang mga mata. Ang gusto lang niya ay makatulog na. Naramdaman niya ang babae na dinadama ang hiwa niya sa tagiliran. He cursed as he remembered how he had come to get the deadly wound.

"Saan galing ang malaking pilat na ito. Sariwa pa halos..."

"Shiiit..." Tinabig niya ang kamay ng babae.

"Pero sinimulan niya akong hubaran at hagkan..." Sinulyapan niyang muli si Cheyenne na namimilog ang mga mata sa pagtitig sa kanya. Hindi ko nais ilarawan ang sarili ko bilang santo, Chey. But I tried to refuse her. Hindi ako pumapatol a ganoong uri ng babae. Maingat ako pagdating sa katawan ko. You don't have to believe me, pero iyon ang totoo.

"And she was persistent and I was drunk. Gusto kong sabihing ang babaeng iyon ang nanamantala sa akin..." There was a hint of dry amusement in his voice. "Nang magising ako kinabukasan ay nag-iisa na lang ako. I thought the woman stole my wallet." At totoong natakot siyang baka may sakit ang babae at naisalin iyon sa kanya.

For many months, sa kabila ng clear bill of health, pabalik-balik siya sa ilang mahuhusay na doktor upang makatiyak na hindi siya nahawa ng kung anong mapanganib na sakit. Boluntaryong isinailalim niya ang sarili sa kung anu-anong test.

Ang AIDS ay hindi basta-basta nade-detect. And thank, God, nagsabi ng totoo ang babae na malinis ito.

"Common tale na iyong nananakawan ang mga kliyente ng mga hustlers na prosti. Pero naroon ang wallet ko at walang nabawas. Ang nawala ay ang kuwintas ko."

Itinapis ni Cheyenne sa katawan ang kumot at lumakad patungo sa mesang pinaglagyan nito ng mga gamit ng kapatid. Mula sa kahon ng sapatos ay kinuha nito ang passport ni Charmaine at hinanap ang petsang nasa Thailand ang kapatid. Sinabi nito kay Luis ang petsang nakatatak sa passport.

"Iyan ang petsa humigit-kumulang. Dahi dalawang araw pagkatapos ng pangyayaring iyor ay lumipad ako ng Pilipinas..."

"Kung... kung sinasabi mong kahawig ko ang babaeng nakatagpo mo sa bar, then it must be Charmaine." She swallowed a lump in her throat. May kislap ng namumuong luha sa mga mata nito nang lingunin nito si Luis.

"Sweetheart..."

"A-alam mo ba kung ano ang apelyido ng kambal?" Halos hindi lumabas ang tinig nito.

Nagtatakang tinitigan ito ni Luis. May kabang unti-unting bumundol sa dibdib niya. "No."

Napaiyak si Cheyenne. "Morrison, Luis. Skye and Summer Morrison."

Napahawak sa noo niya si Luis. Sa wari ay may sumuntok nang malakas sa sikmura niya.

"Could it be that they are yours?"

Parehong walang namutawing salita sa pagitan nilang dalawa ng mahabang sandali. Pagkatapos ng mahabang pagtitig kay Cheyenne na tila ito tinubuan ng sungay ay walang kibong lumabas ng silid si Luis. Si Cheyenne ay nagmamadaling nagbihis.

Natagpuan siya nito na nasa silid sa dulong pasilyo, sa library. Inilabas niyang isa-isa ang mga album ng ina noong bata pa siya at dinala sa malaking sofa. May dalawang kopya ang bawat album ni Haydee Morrison. Ang isa ay nasa America na dinala nitong lahat sa Guimaras nang umuwi ito bago ito inatake sa puso. Ang ang isa ay nasa bahay sa Fairview.

Isa sa mga album na iyon ang tinitingnan ni

Haydee bago ang huling atake nito. Hindi niya gustong alamin kung alin sa mga iyon. Naupo siya sa sofa at isa-isang tiningnan ang mga album ayon sa chronological order nito.

Tahimik na naupo sa tabi niya si Cheyenne at ito man ay nakitingin sa album. Marami sa mga larawan ay kumupas na ang mga kulay. Gayunman ay malinaw ang pagkakakuha. Bawat larawan ay may captions. Bawat taon at kaarawan ni Jose Luis ay nakatala sa bawat album.

"This is incredible, Luis! Kinunan ng mama mo ang lahat ng mahahalagang okasyon sa buhay mo. She must have loved you so much," Cheyenne said softly.

Luis ignored the pain that suddenly made its way to his heart. Ipinagpatuloy niya ang pagsuri sa mga album.

"Marami kang larawan noong kasing-edad mo si Skye na parang ikaw!"

Napansin na niya iyon. And suddenly he missed the twins. Suddenly he wanted to see them. Kung hindi mapanganib ay tatawagan niya si D'Angela upang ilipad patungong Iloilo ang mga bata.

Inakbayan niya si Cheyenne. His throat constricted. Isinandal niya ang ulo sa sandalan at hinilang kasabay si Cheyenne. Ang mga album ay nakalatag sa kandungan nilang pareho at hindi na niya gustong ipagpatuloy pa ang pagtingin.

"Kung... kung nais mo talagang makatiyak, Luis, there's always the blood test and the DNA..."

He kissed her temple. "I don't think I need that, sweetheart. Hindi pa ba sapat ang mga larawang iyan? Tila inukit sa akin si Skye. At si Summer, ngayon ko lang napagtantong kahawig mo..." Tinitigan siya nito, a poignant smile on his lips.

"Natitiyak kong kamukha ni Summer si Charmaine. At magkahawig kaming magkapatid, Luis." Kapagkuwa'y inangat nito ang likod sa sandalan at tiningnan siya. "Bakit parang wala ka man lang larawan dito bago ang second birthday mo?"

Hinawakan niya ang kamay nito at dinala sa bibig at hinagkan. "May sasabihin ako sa iyo..." Cheyenne waited patiently, dahil ilang segundo ang pinalipas niya bago muling dinugtungan ang sinabi. "May dalawa akong kapatid na lalaki. Mas matatanda sa akin. They are twins."

"Oh."

Chapter Twenty-Seven

PAHAPON na nang dumating ang tatlong divers. Sakay ng nirentahang pumpboat ang dalawa sa mga ito kasama si Daniel, samantalang sa speedboat naman na pag-aari ng mga Pontevedra nakasakay ang isa pang diver at sina Luis at Cheyenne, na nakasuot din ng diving gear.

Ilang sandali pa ay nasa laot na sila ayon sa pagkakatanda ni Cheyenne kung saan naroroon ang yate ni Mayora Santillanes noong mga panahong iyon.

"It's been six years, Luis," aniya. "Baka hindi ko na matandaan..."

"It's all right, sweetheart. Ilarawan mo sa isip mo ang yate at kung saang baybayin ito mas malapit."

Inikot niya ng nalilitong tingin ang malawak na dagat at pagkatapos ay ang baybayin na kumikislap ang puting buhangin sa panghapong araw.. "Nakaharap ang yate sa lumang parola ng Guisi, Luis. I remember that. Dahil doon nanggagaling ang pump boat para sa mga bisita sa munting pantalang iyon na napapaligiran ng mga malalaking bato."

She squinted her eyes against the afternoon sun. Dinaanan niya ng masusing tingin ang kahabaan ng baybayin sinisikap alalahanin ang kinalalagyan ng yate noong gabing iyon.

Ibinalik niya ang tingin kay Luis. "Pero nagbago ang isip ko dahil doon nila ako unang hahabulin dahil pauwi iyon sa amin. Malapit lang sa dagat ang bahay namin. Marahil kung araw nangyari iyon ay matatanaw ko ang baybayin namin."

"Kung ganoon ay doon tayo tutungo. Ituro mo." Tinunton ni Luis ang dagat na itinuro niya patungo sa baybayin ng Guisi. May ilang maliliit na isla siyang natatanaw. Ang pump boat ay kasunod nila.

Ilang minuto pa ay isinenyas na ni Cheyenne ang sa palagay niya ay ang kinaroroonan ng yate ni Mayora Santillanes may anim na taon na ang nakararaan. Pinahinto ni Luis ang makina ng speedboat at sinenyasan ang kasunod na pump boat.

"Hindi ako nakatitiyak, Luis. Pero kung narito ang yate, itong area na ito ang resonableng naiisip ko na malalangoy ko patungo sa baybayin ng Guisi. Bagaman umiba ako ng direksiyon nang nasa tubig na ako."

"Umpisahan natin ang paggalugad sa ilalim ng dagat sa lugar na ito," ang wika niya sa diver at isinigaw rin iyon sa nasa kabilang bangka.

Halos sabay-sabay na lumubog sa tubig ang tatlong divers. Si Daniel ay naghihintay sa pump boat at ganoon din sina Luis at Cheyenne sa speedboat. Sampung minuto na sila roon nang may matanaw si Cheyenne.

"Luis..." Umahon ang kaba sa dibdib niya.

Hinayon ni Luis ang tinatanaw niya. "We have company, bro," sigaw nito kay Daniel.

"Fuck," usal ni Daniel at agad na inihanda ang de-kalibreng baril.

Ganoon din si Luis. "Lumubog ka sa tubig, Chey," utos nito.

"No!"

"Babe, mas magagawa kong makipaghamok kung hindi kita inaalala. Please, I'll be all right. We've expected this. Sadya naming ipinakalat ang balita sa mga tauhan na hahanapin namin sa laot ang bangkay ng mag-asawang Pontevedra. Na natuklasan na kung ano talaga ang nangyari sa kanila."

"What? Bakit ninyo ginawa iyon?"

"Pinlano namin ito ni Daniel at ng iba pa. Kinagat nila ang pain. May nagparating sa amin na posibleng sa isa sa dalawang speedboat na iyan ay nakasakay si Jericho Santillanes."

Napilitang lumubog sa tubig si Cheyenne. "Please be careful."

"I will, baby." He planted a soft kiss on her lips, pagkatapos ay itinulak siya palubog sa tubig.

"Dalawang speedboat tig-apat ang sakay," sigaw niya kay Daniel sabay paandar sa speedboat. Mamaya pa'y pinaandar na rin ni Daniel ang pump boat. Nagkatinginan silang dalawa.

Nagsalubong ang mga kilay ni Luis nang makitang muling lumitaw sa tubig si Cheyenne, puno ng pag-aalala ang nakabalatay sa mukha. Sinenyasan niya itong lumubog. Bago pa man natapos ang senyas niya ay nagpaulan na ng bala ang mga nasa speedboats.

Naghiwalay ang pump boat at ang speedboat kung paanong ganoon din ang dalawang speed boats ng mga kalaban at sa wari ay tinig-isahan sila.

Mabilis na pinaikot ni Luis ang speedboat palayo sa maaaring kinaroroonan ni Cheyenne at ang mga divers. Bagaman hindi kasimbilis ng speedboat ang gamit na pump boat ni Daniel ay may nakatagong armalite doon maliban pa sa hawak nito.

Muling nagpaulan ng bala ang mga nasa kalabang speedboats. Nakita ni Luis na umasinta si Daniel at nagpaputok. Isang tauhan ang nahulog sa dagat. Luis smiled. Pito na lang. He wished they didn't have to kill them all.

Ang isang kamay niya ay nasa manibela at ang isang kamay ay sa baril niya. Dalawang putok ang pinakawalan niya at dalawa rin ang nahulog sa tubig.

Nanlaki ang mga mata niya nang makita ang isang assault rifle na nagpaputok patungo sa pump boat.

"Daniel!" he shouted, hoping against hope na makatalon sa tubig si Daniel. Mabilis niyang inilayo ang speedboat kasabay ng pagpapaputok. Tinamaan niya ang isa pa kasabay ng pagsabog ng pump boat.

Napalingon siya. Daniel couldn't be taken as easy as that. May tiwalang nasa isip niya. Umaasa siyang walang masasaktang diver at si Cheyenne. At na malayo sa kinaroroonan ng mga ito ang pagsabog. Sa sandaling pagmenor ng speedboat niya at paglingon niya sa alam niyang kinalulubugan ni Cheyenne ay humaging ang isang bala at tinamaan siya sa balikat.

"Shit!"

Pinaulanan ng bala ang speedboat niya at mabilis niya iyong inilayo. Subalit kasunod niya ang isa pa at panay ang paulan ng bala. But he was a better shot. Sa kabila ng sugat sa balikat ay nagawa niyang patamaan ang may hawak ng manibela.

Sa muli niyang paglingon ay nakita niyang lumitaw sa tubig si Cheyenne hindi kalayuan sa sumabog na bangka. At nang tumingin siya sa isa sa mga speedboat ay isa ang nakatuon ang baril dito.

"Cheyenne!" Nakipagpaligsahan sa ingay ng makina ng speedboats ang sigaw niya kasabay ng pagtuon ng baril niya sa lalaki. Ipinaputok niya iyon. Bumagsak ang lalaki sa mismong windshield ng yate.

At sa mismong sandaling iyon ay naulinigan na niya ang padating na chopper. Nakahinga siya nang maluwag. Tumingala siya. Reinforcements. Napangiti at kumaway. Kasabay niyon ay isa pang malaking speedboat ang parating.

"Ibaba ninyo ang inyong mga sandata!" sigaw mula sa ere gamit ang megaphone. "At sumuko na kayo. Napapaligiran kayo!"

Patuloy sa pagkaway si Luis at tiniyak na makikilala siya ng kung sino man ang sakay ng chopper at pinatakbo ang speedboat sa lugar na kinasabugan ng pump boat. Di kalayuan dito ay natanaw niya sina Daniel at Cheyenne.

"Stubborn woman," he muttered but he was smiling. Pilit inaalis sa dibdib ang kaba nang makitang pinupuntirya ito ng lalaki sa speedboat. "Are you all right, Dan?"

Daniel shrugged and grinned.

"You're bleeding!" sigaw ni Cheyenne nang makitang may umaagos na dugo sa balikat niya. "Tinamaan ka!" Kumapit ito sa speedboat upang pumanhik. Inalalayan ito ni Daniel at inabot naman niya at napangiwi siya nang matantong ang balikat niyang may tama ang ginamit niya.

Mahigpit siyang niyakap ni Cheyenne habang humagulhol ito ng iyak.

"I'm fine, sweetheart. Daplis lang ito."

Itinulak siya nito at dinuro siya sa dibdib. "Tiyakin mo!"

Nagtawanan sila ni Daniel na sumampa na rin sa speedboat.

Ang mga nasa kalabang speedboats ay nagsipagbabaan ng kanilang armas habang nakatunghay ang chopper sa itaas.

NATAGPUAN ang mga labî ng mag-asawang Pontevedra sampung metro mula sa mismong lugar na itinuro ni Cheyenne. Nang hapong iyon ay nahuli si Jericho Santillanes na malubhang nasugatan sa encuentro sa dagat. Ito ang nabaril ni Luis na muntik nang makabaril kay Cheyenne habang nasa tubig.

Si Mayora Santillanes na naghihintay ng tawag mula sa anak ay nahuli ng mga alagad ng batas na ipinadala ng gobernador.

Gayun na lamang ang pagkamangha ni Cheyenne nang malaman mula kay Kurt na hinuli ng mga alagad ng batas si Velvet de Ramos. Hindi nito nalaman ang mga camerang lihim na inilagay ng tauhan ni Kurt sa opisina ni Mrs. Cheng.

Natuklasan na may mini tape recorder itong idinikit sa ilalim ng office table ni Mrs. Cheng. Ang tape recorder ay galing mismo kay Jericho Santillanes. At iyon ang dahilan kung bakit natunton ng mga tauhan ni Mayora Santillanes ang kinaroroonan ni Cheyenne sa Tingloy.

Si Velvet ay pamangkin ni Mayora Santillanes sa pinsan nito at siyang nagpaaral dito. At kahit mismo si Velvet ay hindi nakilala si Cheyenne malibang lumabas ang mukha ni Cheyenne sa television at mapanood iyon ni Jericho. Agad na napag-ugnay na si Velvet ay sa publishing house nagtatrabaho.

Inamin ni Velvet na siya ang bumaril kay Cheyenne nang gabing iyon sa apartment nito at nagkunwang inihulog sa hagdan ng kriminal; na ito rin ang nagpadala ng bomba at pumatay kay Erwin ayon sa utos ng pinsang si Jericho. Ang lahat ng pag-amin ay ginawa ni Velvet sa kasunduang mapapagaan ang kaso nito.

"Why, Velvet?" Cheyenne asked painfully. Nasa Maynila siya upang mag-file ng pormal na kaso rito. 'Kaibigan kita at ganoon din si Erwin. Paano mo nagawa ang lahat ito?"

Nagkibit ng mga balikat si Velvet. "Tiya ko ang kalaban mo, Cheyenne. Ang nagpaaral sa akin at bumubuhay sa pamilya ko rito."

"Hindi mo nabanggit na taga-Guimaras ka..."

"Dito ako ipinanganak at lumaki. Ang nanay ko ang tagaroon. At kung hindi ko ginawa ang utos ni Mayora ay walang magpapaaral sa tatlo ko pang kapatid."

Tumiim ang mukha niya. "Well, hindi na rin sila kayang pag-aralin ni Mayora Santillanes dahil pareho kayong mabubulok sa bilangguan! Pagbabayaran ninyo ang ginawa ninyo kay Erwin!" Sa lola niya at sa kapatid niya. Subalit hindi na niya isinatinig iyon.

Hindi na niya hinintay na makita ang pagsisisi sa anyo nito dahil tinalikuran na niya ito.

Muling bumalik sa isla si Cheyenne kasama sina Luis at Danica na sumabay na sa pagkakataong iyon. Binigyan ng disenteng libing ang mga Pontevedra. Hindi inamin ni Jericho ang tungkol kay Charmaine.

Subalit dalawa sa mga tauhan nito ang kumanta sa pangakong mapapagaan ang kaso. Itinuro ng mga ito kung saang bahaging dagat itinapon ang katawan ni Charmaine. Tulad ng mga Pontevedra ay nasisid sa ilalim ng dagat ang mga labî ni Charmaine.

Her remains were cremated. Inihagis iyon sa mismong lupang dating kinatitirikan ng bahay ng mga Quintana.

"It's over," bulong ni Luis at hinagkan sa sentido si Cheyenne habang pinanonood nila ang pagliliyab ng mga gamit ni Charmaine upang isama sa mga abo ng mga labî nito.

Inihilig ni Cheyenne ang ulo sa balikat nito at pinahid ng likod ng palad ang pagsungaw ng mga luha.

"Thank you," she whispered back.

Hindi malaman ni Cheyenne kung paano

pasasalamatan ang mabait niyang publisher. Kung hindi dahil kay Mrs. Cheng ay mananatiling hindi nalulutas ang kaso ni Charmaine, ni Erwin, at ng lola niya. Mananatili siyang nagtatago. Hindi sila muling magtatagpo ni Jose Luis.

Subalit niyakap lang siya ng milyonaryang publisher niya.

Nang mahuli si Mayora Santillanes at si Jericho ay naglabasan ang mga kaso laban sa mag-ina. Ang hepe ng pulisya ay tinanggal sa trabaho at kasalukuyang nakakulong.

Epilogue

Two months later

𝒥SA IYONG minadaling preparasyon dahil hindi nais ni Luis na patagalin ang paghahanda sa kasal nila ni Cheyenne. It was a beautiful wedding by the sea. Maaliwalas ang karagatan at hindi kainitan ang araw.

Si Danica ang maid of honor at bagaman walang sinasabi si Luis ay alam ni Cheyenne na inilalaan nito ang puwesto ng best man sa alinman sa mga kapatid na lalaki. Si Kurt La Pierre who came with wife Jade, ang tumayong sponsor na lalaki at si Mrs. Filomena Cheng ang sa babae.

Ang ring bearer ay si Skye at ang flower girl ay si Summer. Both kids were so excited sa magiging bahagi nila sa kasal ng dalawa. A month ago pagkatapos ng lahat ng gulo ay dinala nina Luis at Cheyenne ang dalawang bata sa Enchanted Kingdom.

It was also in those times when the two children on their own accord, started calling Cheyenne their mommy and Luis their daddy. Marahil narinig nila ang mga iyon mula sa mga batang nakasama nila sa mga rides patungkol sa mga magulang ng mga iyon.

Luis didn't bother with the DNA test, even as Kurt suggested it and offered his help to make it faster. Anak man niya o hindi ang mga bata ay inaangkin niya ang mga ito at minamahal. But then looking at Haydee's album, noong kabataan ni Luis, Skye was a carbon copy of him. And he couldn't be more a prouder father.

At halos hindi na nito gustong mahiwalay ang mga bata sa kanila ni Cheyenne. There were times when Luis sacrificed his desire for Cheyenne and asked the two kids to sleep with them in their room.

"Naghahabol ako, sweetheart," bulong niya kay Cheyenne. "Maraming panahon ng mga bata ang hindi ko nakasama."

Cheyenne smiled at him with love in her eyes.

Habang si Summer ay unti-unting humahawig kay Cheyenne na hindi naman nakapagtataka dahil kahawig niya si Charmaine. It was as if Cheyenne was gaining back her sister pagkatapos siyang iwan nito noong maliliit pa silang mga bata kung saan walang panahong hindi niya naaalala ang kapatid.

Walang mag-iisip na hindi nila anak ang kambal. Walang pagsidlan sa kaligayahan si Cheyenne sa bagay na iyon. Who said one couldn't have the best of both worlds? The twins, her own blood, compensated her inability to give birth.

And Luis. The love of her life.

Nilinga ni Cheyenne ang paligid. It was a private ceremony by the sea. Mga piling kaibigan lamang ang naroroon. Wala pa yatang labinlimang tao lahat na nakakalat sa dalawang aisle na mga upuan. There were flowers everywhere. Ang buhangin na kanyang lalakaran ay nalalatagan ng mga talulot ng rosas.

Ang mga tauhan ng Pontevedra farm ay hindi magkamayaw sa katuwaan at abalang lahat sa pagluluto at paghahanda sa villa. Kahapon pa sinimulan ng mga taga farm ang paghahanda at ang kasiyahan.

Walang kamag-anak sa magkabilang panig dahil maliban kay Danica ay pareho silang walang kamag-anak ni Luis. Gayunman, lubos na umaasa si Luis na darating ang mga kapatid. Ni hindi nito gustong tingnan ang sagot sa e-mail nila ni Cheyenne sa mga kapatid na ipinadala apat na linggo bago ang kasal. It was an invitation to their wedding through e-mail. Kinakabahan si Luis na baka ang mabasa ang maaaring negatibong sagot.

Ayon kay Luis, kung hindi raw darating ang mga kapatid ay wala itong magagawa. Ibig sabihin ay hindi siya tinatanggap ng mga ito; ibig sabihin ay kailangang magpatuloy ang buhay na hindi sila naghaharap na magkakapatid.

Nais matunaw ng dibdib ni Cheyenne sa nakikitang insekyuridad nito. Para sa isa na walang takot na sumabak na sa digmaan at sa napakaraming panganib na sinuong ay may bahag ng dibdib nito ang kinatatakutan ang rejection ng mga kapatid.

Isang linggo pagkatapos nilang maipadala sa e-mail ang imbitasyon sa mga kapatid nito sa e-mail address ni Jace, she secretly opened Luis's laptop. Hinanap sa e-mail nito ang sagot ng mga kapatid.

She, too, got so excited and happy for Luis as she read Jace Monte Falco's reply.

Oh, god! Oh, god! Expect us to be there. We wouldn't miss meeting you, brother, for the world! I don't know what to say.

Kahapon pa dumating ang mga bisita. Cheyenne met Tennessee and his wife, Genevie. She liked Nev at once. Nakilala niya rin si Jack na tahimik lang na nakaupo sa isa sa mga upuan. A dangerous-looking guy but polite and with a killer smile. Magkakatabi ang mga ito sa isang hilera ng upuan nina Daniel at D'Angela. Napakasimple ng suot ni D'Angela subalit umaagaw ng atensiyon.

Hanggang sa makauwi ang kambal sa villa ay si D'Angela ang official nanny ng mga bata. Subalit nang nasa villa na ang mga ito ay naipasa na ang tungkulin kay Manang Lumen na tuwang-tuwa sa mga bata, at sa kapatid ni Augusto.

She was happy with the wedding arrangement. May makeshift wedding altar sa may malapit sa dagat. Naroon din ang katabing piano at ang pianista upang siyang tumugtog ng kanilang wedding march. The pianist was a David Pomeranz sound alike, courtesy of Jade La Pierre.

Tutugtugin at aawitin nito ang On this Day. Inialok mismo ni Jade ang presensiya ni David Pomeranz bilang regalo nito sa kanila ni Luis subalit tumanggi si Cheyenne. It was too much. Baka agawin ng presensiya ni David Pomeranz ang solemnity ng okasyon. Nais nilang dalawa ni Jose Luis na pampamilya ang okasyon at tanging pinakamalalapit lang na mga kaibigan ang naroroon para sumaksi.

"May hinihintay pa ba tayo?" tanong ni Danica kay Cheyenne dahil diyes minutos na bago mag-alas-tres ng hapon.

"May palagay akong hinihintay ni Luis ang mga kapatid niya," she said worriedly, dahil wala pa rin ang mga ito. Para kay Luis ay umaasa siyang darating ang mga kapatid nito. Hindi niya gustong masaktan ito.

Hinagod siya ng tingin ni Danica. Cheyenne's wedding gown was a gift from Mrs. Cheng. A Monique Lhuillier design. "By the way, you're gorgeous."

Pleased, she smiled. "Thank you. Ikaw din naman. Hindi ka nga hinihiwalayan ng tingin ni Daniel." Inno Sotto designed Danica's dress. It was the softest of pink, in voile with soft and little ruffles accentuating her shoulders.

Umirap siya. "Napakapresko ng lalaking iyon."

Cheyenne laughed. Kapagkuwa'y nakuha ang pansin nila at ng lahat ng ingay ng papalapit na malaking chopper mula sa ere. Si Luis ay hindi hinihiwalayan ng tingin ang chopper hanggang sa luminaw iyon at sa baybayin ang tungo.

Ilang sandali itong umikot bago unti-unting bumababa. Umalimbukay ang buhangin, pati na ang tubig sa dagat sa unti-unting paglapag ng malaking chopper.

Naramdaman ni Cheyenne si Luis sa likod niya. Ginagap niya ang kamay nito at nginitian. "Sila na ba ang sakay niyan?"

"Ang sabi ni Kurt ay darating sila sakay ng helicopter. Marahil ay sila iyan." Tila ito bata na magkahalong pag-asam at walang katiyakan ang tinig. "But I heard the other twin is a pilot and married a socialite. Jade's cousin." Nilingon nito si Cheyenne. "I am so happy for my brothers, Chey. Hindi sila nakaranas ng kahirapan. Sa ipinagtapat ni Mama bago namatay ay mahirap pa sa daga ang aming mga magulang."

"You don't know the story, love," she said softly. Sighed. "All along, alam ng boss mo ang kinaroroonan ng isa sa mga kapatid mo. At pareho ninyong hindi alam iyon." Inihilig niya ang ulo sa punong braso nito.

"Because I didn't know I was adopted until my mother told me about it on her deathbed. Gusto kong gamitin ang salitang 'adopted' kaysa sa itinakas. Minahal ako ng mga Morrison, Chey."

"I know, baby."

Mamaya pa'y huminto na sa pag-ikot ang elise ng chopper. Si Jade ang unang sumalubong sa mga pasahero. She air-kissed Meredith and Drew. Gumanti ng halik ang dalawa. Ang mga mata ay sinuyod sa mga naroroong tao. Huminto ang paningin ng dalawang socialite kina Jose Luis at Cheyenne.

Kasunod na bumaba ng dalawang babae ay si Tristan na kung nahahalatang nate-tension ay walang makapagsabi. Sa likuran nito ay si Jace na siyang nag-pilot sa chopper.

"Come..." Ikinawit ni Cheyenne ang braso sa braso ni Luis. "Let's meet my brothers-in-law."

Dalawang talampakan ang layo sa mga kapatid ay huminto sa paghakbang si Luis. Si Tristan at Jace at parang itinulos sa kinatatayuan. Hinagod ng tingin ng mga ito ang kabuoan ng kapatid, na tila ba iniuugnay iyon mula sa alaalang nakatago sa sulok na bahagi ng isip. Puno ng emosyon at pananabik ang nakalatay sa mukha.

Hindi malaman ng tatlo ang unang gagawin. Tristan did the first move. Humakbang ito at pinisil sa balikat si Luis. "Kamukha mo si Itay," anito sa tinig na sa wari ay naipit sa lalamunan. Pagkatapos ay mahigpit na niyakap si Luis.

Sa mahabang sandali ay nanatili sila sa ganoong ayos. Walang salitang namumutawi sa bibig. Si Jace ay hinawakan nang mariin sa balikat si Luis at nagpipigil ng emosyon.

"Hindi kita nilimot minsan man," ani Tristan sa gumagaralgal na tinig. "Natatandaan kong lagi kang iniiwan ni Nanay sa sundalong amo ni Tatay."

Jose Luis was speechless. Humakbang palapit si Jace. "Ako naman," anito at kumawala si Tristan na namumula ang mga mata. Jace and Luis hugged each other, just as tightly.

Kapagkuwa'y bumitaw si Jace sa takot na mapahagulhol. Hinagod nito ng tingin si Luis. "Goodness, bro. Mas magandang lalaki ka kaysa sa akin," anito sa pagsisikap na magpatawa. At hindi ito nabigo dahil nagtawanan ang mga nakapaligid. Luis couldn't even speak if his life depended on it. Sinasakal siya ng pinipigil na emosyon.

"Ito ba ang aking magiging hipag?" Jace croaked. His eyes sparkled with unshed tears. Inilahad nito ang kamay kay Cheyenne na nakangiting tinanggap niya. "Jace. Pleased to meet you."

"Tristan." Inilahad din nito ang kamay kay Cheyenne. Pagkatapos ay ipinakilala nina Jace at Tristan ang mga asa-asawa. Cheyenne was awed by the beauty of the two women. She knew Jace's wife was an heiress, anak ng hotel magnate. Subalit mukha itong down-to-earth. Hindi na napawi ang palakaibigang ngiti sa mga labi.

Ganoon din ang asawa ni Tristan. She looked like as if she wanted to cry along with her husband.

Nakahinga si Cheyenne nang maluwag. Marahil ay magiging miembro siya ng isang malaking pamilya. Iyon naman ang pangarap ni Luis. At siya rin. Lumaki siyang lola lang niya ang kasama at maaga pang binawi sa kanya.

Hindi pa rin makuhang mamutawi ang salita sa mga labi ni Luis nang maramdaman nito na may yumuyugyog sa pantalon nito. Si Summer. A smile broke his lips. Nabawasan ang tensiyon. Niyuko ang bata at kinarga at hinila si Skye sa harapan.

"My twins," he said proudly. "This is Skye and and this is Summer."

"Hello po," ani Summer. Skye just smiled shyly at them.

"Hello, Summer, Hello, Skye. I love your names," ani Meredith at nginitian ito at pagkatapos ay tumingin kay Luis. "Hindi namin dinala ang mga bata."

"Hindi ko alam kung ano ang dadatnan namin dito," ani Tristan. "Pero magplano tayo ng reunion. At sa lalong madaliang panahon..."

"I love that," segunda ni Jace at nilingon ang kapatid. "Gawin natin sa San Angelo, Tristan."

Tumango si Tristan ay sinulyapan si Meredith na ngumiti. "Pagbabalik ninyo galing sa honeymoon ay planuhin natin ang petsa."

Si Cheyenne lamang ang nakapansin na banayad na pumapailanlang sa ere ang "On This Day." Maya-maya pa ay pumapailanlang na ang tinig ng pianista.

Here we stand today like we always dreamed
Starting out our lives together
Night is in your eyes, love is in our hearts.
I can't believe you really mine forever

"Guys," wika ng marriage celebrant. "Puwesto na at simulan na natin ang kasal at baka abutan tayo ng dapit-hapon..."

Nagtawanan ang lahat at isa-isang nagsibalik ang lahat sa puwesto. Tumayo si D'Angela at inayos sina Skye at Summer sa inilatag na lalakaran. Si Luis ay hinawakan sa parehong braso ang mga kapatid.

"Tumayo kayo sa tabi namin ni Cheyenne," he croaked.

Nagkatinginan sina Tristan at Jace. Parehong kumislap ang mga mata. Tinapik ni Jace sa balikat si Jose Luis. "You're on, brother."

I promise forever on this day I surrendered my heart. Here I stand take my hand And I will follow every word that i say. On this day...

"Narito tayo ngayong lahat sa araw na ito..." pasimula ng marriage celebrant.

Lihim na ginagap ni Luis ang kamay ni Cheyenne. "I love you..." he mouthed.

Cheyenne smiled, her eyes glowed with happiness. She whispered back, "I love you more, baby."

Mahinang mahina lamang ang awiting pumapailanlang sa ere, ni hindi iyon nakaabala sa sinasabi ng marriage celebrant sa pagtataling-puso nilang dalawa.

Not so long ago this heart is just a fill of golden lonely space without you

*Now everything's all right. Now everything's refill
And the story of my life is all about YOU. So if you
feel the cold winds blowing through your nights
I will shelter you and forever here that tears your
fear away*

Hindi malaman ni Jace kung iiyak o ngingiti. Inilapit nito ang bibig sa tainga ni Tristan. "We've found our brother, Tristan. We've found him..." bulong nito.

Umiling si Tristan. "Tayo ang natagpuan niya, Leandro." Dinukot nito ang panyo sa bulsa at nagpahid ng mga mata. Pagkatapos ay itinuon na ang mga mata sa marriage celebrant.

●●● WAKAS ●●●

Another breakthrough in

Romance Experience

A joint venture of two giants of romance publishing

Precious Hearts Romances®
The Number One Romance Paperbacks Publisher
in cooperation with

Harlequin Mills & Boon
Recognized Around the World as a Hallmark for Romantic Fiction

WATCH OUT
FOR THESE TITLES:

The Shy Bride by LUCY MONROE
translated by Janis Cezzil delos Reyes

The Wealthy Greek's Contract Wife by Penny Jordan
translated by Sumire Villegas

His Penniless Beauty by Julia James
translated by Iris Anne

A Night, A Secret... A Child by Miranda Lee
translated by Dawn Igloria

Harlequin Mills & Boon romance paperbacks
translated into Tagalog in the best-selling tradition of

Precious Hearts Romances®
THE BEST LOVE STORIES
OF ALL TIME...

www.phr.com.ph
also join our forum: precioushr.forum-motion.com

Universal Romance with a Filipino heart!

PHR WRITERS MALL TOUR 2012

MARCH 10
Precious Pages - Mall of Asia

Angel Bautista, Belle Feliz, Dawn Igloria, Dream Grace,
Haze Prado, Heart Yngrid, Maricar Dizon, Martha Cecilia,
Princess Faye, Rose Tan, Sheena Rose, Sofia, Sonia Francesca,
Vanessa, Victoria Amor, Wilhelmina

JUNE 16
Precious Pages - SM City Santa Rosa

Allie Sia Alonzo, Angel Bautista, Belle Feliz, Dawn Igloria,
Dream Grace, Haze Prado, Heart Yngrid, Laurice del Rio,
Maricar Dizon, Martha Cecilia, Nicka Gracia,
Princess Faye, Rose Tan, Sofia, Sonia Francesca, Vanessa,
Victoria Amor, Wilhelmina

SEPTEMBER 15
Precious Pages - SM City Clark

Amanda, Angel Bautista, Ashlene Javier, Belle Feliz, Dream Grace,
Haze Prado, Heart Yngrid, Maricar Dizon, Martha Cecilia,
Nicka Gracia, Princess Faye, Rose Tan, Sheena Rose, Sofia,
Sonia Francesca, Vanessa, Victoria Amor

DECEMBER 1
National Book Store (Branch to be announced later)

DECEMBER 8
Precious Pages - SM City San Lazaro

Allie Sia Alonzo, Amanda, Angel Bautista, Belle Feliz,
Dawn Igloria, Dream Grace, Heart Yngrid, Juris Angela,
Laurice del Rio, Maricar Dizon, Marione Ashley, Martha Cecilia,
Mei Sanchez, Nicka Gracia, Noelle Arroyo, Princess Faye,
Rose Tan, Sheena Rose, Sofia, Sonia Francesca, Vanessa,
Victoria Amor, Wilhelmina

IT'S MORE FUN TO READ PHR

www.phr.com.ph

facebook

For more details, call 414-6188 Visit our website: www.phr.com.ph